AF840001

# நாட்டுக் கணக்கு

டாக்டர் **சோம. வள்ளியப்பன்**

பங்குச்சந்தை வர்த்தகம், பொருளாதாரம், உணர்வு மேலாண்மை, சுயமுன்னேற்றம், நிர்வாகவியல், மனித வள மேம்பாடு, நிதி நிர்வாகம் உள்ளிட்ட துறைகளில் பல புகழ்பெற்ற நூல்களை எழுதியவர். துறைகள் சார்ந்த செழிப்பான அனுபவமும் நிபுணத்துவமும் கொண்டிருக்கும் இவர் தொலைக்காட்சி மற்றும் பத்திரிகைத்துறை ஊடகங்களில் தொடர்ந்து இயங்கிவருகிறார். Emotional Intelligence-ல் ஆய்வுசெய்து சென்னை பல்கலைக்கழகத்தில் PhD. பட்டம் பெற்றவர். சொற்பொழிவுகள் மற்றும் பயிற்சி வகுப்புகள் மூலம் பல ஆயிரக்கணக்கான மக்களுடன் தொடர்ந்து உரையாடி வருபவர்.

‘வீட்டுக்கணக்கைப் பார்த்துக் கொண்டிருக்கும் நம்மை சற்று நாட்டுக்கணக்கைப் பார்க்கும்படி தூண்டியிருக்கிறார் நூலாசிரியர். பொருளாதாரத்தை மிக எளிமையாக விளக்குகிற இந்த நூலின் முக்கியமான சிறப்பே குழப்பமான பல கோட்பாடுகளை சுலபமாக புரிய வைப்பதுதான். நாட்டுக்கான பட்ஜெட் போடுதல், வரி, மானியம், ஜி.டி.பி. போன்ற அடிப்படை விஷயங்கள் மிகவும் அழகாக விளக்கப்பட்டுள்ளன. நாம் நன்றாகத் தெரிந்து வைத்திருக்கிறோம் என்று நம்பும் பணம், வங்கிகள் போன்ற விஷயங்களை இவர் எழுதிப் படிக்கும்போதுதான் நாம் நிறைய தெரிந்து வைத்துக் கொண்டிருக்க வில்லை என்கிற உண்மை நமக்கே தெரிய வருகிறது. ஒரு பட்ஜெட்டை எப்படித் தயாரிக்கிறார்கள் என்பதில் தொடங்குகி, அரசு ஏன் கடன் வாங்குகிறது, ஜி.டி.பிக்கும் பட்ஜெட்டுக்கும் இடையிலான உறவு என்று ஒவ்வொரு தலைப்பையும் அக்குவேறு, ஆணிவேறாக பிரித்து அலசுவதில் சோம. வள்ளியப்பனுக்கு கைவந்த கலையாக இருக்கிறது.’

- ‘ஆழி’ செந்தில்நாதன்

‘பத்திரிகைகளிலும் தோன்றி மறையும் பரபரப்பான செய்தியாகி, பின்பு மீண்டும் அடுத்த ஆண்டு மட்டுமே நினைவு வரும் நிலையை முன் வைத்து அதில் நமக்கு எழும் கேள்விகள், எழவேண்டிய கேள்விகள் என அனைத்தையும் பட்டியலிட்டு அதற்கான சுவாரஸ்ய விடைகளாக மலர்ந்திருக்கிறது புத்தகம்... இருக்கும் வாசலைத் தாண்டி புதிய இடங்களுக்கு அழைத்துச் செல்லும் சுற்றுலாவைப்போல, ‘சொந்தக்கணக்கையே பார்த்து கொண்டிருக்கும் நீங்கள் நாட்டின் கணக்கையும் கொஞ்சம் தெரிந்துகொள்ள’ என் பரிந்துரையுடன் வெளிவந்திருக்கும் இந்நூல் நம்மைப் பல புதிய களங்களுக்கு அழைத்துச் செல்கிறது. வெல்லத் துடிக்கும் அனைவரின் வாழ்விலும் பொருளாதாரத்திற்கு முக்கியப் பங்கு உண்டு. அதன் பின்புலம் புரிந்தாலே அதன் பலமும் நமக்குப் புரியும். ஈட்டும் வழியிலும் தெளிவு வரும். அந்த அனைத்து உயரங்களுக்கும் எளிய வார்த்தையில் விறுவிறுப்பான நடையில் புன்னகையோடு நம்மை அழைத்துச் செல்கிறார் சோம. வள்ளியப்பன்.’

- ‘இசைகவி’ ரமணன்

# நாட்டுக் கணக்கு

சோம. வள்ளியப்பன்

கிழக்கு

நாட்டுக் கணக்கு
Naattu Kanakku
*Soma. Valliappan ©*

Kizhakku First Edition: November 2022
268 Pages
Printed in India.

ISBN : 978-93-90958-12-2
Kizhakku - 1277

Kizhakku Pathippagam
177/103, First Floor, Ambal's Building, Lloyds Road,
Royapettah, Chennai - 600 014. Ph: +91-44-4200-9603
Email : support@nhm.in Website : www.nhm.in

kizhakkupathippagam kizhakku_nhm

Author's Email: writersomavalliappan@gmail.com
Author's Website : www.writersomavalliappan.in
www.facebook.com/Soma Valliappan
www.youtube.com/Soma Valliappan



Kizhakku Pathippagam is an imprint of New Horizon Media Private Limited

உழைப்பால் உயர்ந்த மனிதர், திருக்குறள் ஆர்வலர்
திரு. அன்பழகன் அவர்களுக்கு

# பொருளடக்கம்

# முன்னுரை

**வ**ங்கி டெபாசிட்டுகள், தங்கம், ரியல் எஸ்டேட், வருமான வரி, சேமிப்பு, சீட்டு கட்டுவது, பங்குகள், பங்குச் சந்தை, பரஸ்பர நிதிகள் போன்றவை பற்றித் தெரிந்துவைத்திருக்கும் பலருக்கும், நாட்டின் பொருளதாரம் என்றால் என்ன என்று தெரியவில்லை.

மத்திய மாநில அரசுகளின் பட்ஜெட்டுகள் தாக்கல் செய்யப்படும் நேரங்களில், பணவீக்கம், தங்கத்தின் மீது கூடுதல் இறக்குமதி வரி, வட்டி விகிதங்களில் மாற்றம், டாலர் மதிப்பு உயர்வு போன்ற நேரங்களில், தொலைக்காட்சிகளிலும் , யுடியூப் சேனல்களிலும் விவாதங்கள் நடக்கும். என்னிடமும் கருத்து கேட்பார்கள். பல சமயங்களில் விவாதம் நடத்துகிறவர்களுக்கே முழு புரிதல் இருக்காது. அந்த நேரத்திற்கு சில கேள்விகள் என்பது போலதான் இருக்கும்.

அந்த அனுபவம் காரணமாக தமிழில் எளிதாக புரியும் விதமாக பொருளதாரம் குறித்து ஒரு புத்தகம் எழுத விரும்பினேன். அந்தப் புத்தகம்தான் நாட்டுக்கணக்கு.

ஏனைய, மேலாண்மை, மனம், போன்ற புத்தகங்களைப் போலின்றி நிதிசார் மற்றும் பொருளாதார புத்தகங்களை எழுதி பிரசுரித்துவிட்டு மறந்துவிட முடியவில்லை. குறுகிய காலத்திலேயே எழுதப்பட்டிருக்கும் விஷயங்கள் மாற்றம் அடைகின்றன. அதனால் சில ஆண்டுகளுக்கு ஒருமுறையேனும் அவற்றின் உள்ளடக்கத்தை மாற்ற வேண்டி வருகிறது.

கடந்த 10 ஆண்டுகளில் ரயில்வேக்கு என்று தனி பட்ஜெட் இல்லை, திட்டக்கமிஷன் இல்லை, எலெக்ட்ரானிக் பட்ஜெட், 17 வெவ்வேறு வரிகளுக்கு பதில் ஒரே ஜி.எஸ்.டி வரி என பல மாற்றங்கள். அதற்கு மத்தியில் பல தசமங்களாக ஆட்சி செய்த காங்கிரஸ் மற்றும் கூட்டணிக் கட்சிகளின் ஆட்சி போய், பி.ஜே.பி அரசு வந்ததும் காரணமாக இருக்கலாம். பல விஷயங்களை மாற்றினார்கள். நானும் எல்லாவற்றையும் இந்தப் புத்தகத்தில் மாற்றியிருக்கிறேன்.

தவிர புத்தகத்தை மாற்றிக்கொண்டிருந்த போது இலங்கையில் பொருளாதார சிக்கல்கள். அதனால் போராட்டங்கள். அந்தக் கோணத்தில் இருந்து இந்தியாவை பார்த்தால் எப்படி என்பதுதான் பலர் மனதில் இருந்த கேள்வி அதற்கும் இந்த புத்தகத்தின் விடை காண்போம் என எழுதிச் சேர்த்திருக்கிறேன். கிட்டத்தட்ட இந்தியாவின் பேலன்ஸ் ஷீட்டைப் பார்ப்பது போல பல புள்ளி விவரங்கள் தேடி சேர்த்துக்கொடுத்திருக்கிறேன். இவற்றை எல்லாம் செய்ததால் 'நாட்டுக் கணக்கு' புத்தகம் விரிவு படுத்தப்பட்டுவிட்டது.

அதே புத்தகம்தான். அதே டெம்ப்ளேட்தான். உள்ளடக்கங்கள் புதிது. கூடுதலாக சில புதிய பகுதிகளும் சேர்க்கப் பட்டிருக்கின்றன.

பல முறை திருத்தித்தர நேரமும் வாய்ப்பும் கொடுத்து, புத்தகம் என் அளவில் திருப்திகரமாக வெளிவர பெரும் உதவியாக இருந்த கிழக்குப் பதிப்பகத்தின் மேடம் வைதேகி அவர்களுக்கு நன்றி.

9.8.2022 **சோம. வள்ளியப்பன்**

அபிராமபுரம்

# முந்தைய பதிப்பிற்கான முன்னுரை

**நா**ன் எழுதிய நாட்டுக் கணக்கு புத்தகம் 2013-ல் வெளியானது. அதற்கு நல்ல விமர்சனங்கள் வந்தன. பல்வேறு தரப்பினரும் அந்தப் புத்தகத்தை விரும்பிப் படிக்கிறார்கள் என்ற தகவல் மகிழ்ச்சி அளித்தது.

நான்கு ஆண்டுகளுக்குப் பிறகு, தற்செயலாக 2017-ல் அந்தப் புத்தகத்தைப் புரட்டிப் பார்த்தபோது, இடையில் நாட்டின் பொருளாதார விஷயங்களில் பலமாறுதல்கள் வந்துவிட்டன என்பதை உணர்ந்தேன். நடுவண் அரசில் UPA-II (ஐக்கிய முற்போக்குக் கூட்டணி-2) போய், பாரதிய ஜனதா வந்துவிட்டது. மன்மோகன்சிங், சிதம்பரம்போய், நரேந்திர மோதி மற்றும் அருண்ஜெயிட்லி ஆகியோர் பொருளாதார நடவடிக்கை களில் பெரிய மாறுதல்கள் கொண்டு வந்திருந்தார்கள். குறிப்பாக, மறைமுக வரிகளில் பெரும் மாற்றங்கள் செய்யப் பட்டன. ஜி.எஸ்.டி அறிமுகத்தால் வரி விதிப்பில் அடிப்படையில் மிகப் பெரிய மாற்றங்கள் கண்டிருந்தன. அதனால் உடனடியாக, புத்தகத்தில் அந்த

மாற்றங்களைச் செய்யவேண்டும் என்று முடிவுசெய்து சிக்ஸ்த்சென்ஸ் திரு. கார்த்திகேயனிடம் தெரிவித்தேன். புதிதாக வரும் பதிப்பு கண்டிப்பாக அந்த மாற்றங்களுடன்தான் வரவேண்டும்; அதுவரை சந்தையில் புத்தகம் இல்லாவிட்டாலும் பரவாயில்லை என்றேன்.

சொல்லிவிட்டேனே தவிர, நாட்டுக்கணக்கு திருத்த வேலைகளைச் செய்ய ஆரம்பிக்கவில்லை. புதிய புத்தகம் எழுதக் கிடைக்கும் உள் உந்தல், எழுதிய புத்தகத்தையே மாற்றி எழுத முனையும்போது கிடைப்பதில்லை. அதிலும் நடைமாறாமல், மாறுதல்கள் செய்வது, பொருளாதாரம் போன்ற குறிப்பான பொருளில் மாற்றங்கள் செய்வது அவ்வளவு சுலபமாக இல்லை. அதனால் வேலை மிகவும் மெதுவாகத்தான் நடந்தது. இடையில் நான் எழுதிய 'ரசவாதம்' போன்ற புத்தகங்கள் வெளிவந்தன.

அதன்பின் ஒருசில புத்தக விற்பனையாளர்களிடம் இருந்து 'நாட்டுக்கணக்கு' எப்போது வரும் என்று கேட்டு நேரடியாக எனக்குப் பல செல்பேசி அழைப்புகள் வந்தவண்ணமிருந்தன. அவர்கள், சொன்ன மேல்தகவல், தமிழ்நாட்டில் 'பப்ளிக் சர்விஸ் கமிஷன்' மற்றும் ஏனைய போட்டித் தேர்வுகள் எழுதும் இளையவர்கள் நாட்டுக்கணக்குப் புத்தகத்தை தேடி வாங்குகிறார்கள். இப்போதுகூட கேட்டுவிட்டுப் போகிறார்கள் என்பதுதான்.

இதேபோன்ற தகவல்கள் ஒன்றுக்கும் மேற்பட்ட விற்பனையாளர் களிடம் இருந்து வர, நாட்டுக்கணக்கை எழுதி முடித்துவிட்டுதான் அடுத்த வேலை என்று அமர்ந்தேன். வேலை முடிந்தது.

*30.9.2018* **சோம. வள்ளியப்பன்**

அபிராமபுரம்

# 1

## என் கேள்விக்கு என்ன பதில்?

**பி**ப்ரவரி 1, 2022 அன்று நிதியமைச்சர் நிர்மலா சீதாராமன் அவர்கள் நாடாளு மன்றத்தில் பட்ஜெட் தாக்கல் செய்து பேசியதைத் தொலைக்காட்சிகளில் காட்டினார்கள். அவர் பேச்சில் வரிக்கு வரி என்னென்ன வரிகள் என்று விளக்கினார். பின்பு சில 'பைட்ஸ்' காட்டினார்கள். அதில் கடைத் தெருக்களில் வாகனங்களில் போய்க் கொண்டிருந்தவர் களை நிறுத்தி, 'பட்ஜெட் பற்றி என்ன நினைக்கிறீர்கள்?' என்று கேட்க, அவர்கள் எரிச்சலோடு ஏற்கெனவே விலைவாசி உயர்ந்துவிட்டது. அதோடு இந்த பட்ஜெட்டில் மேலும் வரிகள் போட்டிருக்கிறார்கள். தாங்காது என்றார்கள்.

பேட்டி கொடுத்த குடும்பத் தலைவிகள் ஒரு பாட்டம் புலம்பித் தீர்த்தார்கள். பிறகு, அவர்கள் தானே குடும்ப பட்ஜெட்டைச் சமாளித்தாக வேண்டும்.

வழக்கம்போல எல்லா எதிர்க்கட்சித் தலைவர்களும் மத்திய அரசு

செய்திருப்பது அநியாயம். 'ஆம் ஆத்மி' (பொதுமக்கள் ) இதனால் மேலும் பாதிக்கப்படுவர் என்றார்கள்.

பிரதமரும் ஆளும் கட்சியின் ஆதரவாளர்களும் வழக்கம்போல, இது நல்ல பட்ஜெட். பொருளாதார வளர்ச்சிக்கு வழிவகுக்கும் என்றார்கள். மாதச் சம்பளக்காரர்கள், 'சரியில்லை. இந்த முறை கொஞ்சமாவது வருமான வரியைக் குறைத்திருக்கலாம்' என்றார்கள்.

பொருளாதார வல்லுனர்களோ வரவுக்கும், செலவுக்குமான இடைவெளியான 'ஃபிஸ்கெல் டெஃபிசிட்' 6.4% என்பது அதிகம், இதனால் பணவீக்கமும் விலைவாசி உயர்வும் உருவாகும் என்று கருத்துச் சொன்னார்கள்.

அடுத்த நாள் செய்தித் தாள்களில் தலைப்புச் செய்தியுடன் முதல் பக்கத்தையும் மேலும் சில பக்கங்களையும் பட்ஜெட்டே எடுத்துக் கொண்டது. சில அலசல்கள். எவற்றின் விலைகள் எவ்வளவு உயரும். எவற்றின் விலைகள் எவ்வளவு குறையும் என்றும், பட்ஜெட் அறிவிப்புகள் காரணமாக எந்த நிறுவனப் பங்குகளை வாங்கலாம், எவற்றை விற்றுவிட வேண்டும் என்றெல்லாம் எழுதியிருந்தார்கள். அவ்வளவுதான். அடுத்தடுத்த நாட்களில் வேறு செய்திகள் தமிழ் ஊடகங்களில் முக்கியத்துவம் பெற, பட்ஜெட்டும் அதன் தாக்கமும் வழக்கம்போல, சுலபமாக மறக்கப்பட்டுவிட்டன.

பிறகு, வேறென்ன... அடுத்த ஆண்டுதான் இனி பட்ஜெட் பற்றி பேசுவோம் என்பது போலாகிவிட்டது நிலை.

பட்ஜெட் என்றால், வருமான வரியில் ஏதாவது மாற்றம் செய்யப்பட்டிருக்கிறதா என்று மாதச் சம்பளக்காரர்கள் கவனிக்கிறார்கள். அதுபற்றிச் சில நாட்களுக்குப் பேசுகிறார்கள். மற்றவர்கள், அவர்கள் வாங்க நினைத்திருக்கும் பொருள்கள் போன்றவற்றின் மீது ஏதாவது வரி போடப்பட்டிருக்கிறதா? உயர்த்தப்பட்டிருக்கிறதா? என்று பார்க்கிறார்கள். அது பற்றிப் பேசுகிறார்கள். அவ்வளவுதான். பெரும்பாலும் அதற்குமேல் பார்க்கிற வழக்கம் இல்லை.

பட்ஜெட் தன்னை நேரடியாக எப்படிப் பாதிக்கிறது... அதன் உடனடித் தாக்கம் என்ன என்பதைப் பற்றி ஒருசிலர் அந்த நேரத்துக்குக் கவலைப்படுவதோடு சரி. அதற்குமேல் அது குறித்து

உன்னிப்பாகக் கவனிப்பவர்கள், அதைப்பற்றிப் புரிந்துகொள்ள மெனக்கெடுபவர்கள், கவலைப்படுபவர்கள் மிகவும் குறைவு.

சாதாரண மக்கள், 'விலைவாசி ஏறிவிட்டது. இதற்கு யார்தான் என்ன செய்ய முடியும்; நம் செலவுகளைக் குறைத்துக்கொள்ள வேண்டியதுதான். வேறு வழியில்லை' என்பது போல ஆயாசப்பட்டுவிட்டுப் பின் சமாதானம் ஆகிவிடுகிறார்கள். கொஞ்சம் விவரம் தெரிந்தவர்கள் இதற்கெல்லாம் காரணம் ஏதோ ஒரு குறிப்பிட்ட கட்சிதான் என்பதுபோல அவர்களைக் குற்றம் சொல்லிவிட்டுப் பின் வேறு பிரச்னைகளைப் பேச நகர்ந்து விடுகிறார்கள். வேறு சிலர், 'என்ன என்னவோ சொல்கிறார் களப்பா. இதெல்லாம் நமக்குப் புரியாது. அப்படியிருக்கையில் ஏன் இதைப் பற்றிப் பேசிக்கொண்டு' என்பதுபோல அந்தப் பேச்சை அத்தோடு விட்டுவிடுகிறார்கள்.

ஏனோ பட்ஜெட் பற்றிய சிந்தனை பலருக்கு இந்த அளவுக்கு மேல் போவதில்லை. ஏன் விலைவாசி உயர்கிறது? எதனால் வரிகள் அதிகரிக்கப்படுகின்றன? அவர்கள் எடுக்கிற முடிவுகள் சரியானவைதானா? தற்சமயம் நடக்கும் விதங்களைத் தவிர வேறு வழிகளில் வரி விதிப்பதற்குச் சாத்தியமில்லையா என்பவை பற்றிய விவரங்கள் நம் நாட்டில் பெரும்பாலானவர்களுக்குத் தெரிவதில்லை. பட்ஜெட் வருவதற்குமுன் பலரும் பேசும் அளவுக்கு கூட பட்ஜெட் வெளியானபின் அது தொடர்பான பொருளாதார விஷயங்கள் குறித்துப் பேசுவதில்லை.

பட்ஜெட்டுக்கு முன் பொதுமக்களுக்கு அவ்வளவு ஆர்வம் இல்லா விட்டாலும், நிதி ஆலோசகர்கள், பொருளாதார வல்லுனர்களை, பல தொலைக்காட்சி சேனல்கள் பேட்டி கண்டும், விவாதங்களில் கலந்துகொள்ள வைத்தும், மக்களிடம் அதுபற்றிய ஆர்வத்தையும் கூடவே பயத்தையும் உண்டுபண்ணுகின்றன.

பட்ஜெட் எப்படியிருக்கும் என்று நினைக்கிறீர்கள்? எதற்கு வரி போடுவார்கள்? எதற்குப் போட வேண்டும்? எதற்குக் குறைக்க வேண்டும் என்று ஊடகங்களில் அலசல்கள் நடத்துவார்கள். இவற்றால் பட்ஜெட் மீது கவன ஈர்ப்பு உருவாகும்.

பெரிய தொழிலதிபர்கள், CII, FICCI, SICCI போன்ற தொழில் கூட்டமைப்புகளின் பொறுப்பாளர்கள் என்று பலருடைய கருத்துகளைக் கேட்டறிவார்கள். கோடிக்கணக்கானவர்கள் வாழ்கிற நம் நாட்டில் இப்படிப்பட்டவர்களின் எண்ணிக்கை

சொற்பம். சில ஆயிரங்களைக் கூடத் தாண்டாது. இந்தத் தகவல்களை தொலைக்காட்சி நிகழ்ச்சிகளில் பார்ப்பவர்கள் வேண்டுமானால் அதிக எண்ணிக்கையில் இருக்கலாம். அவர் களிலும் பங்குச் சந்தையில் பட்ஜெட்டால் என்ன தாக்கம் இருக்கும் என்பதற்காகப் பார்ப்பவர்களின் எண்ணிக்கைதான் அதிகம்.

இதில் வேடிக்கை என்னவென்றால், *2018-19* பட்ஜெட் தாக்கலுக்குப்பின் பேசியவர்களில் சிலர், *2019*ல் நாடாளு மன்றத்துக்குப் பொதுத் தேர்தல் வரும். அதனால் *2018* பிப்ரவரியில் போடப்படும் பட்ஜெட்டில் அரசால் அதிக வரிகள் போட முடியாது. தேர்தல் ஆண்டில் போடப்படும் பட்ஜெட் என்பது மக்களைக் கவரும், சலுகைகளை அள்ளித் தரும் 'பாபுலிஸ்ட் பட்ஜெட்' ஆகத்தான் இருக்க முடியும். அதனால் வரிகள் போட்டு அரசின் வரவு செலவு நிதி நிலையைச் சரிசெய்துகொள்ள நிதியமைச்சருக்கு இருக்கும் கடைசி வாய்ப்பு இந்த ஆண்டு பட்ஜெட்தான்' என்றார்களே பார்க்கவேண்டும்.

இது பொதுவாக எல்லோருடைய மனதிலும் தோன்றும் ஒரு கருத்துதானே! இதிலென்ன வேடிக்கை இருக்கிறது என்று கேட்டுவிடக்கூடாது. அப்படிக் கேட்டால் அது, அதைவிட வேடிக்கையான விஷயமாகிவிடும். தேர்தல் வருகிற ஆண்டு, அதிகம் வரிபோடாவிட்டால்தான், ஆளுங்கட்சிக்கு மக்கள் வாக்களிப்பார்கள். மாறாக, அந்த ஆண்டு கூடுதல் வரி விதிக்கப்பட்டால், ஆளும் கட்சிக்கு ஓட்டுபோட மாட்டார்கள் என்பதுதான் அவர்கள் சொல்வதில் பொதிந்துள்ள பொருள்!

தேர்தல் நேரத்தில் அரசில் உள்ளவர்கள் நடந்துகொள்வதை வைத்துத்தான், அடுத்த ஐந்து ஆண்டுகளுக்கு இந்த நாட்டை ஆள வேண்டியவர்கள் யார் என்றவிஷயத்தில் மக்கள் முடிவெடுக் கிறார்கள் என்று இவர்கள் சொல்லாமல் சொல்கிறார்கள். எல்லா நேரங்களிலும் அப்படியில்லை என்றாலும், அவர்கள் சொல்வது போலவும் நடக்கத்தானே செய்கிறது.

இது வேடிக்கையான விஷயமாக இல்லாவிட்டாலும் வேதனையான நிலைதானே? இது வேடிக்கையா? இல்லையா என்பதைப் பிறகு பார்ப்போம். அதற்குமுன்,

> இதென்ன நிதியமைச்சருக்கு இருக்கும் வாய்ப்பு? அவர் யார்? அவர்தான் இந்த நாட்டின் நிதிநிலை பற்றிய எல்லா

விஷயங்களையும் பற்றி முடிவு செய்கிறாரா? அவருக்கு அவ்வளவு அதிகாரத்தைக் கொடுத்தது யார்?

அதுபோக, நாட்டின் நிதி நிலையைச் சரி செய்ய இது சரியான வாய்ப்பு என்றால், நாட்டின் நிதி நிலை தற்போது சரியாக இல்லையா? நிதிநிலை சரியில்லை என்றால் என்ன? அதில் எது சரியில்லை?

அப்படியே இருந்தாலும் அது, மைய அரசின் பிரச்னைதானே! அது என்னையும் பாதிக்குமா என்ன? அப்படி அது மக்கள் அனைவரையும் பாதிக்கக்கூடிய முக்கிய விஷயமாக இருந்தால், அதைச் சரி செய்ய வேண்டியதுதானே அரசின் வேலை! அதைச் செய்வதை விட்டுவிட்டு, இது தேர்தல் நடைபெற உள்ள ஆண்டா? அல்லது தேர்தல் நடை பெறுவதற்கு முந்தைய ஆண்டா என்றெல்லாம் ஏன் நேரம், காலம் பார்க்கிறார்கள்? இதனால் நாட்டுக்கும் அதன் மூலம் எனக்கும் ஏதாவது பாதிப்பு இருக்குமா? இப்படித்தான் பல ஆண்டுகளாகச் செய்து கொண்டிருக் கிறார்களா? அப்படி என்றால் நாட்டின் தற்போதைய நிதி நிலைதான் என்ன?

தலைக்கு இவ்வளவு கடன் இருக்கிறது என்று கணக்குப் போட்டுச் சொல்கிறார்களே! அதெல்லாம் உண்மைதானா? என் கணக்கிலும் அரசு சார்பாகக் கடன் இருக்கிறதோ? அரசு வரி போட்டால் எனக்குப் பிடிக்கவில்லைதான். வரியை உயர்த்தினால் வருத்தமாக இருக்கிறது. சில நேரங்களில் கோபம் கூட வருகிறது. வரி குறைந்தால் மகிழ்ச்சி அடைகிறேன். இந்த உணர்வுகள் சரியானவைதானா?

வரிப்பணம், வரிப்பணம் என்கிறார்களே, நாட்டில் எல்லோருமே வரி கட்டுகிறார்களா? வரி எப்படிக் கணக்கிடப் படுகிறது? எவ்வளவு ரூபாய் வரியாக வசூலாகிறது? அந்தப் பணத்தை வைத்து என்ன செய்கிறார்கள்? தவிர, பல இலவசங்கள் தரப்படுகின்றனவே... இதற்கெல்லாம் எங்கிருந்து காசு வருகிறது? அதன் மொத்த பண மதிப்பு என்ன? இவற்றையெல்லாம் யார் முடிவு செய்கிறார்கள்? இதன் பயனாளிகள் யார்? அந்த உதவித்தொகைகள் சரியாக அவர்களைச் சென்று அடைகிறதா?

கார்ப்பரேட்களுக்கும் உதவிப்பணம் போகிறதாமே! அவர் களுக்கு ஏன் அரசு உதவி செய்யவேண்டும்? இதெல்லாம் போக

மாநில அரசும் பட்ஜெட் போடுகிறது. பல இலவசங்கள் அறிவிக்கப்படுகின்றன. சிலர் அதைப் பாராட்டுகிறார்கள், சிலர் குறை சொல்லுகிறார்கள். இதில் எது சரி? மாநில அரசு ஏன் தனியாக பட்ஜெட் போடுகிறது? அது என்னவிதமான பட்ஜெட்? அது வேறுவிதமாக இருக்குமா; மத்திய அரசின் பட்ஜெட் என்பது வேறா? அதற்கு வரி கட்டுபவர்கள், இதற்குக் கட்ட வேண்டாமா?

பால் விலை அதிகரிப்பு, மின்கட்டணம், பேருந்துக் கட்டண அதிகரிப்பு போன்றவற்றுக்கெல்லாம் இதுபோன்ற வரி உயர்வுகள்தான் காரணமா? அல்லது அதற்கெல்லாம் காரணங்கள் வேவ்வேறா? இதெல்லாம் போதாதென்று, ரிசர்வ் வங்கியின் கவர்னர், தன் பங்குக்கு அவ்வப்போது வட்டி விகிதத்தைக் குறைக்கிறேன் அல்லது அதிகரிக்கிறேன் என்கிறார். இவர் யார்? இவர் மக்களால் தேர்ந்தெடுக்கப் பட்டவரில்லையே! அப்படியிருக்கையில் இவரால் எப்படி அதை நடைமுறைப்படுத்த முடியும்? இவர் சொல்வது அரசால் பட்ஜெட்தயாரிக்கப்படும்போது ஏற்றுக்கொள்ளப் படுமா? இவற்றுக்குள் உள்ள வேறுபாடுகள், ஒற்றுமைகள், தொடர்புகள் எல்லாம் என்ன?

இந்தக் கேள்விகளுக்கெல்லாம் சரியான விடை, அதைவிட முக்கியமாகப் புரிந்துகொள்ளக் கூடிய பதில்கள் கிடைக்குமா? இந்த நாட்டின் குடிமகனான நானும் இந்த விவரங்களை முழுமையாகத் தெரிந்து கொள்ள வேண்டுமல்லவா? இதுவரை எப்படியோ ஓடிவிட்டது. இனி இவற்றைத் தெரிந்து கொள்ள விரும்புகிறேன். அதற்கு சாத்தியமிருக்கிறதா?

மேலும்... ஜி.எஸ்.டி என்பது தேசத்தின் மிகப்பெரும் தேவை என்று நடைமுறைப்படுத்தியிருக்கிறது மத்திய அரசு. சில மாநில அரசுகளும் எதிர்க்கட்சிகளும் இதை ஒப்புக்கொள்ள வில்லை. அறிமுகப்படுத்தப்பட்டபோது வியாபாரிகளும் இதனால் எங்களுக்கு மிகப் பெரும் சிரமம் ஏற்படும்; எங்கள் வியாபாரம் பெரிதும் பாதிக்கப்படும் என்றார்கள். இவை எல்லாவற்றையும் தாண்டி ஜிஎஸ்.டி நடைமுறைக்கு வந்து விட்டதல்லவா? அதன் நன்மைகள் மற்றும் சிரமங்கள் என்ன?

கறுப்புப் பணத்தை ஒழிக்க 500 மற்றும் 1000 ரூபாய்த் தாள்கள் செல்லாது என்ற அறிவிப்பு வந்ததே. அதனால் நட்டின் பொருளாதாரத்தில் ஏற்பட்டிருக்கும் தாக்கம் என்ன?

*வெளிநாட்டில் இருக்கும் கறுப்புப் பணத்தை இந்தியாவுக்குள் கொண்டுவந்தால் எல்லோர் வங்கிக்கணக்கிலும் சில லட்சங்கள் பணம் போடப்படும் என்று சொன்னீர்களே என்ன ஆயிற்று என்று எதிர்க்கட்சியினர் பிரதமரைக் கேட்கிறார்களே! பிரதமர் அப்படிச் சொல்லவில்லை என்று அவரது கட்சியினர் சொல்கிறார்களே... இரண்டில் எது உண்மை?*

*'கொரோனாவாலும் அதன் காரணமாக அமலான ஊரடங்குகளினாலும் பெரிய பொருளாதார நெருக்கடிகள் வந்தனவா? அதை நம் நாடு எப்படிச் சமாளித்தது?*

*அதியாவசியப் பொருள்கள் கிடைக்காமல் இலங்கையில் மக்கள் தெருக்களிலும், பின்பு அதிபர் மாளிகையையும் முற்றுகையிட்டுப் போராடினார்களே... அப்படிப்பட்ட நிலை இந்தியாவுக்கு வருமா?'*

போன்ற கேள்விகள் மனதில் வருகின்றனவா? உங்கள் கேள்விகளும் சந்தேகங்களும் சரியானவைதான். அவற்றுக்கான விடைகளும் விளக்கங்களும் இனி வரும் அத்தியாயங்களில்.

# 2

## வரிகளில் இத்தனை விதங்களா?

அரசாங்கங்கள் செய்கிற வரவு செலவை நாம் எல்லோரும் அவசியம் தெரிந்து கொள்ளத்தான் வேண்டும். காரணம், அரசு செலவு செய்யும் எந்தப் பணமும், M.P, M.L.Aக்கள் தொகுதிகளில் செய்யும் செலவுகள் உட்பட எவரோ கொண்டு வந்த சொந்தப் பணம் அல்ல. எல்லாம் நீங்களும் நானும் மற்றவர்களும் கட்டுகிற வரிப்பணம்தான். சிலர் நினைக்கலாம், எனக்கு வருமானம் ஒன்றும் பெரிதாக இல்லை. அதனால் நான் வரி ஏதும் கட்டுவதும் இல்லையே! பிறகு எப்படி என் பணம் அரசாங்கத்திடம் இருக்கும்!' என்று.

ஆமாம். நம் நாட்டில் பெரும்பாலான வர்கள் வருமான வரி கட்டுவதில்லை. குறிப்பிட்ட சிலர்தான் வருமான வரி கட்டுகிறார்கள். கவனித்திருக்கலாம், இங்கே குறிப்பிடப்படுவது வருமான வரி என்ற ஒரு வரியைப் பற்றி.

## வருமான வரி

2020-2021ம் நிதியாண்டில், இந்தியாவில் வருமான வரிகட்டியவர்களின் எண்ணிக்கை 8 கோடியே 22 லட்சம். மொத்த மக்கள் தொகை நமக்குத் தெரிந்ததுதான். அது 139 கோடிக்கும் அதிகம். குழந்தைகள், மாணவர்கள், வயதானவர்களை இந்தக் கணக்கில் இருந்து விட்டுவிட்டால்கூட நம் நாட்டில் வருமான வரி கட்டுபவர்கள் எண்ணிக்கை அதிகமில்லை.

அமெரிக்கா, இங்கிலாந்து போன்ற வளர்ந்த நாடுகளில் வரி கட்டுபவர்கள் எண்ணிக்கை அதிகம். அமெரிக்காவில் கொரோனாவுக்கு முந்தைய காலங்களில் 44% மக்கள் வருமான வரி கட்டியிருக்கிறார்கள். ஆனால், இந்தியாவிலோ வருமான வரி கட்டுகிறவர்கள் நூற்றுக்கு சுமார் 6 பேர் மட்டுமே.

நம்நாட்டில் வருமான வரி கட்டுபவர்கள் எண்ணிக்கை ஏன் குறைவாக இருக்கிறது என்பதற்குக் காரணங்கள் ஒன்றல்ல, பல.

முதல் காரணம், இங்கு எல்லா வருமானத்துக்கும் வரி கிடையாது. அதாவது எவ்வளவு குறைவாக வருமானம் வந்தாலும் அதற்கு வரி கட்ட வேண்டும் என்ற (நல்ல வேளையாக?) சட்டம் இங்கு இல்லை. இதற்குத்தான் வருமான வரி உச்ச வரம்பு என்று ஒன்று வைத்திருக்கிறார்கள். இந்த வரம்பு பற்றித்தான் பட்ஜெட் நேரத்தில் அதிகமாகப் பேசுவார்கள்.

வருமான வரி உச்சவரம்பைப் பொறுத்தவரை வரி கட்டுபவர்களை மூன்று பிரிவுகளாகப் பிரிக்கிறார்கள். முதல் வகை 60 வயதுக்கும் குறைவான ஆண்கள், பெண்கள். இவர்களுக்கு ஆண்டு வருமானம் ரூ.2.5 லட்சம் வரையிலான பணத்துக்கு, வருமான வரி ஏதும் இல்லை. ரூ. 2.5 லட்சம் என்பது உச்சவரம்பு.

அடுத்து 60 வயதுக்கு மேல் ஆகி 80க்கும் குறைவான வயதாகும் சீனியர் சிட்டிசன்ஸ். இவர்களுக்கு 3 லட்சம் ரூபாய் என்பது உச்சவரம்பு.

மூன்றாவது வகையினர், 80 வயதுக்கு மேலாகும் சூப்பர் சீனியர் சிட்டிசன்ஸ். இவர்களுக்கு ரூ. 5 லட்சம் என்பது உச்சவரம்பு.

இவையெல்லாம் 2021-22 ஏப்ரல் நிலவரப்படி எடுக்கப்பட்ட புள்ளி விவரங்கள். இந்த வரம்புகளை உயர்த்தவேண்டும் என்ற கோரிக்கை வெகுநாட்களாக இருக்கிறது. கடந்த சில

ஆண்டுகளில் இவற்றை உயர்த்தியிருக்கிறார்கள்தான். கடந்த சில ஆண்டுகளில் இந்த உச்சவரம்புகள் மற்றும் வரி விகிதங்கள் எவ்வாறு மாறுதல் அடைந்திருக்கின்றன என்றும் தெரிந்து கொள்ளவேண்டும்.

அப்படிப்பட்ட மாறுதல்கள் ஒன்று, மிகப் பெரிய மடைமாற்றம் என்ற 'நியூ டேக்ஸ் ரெஜிம்' அறிமுகம். 2020 ஆண்டு பட்ஜெட்டில் மத்திய நிதி அமைச்சர் திருமதி நிர்மலா சீதாராமன் வருமான வரி கணக்கிடுவதில் வேறு ஒரு புதிய வழிமுறையை அறிமுகப் படுத்தினார் (ஆம், கொஞ்சம் படுத்தும் விஷயம்தான்). அதன் பெயர் 'நியூ ரெஜிம்'. அதாவது, புது ராஜ்ஜியம் என்று அர்த்தம். புதிதாக அப்படி ஒன்று அறிமுகமாகிவிட்டதால் ஏற்கெனவே நடைமுறையில் இருந்த வழிமுறை 'பழைய ரெஜிம்' என்று ஆனது. இரண்டும் நடைமுறையில் இருக்கும். வரிசெலுத்துவோர் இரண்டில் (இப்போதைக்கு) எதை வேண்டுமானாலும் தேர்ந்தெடுத்துக்கொள்ளலாம்.

**புதிய வரி ரெஜிம் (2022-23)**

- ***ஆண்டு வருமானம் ரூ 2.5 லட்சம் வரை :***

  வரி இல்லை.

- ***ரூ 2.5 முதல் 5 லட்சம் வரை :***

  2.5 லட்சத்துக்கு மேலான தொகைக்கு மட்டும் 5% வரி. இதையும் 87H என்கிற பிரிவின்கீழ் தள்ளுபடி பெற்றுக்கொள்ளமுடியும்.

- ***7.5 முதல்10 லட்சம் வரை :***

  7.5 லட்சத்துக்கு மேற்பட்ட தொகைக்கு மட்டும் 15% வரி. மற்றும் + ரூ 37,500/-

- ***10 -12.5 லட்சம் வரை :***

  10 லட்சத்துக்கு மேற்பட்ட தொகைக்கு மட்டும் 20% வரி மற்றும் + 75,000

- ***12.5 - 15 லட்சம் வரை :***

  25% வரி மற்றும் + 1.25 லட்சம்

- ***15 லட்சத்துக்கு மேல் :***

  30% வரி + 1,87,500/-

அட பரவாயில்லையே புதிய ரெஜிமில் வரி மிகக் குறைவாக இருக்கிறதே என்று நினைக்கலாம். உண்மைதான் என்று பார்த்தால் குறைவுதான். ஆனால், இந்த புதிய முறைக்கு உருமாற்றிக் கொண்டால் அல்லது முதன்முறையாக வருகிறவர் அதை எடுத்துக் கொண்டால் அவருக்கு 80CCD போன்ற அல்லது வேறு எந்த வரிவிலக்கும் கிடைக்காது. சேமநல நிதி கட்டியதற்கு இன்சூரன்ஸ் பாலிசி எடுத்து பிரீமியம் கட்டுவதற்கு, வீட்டுக் கடன் வாங்கி அதற்கு கட்டும் வட்டி என்பது போல ஒரிஜினலில் இருக்கும் வரிவிலக்கோ அல்லது பிடித்தமோ கிடைக்காது.

அடுத்து, 'ஏன் ஆண்டு வருமானம் என்கிறார்கள்?' என்கிற சந்தேகம் வரலாம்.

நம் நாட்டில் உள்ள எல்லோரும் மாதச் சம்பளக்காரர்கள் இல்லை. தினக்கூலி, வாரக்கூலி பெறுபவர்களும் இருக்கிறார்கள். தவிர, கான்டிராக்டர்கள், கன்சல்டண்டுகள், நடிகர்கள், டாக்டர்கள், வக்கீல்கள் போன்ற தொழில்முறையாளர்களுக்கு அவ்வப்போது (அல்லது எப்போதாவது!) தான் பணம் வரும். அவற்றை எல்லாம் ஆண்டுக்கு ஒருமுறை சேர்த்து ஓர் ஆண்டு வருமானம் எவ்வளவு என்பதைக் கணக்கிட வேண்டும்.

ஆண்டு என்றால் எல்லோருக்கும் 12 மாதங்கள்தான். அதில் வேறுபாடு கிடையாது. (நல்ல வேளை!) ஆனால் எந்த 12 மாதங்கள் என்கிற சந்தேகம் வரலாம் (அடச்சே! நமக்கு ஏன் இவ்வளவு சந்தேகங்கள் என்றெல்லாம் ஆச்சரியப்பட வேண்டாம். தமிழ்ப் புத்தாண்டே ஒன்றுக்கு மேல் என்றாகி, எதைக் கொண்டாடுவது என்கிற ஐயப்பாட்டில் இருக்கும்போது இதெல்லாம் சாதாரணம்தானே).

பள்ளி, கல்லூரிப் படிப்புகளுக்கு 'அகடெமிக் இயர்' என்கிறார்கள். ஜூனில் தொடங்கி, ஏப்ரல் மே மாதங்களில் முடிவது அது. 'காலண்டர் இயர்' என்பது ஜனவரி முதல் டிசம்பர் வரை உள்ளது. மூன்றாம் வகை ஆண்டு 'ஃபைனான்சியல் இயர்' இது ஏப்ரல் முதல் தேதியிலிருந்து அடுத்த மார்ச் மாதம் கடைசித்தேதி வரையிலானது. இதுதான் தற்போது (2022) வரை இந்தியாவில் பட்ஜெட், வரி ஆகியவற்றுக்கான ஆண்டு. இதை நிதி ஆண்டு என்றும் சொல்லலாம் (அமெரிக்கா போன்ற நாடுகளில் இது ஜனவரி-டிசம்பர்). அதனால்தான் இவற்றைப் பற்றிக்

## சர் சார்ஜ் மற்றும் செஸ்

வருமான வரி போக, சர் சார்ஜ் என்று ஒன்றும் செஸ் என்று ஒன்றும் இருக்கிறது. இவையும் வருமான வரி போலத்தான். மைய அரசால் விதிக்கப்படுபவை. நிதி அமைச்சரால் பட்ஜெட்டின் போது அறிவிக்கப்படுபவை.

சர் சார்ஜ் என்பது வரியின் மீதான வரி. ஒருவரது வருமானம் ரூ. 3 லட்சம் என்றால், வரி உச்சவரம்புத் தொகையான ரூ.2.5 லட்சத்துக்கும் மேலிருக்கும் தொகை ரூ.50,000. அந்தத் தொகைக்கு அவருக்கு 5 % வீதம் ரூ.2,500 வரி என்று வைத்துக்கொண்டால். அவர் கட்ட வேண்டிய வருமான வரி ரூ. 2,500. இந்த ரூ.2,500 மீது போடப்படுவதுதான் சர் சார்ஜ் எனப்படுகிறது. உதாரணத்துக்கு சர் சார்ஜ் 10% என்றால், ரூ. 2,500 மீது 10%. கணக்கிடப்படும்போது ரூ. 250 சர் சார்ஜ் அதனுடன் சேரும். இந்த விதத்தில் அவர் கட்டவேண்டிய மொத்தத் தொகை வரி ரூ. 2,500 + சர் சார்ஜ் ரூ. 250 = ரூ. 2,750. செஸ் (Cess) என்பதும் வரி மீது கணக்கிடப்படும் ஒரு தொகைதான்.

2022-23ம் ஆண்டின் பட்ஜெட் நிலவரப்படி ஒருவர் அவருக்கு இருக்கும் வருமானத்தைப் பொறுத்து வருமானவரி தவிர வரி மீது போடப்படும் வரியான சர் சார்ஜும் கட்ட வேண்டும்.

| ஆண்டு வருமானம் | சர் சார்ஜ் சதவிகிதம் |
|---|---|
| *50 லட்சம் முதல் ஒரு கோடி வரை* | *10* |
| *1 கோடி முதல் இரண்டு கோடி வரை* | *15* |
| *2 கோடி முதல் 5 கோடி வரை* | *25* |
| *5 கோடி முதல் 10 கோடி வரை* | *37* |
| *10 கோடிக்கும் மேல்* | *37* |

வருமான வரி வசூலின் ஒரு பகுதியை மாநில அரசுகளுடன் மத்திய அரசு பகிர்ந்து கொள்ளும். ஆனால், 'சர் சார்ஜ்'க்கும் 'செஸ்'க்கும் இது பொருந்தாது. இது முழுதும் மத்திய அரசுக்குத்தான் போய்ச் சேரும். அல்லது வசூலிக்கப்படும் காரணத்துக்கு மட்டுமே அது செலவு செய்யப்படும்.

குறிப்பிடுகையில் FY 2022-2023 என்று எழுதுகிறார்கள். Financial Year 2022-2023 என்பதன் சுருக்கம்தான் FY 22-23. ஏப்ரல் 2022 முதல் மார்ச் 2023 வரையிலான 12 மாதங்கள்.

இந்த நிதி ஆண்டு என்பதை ஜனவரி முதல் டிசம்பர் வரை என்று மாற்றியமைக்கவேண்டும் என்று நிதி ஆயோக் சொல்கிறது. வரும் ஆண்டுகளில் இந்த மாற்றம் வரலாம் (எது எப்படி மாறினாலும் ஆண்டுக்கு 12 மாதங்கள் என்பதை மாற்ற மாட்டார்கள் என்று நம்புவோம்). 12 மாதங்களில் வருகிற வருமானம் மொத்தத்தையும் கூட்டி, அந்தத் தொகை ரூ.2.5 லட்சத்துக்கும் அதிகமாக இருந்தால், அதற்கு வருமான வரி கட்ட வேண்டும். (60 வயதுக்கும் மேல் ஆகிறவர்களுக்கு இதுவே ரூ. 3 லட்சம், 80 வயதுக்கு மேல் ஆனால் ரூ.5லட்சத்துக்கும் மேலாக வருமானம் வந்தால் வருமான வரி கட்டவேண்டும்).

ஆக, சட்டம் சொல்வது, ஒருவருக்கு ஆண்டுக்கு ரூ.2.5 லட்சத்துக்கும் குறைவாகவருமானம் இருந்தால், அவர் வருமானவரி கட்ட வேண்டாம். ஆனால் வருமானம் அதற்கு மேலிருந்தால் 2.5 லட்சத்துக்கும் அதிகமான தொகைக்கு மட்டும் 5 சதவீதம் வரி கட்ட வேண்டும். உதாரணத்துக்கு ஒருவருக்கு மூன்று லட்சம் ரூபாய் ஆண்டு வருமானம் என்றால், ரூ. 2.5 லட்சம் போக மீதமுள்ள ஐம்பது ஆயிரத்துக்கு 5 சதவீதம் என்ற கணக்கில் ரூ. 2500 வருமான வரி கட்டவேண்டும்.

'அட பரவாயில்லையே 0.5%தானா! சரி தொலைகிறது'(!) என்று உங்கள் நினைப்பு ஓடினால், மன்னிக்கவும். அது அப்படி இல்லை.

ரூ. 2.5 முதல் ரூ.5 லட்சம் வரையிலான தொகைக்கு மட்டும்தான் இந்த 5 சதவீதம். அதற்கு மேல், அதாவது ரூ.5 லட்சத்து ஒன்று முதல் ரூ.10 லட்சம் வரையிலான தொகைக்கு 20 சதவீதமும், 10 லட்சத்துக்கும் அதிகமான வருமானம் முழுவதற்கும் 30 சதவீதமும் வரி கட்டியேயாக வேண்டும். அவ்வளவுதான். ஆமாம், அதற்குமேல் எவ்வளவு வருமானம் வந்தாலும், அதிகபட்சமாக ரூ.100க்கு ரூ. 30தான் வருமான வரியாக விதிக்கப்படும். இந்த வருமான வரித் தொகையின் மீது ஹெல்த் செஸ் மற்றும் எஜுகேஷன் செஸ் என்ற தலைப்புகளில் 4 % வரியும் செலுத்த வேண்டும். வரி மீது வரி. வரிக்கு வரி.

தற்சமயம் உலகில் மிக அதிக வருமான வரி போடுகிற நாடுகளாக ஐவரி கோஸ்ட் (60%), பின்லாந்து (56.95%), ஜப்பான் (55.95%), டென்மார்க் (55.90%), ஆஸ்ட்ரியா (55%), ஸ்வீடன் (52.90%)

போன்றவை இருக்கின்றன. அமெரிக்காவில் அதிகபட்ச வருமான வரி 37%.

நம் நாட்டில் தற்போது நடப்பில் இருக்கிற 30% வருமான வரி என்பது கடந்த சில ஆண்டுகளாகத்தான் நடைமுறையில் இருக்கிறது. அதற்கு முன்பு, குறிப்பாக 1990களுக்கு முன்பு வருமான வரி மிகவும் அதிகமாக இருந்தது. மிக அதிகம் என்றால் எவ்வளவு தெரியுமா, மயக்கம் போட்டுவிடாதீர்கள். 1970-74 ஆண்டுகளில் சர்சார்ஜும் சேர்த்து 97.75% என்கிற அளவில் இருந்திருக்கிறது!

தற்சமயம் மூன்று ஸ்லாபுகள் இருக்கின்றன (‘அது’ முதல் ‘இது’ வரை என்பதைத்தான் ஸ்லாப் என்கிறார்கள்). ரூ. 2.5 லட்சம் முதல் ரூ. 5 லட்சம் வரையுள்ளது முதல் ஸ்லாப். அதற்கு வரி 5%. ரூ. ஐந்துக்கு லட்சத்துக்குமேல் ரு. 10 லட்சம் வரையுள்ளது 2வது ஸ்லாப். அதற்கு வரி 20%. ரூ. பத்து லட்சத்துக்கும் அதிகமான வருமானம் எல்லாம் மூன்றாவது ஸ்லாப். அதற்கு வரி 30%.

1970-74 காலகட்டத்தில் மொத்தம் 11 ஸ்லாபுகள் இருந்திருக்கின்றன. எல்லா வருமானத்துக்கும் அல்ல. 11வது ஸ்லாபில் வருகிற மிக அதிகபட்ச வருமானத்துக்கு மட்டும், ஒவ்வொரு 100 ரூபாய்க்கும் 97 ரூபாய் 75 காசு வருமான வரி போட்டிருக்கிறார்கள் (போனால் போகிறது சம்பாதித்தவர் நூற்றுக்கு இரண்டரை ரூபாய் வைத்துக்கொள்ளட்டும் என்று விட்டிருக்கிறார்கள் என்றும் அதைப் பாசிட்டிவ் ஆக பார்க்கலாமோ!).

இந்த உச்சவரம்புகளையும், ஸ்லாப்களையும் வரிசதவீதங்களையும் நிதியமைச்சர்கள் (வேண்டுமானால்) பட்ஜெட் சமயத்தில் (வழக்கமாக அப்போது மட்டும்தான்) மாற்றலாம். பெரும்பாலான ஆண்டுகள் இவற்றில் பெரிய மாற்றங்கள் இருக்காது. அப்படி வந்த மாற்றங்கள் பின் இணைப்பில் உள்ளன.

வருமானம் என்று கணக்கிடுகையில், சில முக்கிய அவசிய செலவுகளுக்கு ஆன தொகைகளைக் கழித்துவிடும் வழிமுறையும் இருந்து வருகிறது. உதாரணத்துக்கு பிள்ளைகளின் கல்விக்கு கட்டும் பணம், P.P.F, LIC போன்ற காப்பீட்டுத் திட்ட பிரிமியங்கள் போன்றவற்றுக்குக் கட்டும் தொகைகள் – இப்படிப்பட்ட சில சேமிப்புகளுக்கு வரி கிடையாது. இப்படியாக ஒருவர் தனது அந்த ஆண்டு வருமானத்தில் இருந்து, ஓர் ஆண்டில் ரூ. 1.5 லட்சம் வரை (பிரிவு 80Cயின் கீழ்) சேமித்தால், அந்தத் தொகைக்கு முழு வருமான வரி விலக்கு உண்டு.

மேலும், 80CCC, 80CCD, 80TTA, 80TTB பிரிவுகளின் கீழ் வரிவிலக்கு அளிக்கப்படும் செலவுகள் உண்டு. இது தவிர ஒருவர் வீடு கட்ட வாங்கும் கடன் தொகைக்கான வட்டிக்கும் (2022-23ல்) ஆண்டுக்கு ரூ.2,00,000 வரை) முழு வரிவிலக்கு உண்டு.

ஆக, வருமான வரி என்பது மைய அரசுக்குக் கிடைக்கும் முக்கிய வரவு. இதில் மேலே பார்த்த தனி நபர் வருமான வரி போக, இன்னும் சில வருமானங்களின் மீதான வரிகளும் விதிக்கப் படுகின்றன. அவற்றில் ஒன்று, கார்ப்பரேட் டேக்ஸ்.

## கார்ப்பரேட் டேக்ஸ்

நிறுவனங்கள் லாபமீட்டுகின்றன அல்லவா. அவை அதில் ஒரு பகுதியை, அரசாங்கத்துடன் பகிர்ந்துகொள்ள வேண்டும். நிறுவனங்கள் அந்தவிதமாகக் கட்டும் வரிக்குப் பெயர்தான் கார்ப்பரேட் (நிறுவன) வரி. 2022 ஏப்ரல் நிலவரப்படி, ஆண்டுக்கு ரூபாய் 400 கோடிக்கும் குறைவான அளவு ஆண்டு வருமானம் (லாபம் அல்ல, ரெவின்யு) ஈட்டும் நிறுவனங்களுக்கு, அவற்றின் லாபத்தில் 25% கார்ப்பரேட் வரியாக விதிக்கப்பட்டது. 400 கோடிக்கும் அதிகமான அளவு ஆண்டு வருமானம் செய்யும் இந்திய நிறுவனங்களுக்கு 30% கார்ப்பரேட் வரியுண்டு. வெளிநாட்டு நிறுவனங்களுக்கு 40% வரி.

ஒரு கோடிக்கு மேல் பத்து கோடி ரூபாய்க்கும் குறைவான ஆண்டு லாபம் ஈட்டும் இந்திய நிறுவனங்களுக்கு சர்சார்ஜ் 10%. தவிர ஹெல்த் மற்றும் எஜுகேஷன் செஸ் 4%.

இந்த வரியும்கூட முன்பு நம் நாட்டில் மிக அதிகமாக 39% வரை இருந்திருக்கிறது.

நிறுவனங்கள் என்றால், கூட்டுறவு முறையில் நடத்தப்படும் நிறுவனங்கள் தவிர எல்லா நிறுவனங்களுமே இதில் அடங்கும். அரசு நிறுவனங்கள் – ரயில்வே, அரசு போக்குவரத்துக் கழகங்கள், ஆவின் மற்றும் அரசு பணம் போட்டு நடத்தும் பொதுத்துறை நிறுவனங்கள் – HMT, ITI, MMTC, STC, SCI, LIC போன்றவை. தனியார் நிறுவனங்கள் – தனி முதலாளி, பிரைவேட் லிமிடெட், பப்ளிக் லிமிடெட், MNCக்கள் போன்ற அனைத்து வகை நிறுவனங்கள் எல்லாமே கார்ப்பரேட்கள்தான்.

இந்த வரி, லாபத்தின் மீதான வரி என்பதால் லாபமீட்டாத நிறுவனங்கள் இந்த வரியைக் கட்டத் தேவையில்லை.

அரசே விரும்பி குறிப்பிட்ட தொழில்/ வியாபாரங்களில் ஈடுபட்டிருக்கும் நிறுவனங்களுக்கு கார்ப்பரேட் வரியில் சலுகைகள் கொடுக்கிறது. உதாரணத்துக்கு ஏற்றுமதித் தொழிலில் ஈடுபட்டிருக்கும் நிறுவனங்கள். 100% EOU (எக்ஸ்போர்ட் ஓரியண்டட் யூனிட்ஸ்) என்பார்கள். இவர்கள் வியாபாரம் முழுமையாக ஏற்றுமதி மூலம்தான் நடக்கிறது. ஏற்றுமதி செய்தால் வெளிநாட்டுப் பணம் (டாலர்கள் போல) நம் நாட்டுக்குள் வரும். நம் நாட்டில் கிடைக்காத அதேசமயம் நமக்குத் தேவையான பல பொருள்களை இறக்குமதி செய்வதற்கு டாலர் போன்ற வெளிநாட்டுப் பணம் நமக்கு அவசியம். அதைப் பெற்றுத்தரும் தொழில்களை ஊக்குவிப்பது அரசுக்கும் நல்லது.

இந்த வகையில் ஐ.டி. (இன்பர்மேஷன் டெக்னாலஜி) என்று அழைக்கப்படும் தகவல் தொழில்நுட்ப நிறுவனங்களும் அடங்கும். இவர்களுக்கு எல்லாம் கார்ப்பரேட் வரியில் இருந்து குறிப்பிட்ட காலத்துக்கு விலக்கு அளிக்கப்படுகிறது. SEZ என்று அழைக்கப்படும் ஸ்பெஷல் டெக்னாலஜி பார்க்ஸ் ஆப் இந்தியா (சென்னையில் உள்ள டைடல் பார்க் போன்ற) தகவல் தொழில்நுட்ப பூங்காக்களுக்குள் இயங்கும் நிறுவனங்களுக்கு இப்படிப்பட்ட வரிச் சலுகைகள் உண்டு. வரி விலக்கு என்று குறிப்பிடாமல் வரிச் சலுகை என்று ஏன் சொல்லப்படுகிறது என்று நீங்கள் யோசிக்கலாம். இப்படியெல்லாம், வரிச்சலுகை பெற்ற நிறுவனங்கள் என்கிற வட்டத்துக்குள் வந்த நிறுவனங்கள், ஒரு குறைந்தபட்ச வரியைக் கட்ட வேண்டும் என்று அரசு சொல்கிறது. அந்த வரியின் பெயர், மினிமம் ஆல்டர்னேட் டேக்ஸ். சுருக்கமாக மேட் (MAT). அதாவது, குறைந்தபட்ச மாற்று வரி.

2000ம் ஆண்டு அறிமுகப்படுத்தப்பட்டபோது, 7.5% ஆக இருந்த மேட் வரி விகிதம் 2022-23ல் 15% ஆக இருக்கிறது. எஜுகேஷன் செஸ், சர்சார்ஜ் எல்லாம் சேர்த்தால் இது சுமார் 17% வந்துவிடும். ஆக, வரிச் சலுகை பெற்ற நிறுவனங்களும் கூட அவர்களது கணக்குப்புத்தக லாபத்தில் நூற்றுக்கு 17 ரூபாயை அரசுக்கு (குறைந்தபட்ச, மாற்று) வருமான வரியாகக் கட்டியாக வேண்டும்.

ஸ்பெஷல் எக்கனாமிக் சோன்களில் இயங்கும் தொழிற்சாலைகளுக்கு மட்டும் அரசாங்கங்கள் 'டேக்ஸ் ஹாலிடே' தருகிறார்கள். தொடங்கியதில் இருந்து குறிப்பிட்ட சில ஆண்டுகளுக்கு அவர்களுக்கு வருமான வரி கிடையாது.

வரிகளிலிருந்து விடுமுறை/விடுதலை. அங்கே உற்பத்தி செய்பவற்றை ஏற்றுமதி செய்து அந்நியச் செலாவணி ஈட்டுவதுதான் அரசின் நோக்கம். சர்வதேசச் சந்தையில் போட்டியிடக்கூடிய விலையில் இந்த நிறுவனங்கள் தங்கள் ஆயத்தச் செலவுகளை வைத்திருப்பதற்காக இந்த வரிச் சலுகை.

இது, இதற்கு, இவ்வளவு காலம், என்றெல்லாம் நிபந்தனைகள் போடாமல் வருமான வரியில் இருந்து முழுவதும் விலக்கு அளிக்கப்பட்ட துறை விவசாயத் துறை. ஒருவருக்கு விவசாயத்தின் மூலம் வரும் வருமானம் எவ்வளவு இருந்தாலும், அது எத்தனை கோடி ரூபாயாக இருந்தாலும், அதற்கு வரி கிடையாது.

அதேபோல பங்குகள் வாங்கி வைத்திருந்து, அதில் கொடுக்கப் படும் பங்காதாயம் (டிவிடெண்ட்) எவ்வளவு பெற்றாலும், அதைப் பெறும் முதலீட்டாளர் வரி ஏதும் கட்டத் தேவை இல்லை என்ற நிலை 2018 மார்ச் வரை இருந்தது. அதை நிதியமைச்சர் அருண்ஜெயிட்லி மாற்றினார்.

2018-19 முதல் பங்காதாயமான டிவிடெண்டுக்கு அதிகபட்சமாக ஆண்டு ஒன்றுக்கு ஒரு லட்ச ரூபாய் வரைதான் இந்த வரிவிலக்கு. அதற்கு மேல் கிடைக்கும் தொகைக்கு 10% வரி. மேலும் அது டிவிடெண்ட் கொடுக்கிற நிறுவனமாக இருந்தால் அது கொடுக்கும் மொத்த டிவிடெண்ட் தொகையைப் பொறுத்து, அதற்கென்றே தனியாக டிவிடெண்ட் டேக்ஸ் கட்ட வேண்டும். பிறகு 2020 முதல் மொத்த டிவிடெண்ட் பணத்துக்கும் வருமான வரி உண்டு என்று நிதியமைச்சர் மாற்றிவிட்டார்கள்.

2021-22ல், நிறுவனங்கள் அவர்களது லாபங்களில் இருந்து கட்டிய கார்ப்பரேட் வரி மூலம் மட்டும் மைய அரசுக்கு வந்த வருமானம் ரூ. 5 லட்சத்து 47 ஆயிரம் கோடி. நம் நாட்டின் பொருளாதார வளர்ச்சி வேகம் தற்சமயம் சிறப்பாக இருக்கிறது. கடந்த சில ஆண்டுகளாக, சராசரியாக ஆண்டுக்கு 7 சதவீதம் வளர்ந்து வருகிறோம். அதனால் வரி கட்டும் நிறுவனங்களும், நபர்களும் தொடர்ந்து அதிகரித்து வருகிறார்கள். அதிக நபர்களும் நிறுவனங்களும் வரி செலுத்துவதால், வரி விகிதத்தை உயர்த்த வேண்டிய அவசியம் அரசுக்கு ஏற்படவில்லை என்று சொல்லலாம். இதை 'வைடெனிங் தெ டேக்ஸ் நெட்' என்பார்கள். அதிகப் பால் பெறவேண்டி இருக்கும் ஒரு சில மாடுகளிடம் அதிக நேரம் கறப்பதில்லை. அதற்குப் பதிலாக

அதிக அளவு மாடுகள் ஒவ்வொன்றிடமிருந்தும் அளவாகக் கறப்பது போன்றது இது.

நம் நாடு இன்னமும் கூட ஒரு விவசாய நாடுதான். காரணம், கிட்டத்தட்ட இன்றும் இங்குள்ள நூற்றுக்கு அறுபது பேர் விவசாயம்தான் செய்கிறார்கள். விவசாயம் லாபகரமானதாக இல்லை. வானம் பார்த்த பூமி, பயிர்கள் விளையாமல் போய்விடுவது போன்ற சிரமங்களால் கடன் தொல்லைகள் இன்னமும் இருக்கும் நாடு இந்தியா. அதனாலோ என்னவோ, தொடக்கம் முதலே விவசாய வருமானத்துக்கு வருமான வரி கிடையாது. எவ்வளவு வருமானம் வந்தாலும். ஆனால் விவசாய வருமானம் என்பதில் பிளான்டேஷன்ஸ் எனப்படும் தோட்டத் தொழில் வராது. தேயிலை, காபி போன்றவை தோட்டத் தொழில்களில் சில.

## சேவை வரி

வருமான வரி போக, சமீபகாலமாக அரசு நன்கு கறக்க உதவும் கறவை மாடாக இருப்பது சேவை வரி. தற்போது சேவை வரியை ஜி.எஸ்.டி வரியுடன் இணைத்துவிட்டாலும், சேவைகளின் மீதான வரி ஜி.எஸ்.டி வரி என்ற பெயரில் தொடரவே செய்கிறது. ஜி.எஸ்.டியில் இடையில் வரும் 'எஸ்/S' சேவை வரியைக் குறிக்கும் 'சர்விஸ்'. 'ஜி/G' என்பது கூட்ஸ் அதாவது பொருள்களை (சரக்கு) குறிப்பது. அதாவது, கூட்ஸ் (சரக்கு மற்றும் சர்விசஸ்) சேவைகள் வரி என்பதன் சுருக்கம்தான் ஜி.எஸ்.டி (GST - Goods and Services Tax).

சர்வீஸ் டேக்ஸ் என்றால் தமிழில் சேவை வரி. கட்டணமும் பிரதிபலனும் எதிர்பாராமல் செய்வதைத்தான் சேவை என்கிறோம். ஆனாலும் கட்டணம் வாங்கிக் கொண்டு செய்யும் வேலைகளையும் சேர்த்து சேவை என்றுதான் இப்போது சொல்லவேண்டியிருக்கிறது (வேறு பெயர் வைக்க வேண்டும்).

1994க்கு முன் நம் நாட்டில் சேவை வரி என்று ஏதும் இல்லாமல் இருந்தது. உற்பத்திப் பொருள்கள் மீது மட்டும்தான் வரி (அது சற்றுப் பின்னால்). 1994ல் தான் முதன்முதலாக மன்மோகன் சிங் நிதியமைச்சராக இருந்தபோது, சேவை வரியைக் கொண்டு வந்தார் (நல்ல சேவை!). அப்போது 5% வரி கட்ட வேண்டிய சேவைகளாக தொலைபேசிக் கட்டணங்கள், இன்சூரன்ஸ் பிரிமியத் தொகைகள் மற்றும் பங்குதரகுக் கட்டணங்கள் ஆகிய

மூன்றும் குறிப்பிடப்பட்டன (ஒட்டகம் கூடாரத்துக்குள் முதலில் தலையை மட்டும்தான் விடும்). அதற்கு சிறிய அளவில் எதிர்ப்பு இருந்தது. பாதிக்கப்பட்டவர்கள் மட்டும் குரலெழுப்பினார்கள். அதுதானே வழக்கம்.

அந்த வருமானம், அரசுக்குக் கிடைத்த புதிய வருமானம். அதுவரையில்லாத ஒரு புது வழி. சின்ன துவாரமாக இருந்த அதை, பின்னால் வந்த நிதியமைச்சர்கள் தொடர்ந்து பெரிதாக்கினார்கள். இப்படியாகச் 'சேவை வரிச் சேவை' இன்றளவும் தொடர்கிறது. 2011-12 வரையில் இந்தப் பட்டியலில் தொடர்ந்து பல சேவைகள் சேர்க்கப்பட்டன. 2012 மார்ச்சில் மொத்தம் 199 சேவைகள் அந்தப் பட்டியலில் இருந்தன.

அந்நேரம், அப்படிப்பட்ட சேவைகளை (சர்வீஸ்) செய்யும் நிறுவனங்களின் ஆண்டு வருமானம் ரூ.10 லட்சத்தைத் தாண்டினால் மட்டுமே சேவை வரி கட்டவேண்டும். அதற்குக் கீழ் இருந்தால் கிடையாது. அதற்கு மேல் எவ்வளவு போனாலும் அதே 10 சதவீதம்தான்.

2012-13 பட்ஜெட்டில், அப்போது நிதியமைச்சராக இருந்த பிரணாப் முகர்ஜி இரண்டு வேலைகள் செய்தார். ஒன்று, சேவை வரியை 10 சதவீதத்தில் இருந்து 12 சதவீதமாக உயர்த்தினார். இதற்குக் கடுமையான எதிர்ப்புக் கிளம்பியது. அவர் மக்கள் மீதுவிட்ட மற்றொரு அம்பு, அதுவரை நடைமுறையில் இருந்த, வரி கட்ட வேண்டிய சேவைகளின் பட்டியலை எடுத்துவிட்டு, எந்தெந்த சேவைகளுக்கு மட்டும் கட்ட வேண்டாம் என்கிற, வரியில்லா சேவைகள் (Negative List) பட்டியலை அறிமுகப் படுத்தினார். மிகச் சிறிய பட்டியல் அது.

அந்த நெகடிவ் லிஸ்டில் பட்ஜெட் அறிவிப்பின்போது சில சேவைகளை மட்டும் அறிவித்தார். பின்பு அதில் இன்னும் சில சேவைகளையும் சேர்த்தார். கல்வி கட்டணங்கள், வீட்டு வாடகை, வழக்குரைஞர் தொழில், ஜி.எஸ்.டி சேவை, பயணக் கட்டணங்கள் (ரயிலில், முதல் வகுப்பு மற்றும் ஏ.சி கோச் தவிர), மின்சார சப்ளை, விவசாயம் தொடர்பான சேவைகள் போன்ற 19 சேவைகளுக்கு மட்டும் ஜீரோ வரி. அதாவது வரி கிடையாது. மற்றபடி பட்டியலில் குறிப்பிடப்படாத அனைத்து சேவை களுக்கும் 12% வரி என்றாக்கினார்.

இந்த இரண்டு மாற்றங்களால் மட்டும், 2012-13ம் ஆண்டில் மத்திய அரசுக்கு, சுமார் 40 ஆயிரம் கோடி ரூபாய் கூடுதல் வருமானம்

கிடைத்தது. பற்றாக்குறை பட்ஜெட்டுகள் போட்டுக் கொண்டிருந்த மத்திய அரசு, அதன்பின் கணிசமான வரவுக்கு வழி கண்டுபிடித்துவிட்டது.

2017ம் ஆண்டு ஜூலை மாதம் முதல் தேசமெங்கும் ஜி.எஸ்.டி வரி அறிமுகப்படுத்தப்பட்டது. அப்போது இந்த சேவை வரி அதன் ஒரு பகுதியாகி விட்டது.

அதற்கு முன்னர், அனைத்து சேவைகளுக்கும் ஒரே போல வரி என்பது, ஜி.எஸ்.டி அறிமுகத்தால் மாற்றமடைந்த து. 5%, 12%, 18% மற்றும் 28% என்று நான்கு வரி விகிதங்கள் அறிமுகப் படுத்தப்பட்டன. தவிர, சில சேவைகளுக்கு வரி விதித்தலில் இருந்து முழு விலக்கு கொடுக்கப்பட்டது. அதாவது பதப்படுத்தப் படாத, பிராண்ட் இல்லாத உணவுப் பொருள்கள் மற்றும் இன்னும் சிலவற்றுக்கும் 0%.

சேவை வரி, ஜி.எஸ்.டிக்குள் கொண்டுவரப்பட்டதால் இன்னொரு பெரிய மாற்றமும் வந்தது. அது, அதுவரை உச்ச வரம்புத்தொகையாக இருந்த ரூ. 10 லட்சம் என்பது ரூ.20 லட்சமாக உயர்த்தப்பட்டது. ஒருவருக்கு அவர் செய்யும் சேவைகளுக்காக அவருக்குக் கிடைக்கும் ஆண்டு வருமானம் ரூ. 20 லட்சத்துக்கு மேலிருந்தால் மட்டுமே அவர் அல்லது அவரது நிறுவனம் ஜி.எஸ்.டி கட்டவேண்டும். அதற்கும் குறைவாக இருந்தால் அவருக்கு வரி இல்லை. (அப்பாடா!)

ஜி.எஸ்.டி அறிமுகத்தால் உற்பத்தித் துறை நிறுவனங்களுக்கு, ஜி.எஸ்.டி அறிமுகத்துக்கு முன்னர் ஆண்டுக்கு ரூ.1.5 கோடிக்கு மேல் விற்றுமுதல் (டர்ன் ஓவர்) இருந்தால் மட்டுமே எக்சைஸ் டூட்டி இருந்தது போய், ஜி.எஸ்.டி வந்ததால், எல்லோரோடும் சேர்ந்து ரூ.20 லட்சத்துக்கு மேலிருந்தாலே வரி என்று ஆகிவிட்டது. (வாழ்க!)

ஜி.எஸ்.டியில் சேர்க்கப்பட்டிருக்கும் சேவை வரியைப் பற்றி ஓரளவு பார்த்தாகிவிட்டது. ஆனாலும் சிலருக்குத் தங்கள் அடிப்படைச் சந்தேகமே இன்னும் விலகவில்லையே என்று தோன்றலாம். 'அதென்ன சேவை? எவையெல்லாம் சேவைகள்?' கொஞ்சம் விளக்கினால் நல்லது என்று அவர்கள் யோசிக்கலாம். அதனால் என்ன? அந்தச் சேவையையும் செய்துவிட்டால் போயிற்று.

ஹோட்டலில் காபி, டிபன், சாப்பாடு போடுகிறார்கள். அது ஒரு சேவை. வாடகைக்கு அறை தருகிறார்கள். அதுவும் சேவைதான். வாடகைக் காரில் போகிறோம். அதுவும் சேவைதான். திரைப்படம் காட்டுவது, துணி வெளுத்துக் கொடுப்பது, முடிவெட்டி விடுவது, மருத்துவமனைகள், கிளினிக்குகள் நடத்துவது, கல்யாண மண்டபம் நடத்துவது... இப்படிப் பட்டவை கூட சேவைகள் தான். முன்பின் தெரியாத, கேட்கிறவர்களுக்கு இந்த வேலைகளைச் செய்துகொடுத்துக் கட்டணம் வசூலிப்பது எல்லாம் இதில் அடங்கும். இவற்றைச் செய்து கொடுத்து வருமானம் பார்ப்பவர்கள் தனி நபர்களா, நிறுவனங்களா என்ற வித்தியாசம் கிடையாது. சேவை வருமானம் குறிப்பிட்ட தொகைக்கு மேல் இருந்தால், மொத்த சேவைக்கும் வரி கட்டியாக வேண்டும்.

தகவல் தொழில்நுட்பம் (ஐ.டி) அது சார்ந்த பிற துறைகள் (ஐ.டி.இ.எஸ்), ஓட்டல்கள், உணவுவிடுதிகள், கம்யூனிகேஷன், (செல்போன், டெலிபோன், தபால்), பைனான்ஸ், பைனான்ஸ் தொடர்பான துறைகள் (பங்கு வர்த்தகம், இன்சூரன்ஸ்) கட்டுமானத் துறை, வங்கிகள், கடை, வியாபாரம், சமூக சேவை, போக்குவரத்து ஆகிய எல்லாமே சர்விஸ் எனப்படும் வகையைச் சேர்ந்தவைதான்.

சிலருக்கு அடுத்த சந்தேகம் வந்திருக்கலாம். 'வாடகைக் கார் எடுக்கிறோம். பெரிய நிறுவனங்களும் வாடகைக் கார் தொழிலில் (சேவையில்) இருக்கின்றன. சிறிய நிறுவனங்களும் (தனி நபர், ஓட்டுநர் கம் முதலாளி) இருக்கிறார். பெரிய நிறுவனங்கள் டர்ன் ஓவர் 20 லட்சத்துக்கும் அதிகமிருக்கலாம். சிறிய நிறுவனங்கள் அவ்வளவு வருமானம் ஈட்டாமல் (காட்டாமல்!) இருக்கலாம். அப்படியென்றால் ஒரே தொழிலில் இருக்கும் இரண்டு நபர்கள் தங்கள் நிறுவனத்தின் வருமான அளவைப் பொறுத்து, ஜி.எஸ்.டி கட்டுபவராகவோ கட்டாதவராகவோ இருப்பாரா' என்று ஒரு கேள்வி மனதில் எழலாம்.

சரியான பாயின்டைப் பிடித்துவிட்டீர்கள். ஆமாம். பெரிய நிறுவனம் ஜி.எஸ்.டி கட்டும். சிறிய நிறுவனம் கட்டத் தேவை இல்லை. அதனால், பயன்படுத்தும் சேவைகளுக்கு நுகர்வோர், அதாவது நாம் செலுத்தும் கட்டணங்கள் வேறு படலாம்.

இதேபோலத்தான் எல்லா சேவைகளுக்கும். பெரிய, அதிக விற்பனை இருக்கும் ஹோட்டல்களில், பில்லில் சர்வீஸ் டேக்ஸ்

இருக்கும். நாம், நுகர்வோர்தான் அதையும் கட்ட வேண்டும். (தலை வலிக்கிறது என்று ஒரு காபி குடித்தால்கூட, அரசுக்கு வரி கட்டியாக வேண்டும். ஆமாம், சரவணபவன், வசந்த பவன்களில் கட்டியிருப்பீர்களே! சிறிய (டீக்கடை போன்றவற்றில்) அந்தப் பிரச்னை, சாரி டேக்ஸ் இல்லை. (ஆனால், அப்படியான சில இடங்களில் வயிறுப் பிரச்னை போன்றவை வரலாம் என்பது வேறு விஷயம்). போகிற போக்கில் 2022ல் அவசர சிகிச்சைப் பிரிவில் (ICU) பெறும் சிகிச்சை கட்டணத்திலும் ஜி.எஸ்.டி நீடிக்கப்பட்டிருக்கிறது.

### மறைமுக வரிகள்

முன்பு பார்த்த வருமான வரி மற்றும் கார்ப்பரேட் வரி போன்றவை நேரடி வரி என்றழைக்கப்படுகின்றன. எந்த ஒரு தனி மனித அல்லது நிறுவனமும் ஒரு குறிப்பிட்ட அளவுக்கு மேல் லாபம் அல்லது வருமானம் பார்க்கிறதோ அந்த நபர் அல்லது நிறுவனம் குறிப்பிட்ட அளவுகளில் வரி கட்ட வேண்டும். அந்த அளவுக்கு வருமானம் இல்லாதவர்கள் மற்றும் அதிக வருமானம் இல்லாதவர்களுக்கு வரி குறைவாக இருக்கலாம் அல்லது இல்லாமல் கூட போகலாம். எனவே வருமான வரி, கார்ப்பரேட் வரி என்பதெல்லாம் நேரடி வருமானத்தில் லாபம் பார்ப்பவர்கள் மீது போடப்படும் வரிகள். மற்றவர்களுக்கு பாதிப்பு இல்லை.

உலக நாடுகள் பலவற்றிலும் மற்றொரு வகையான வரி இருக்கிறது. அவை மொத்தமாக மறைமுக வரிகள் என்று அழைக்கப்படுகின்றன. தனிநபரோ நிறுவனமோ எந்த ஒரு குறிப்பிட்ட செலவு செய்தாலும் அதற்கு வரி கட்டியாக வேண்டும். அப்படியாக ஒருவர் பெறுகிற சேவை மற்றும் பொருள்களில் ஒளிந்திருக்கும் வரி என்கிற காரணத்தினால் இவற்றுக்கு பெயர் மறைமுக வரி.

அப்படிப்பட்ட முக்கியமான மறைமுக வரியாக நம் நாட்டில் பல ஆண்டுகளாக இருந்து வருவது உற்பத்தி பொருட்கள் மீது போடப்படும் கலால் வரி. ஆங்கிலத்தில் Excise Duty. இது தவிர இறக்குமதி மீது போடப்பட்ட இம்போர்ட் டூட்டி மற்றும் பல்வேறு உள்ளூர் வரிகளும் வரும்.

அப்படிப்பட்ட மறைமுக வரிகளில் ஒன்றான சேவை வரி குறித்து ஓரளவு பார்த்தாகிவிட்டது. அதை பின்னால் ஒரு பிடி படிப்போம். (நாமுமா!) இப்போது மறைமுக வரிகளில் மற்றொரு வகையான

கலால் வரி குறித்துப் பார்க்கலாம். இவை இரண்டும் சேர்ந்து இன்னும் பலவற்றையும் சேர்த்துக்கொண்டு ஜி.எஸ்.டி என்று புதிய அவதாரம் எடுத்திருந்தாலும் இவற்றை புரிந்துகொள்வது அவசியம்.

கலால் வரி என்பது ஒரு பொருள் உற்பத்தியானால் அதன் மீது போடப்படுகிற வரி. இப்பொழுது அதன் பெயர் உற்பத்தி வரி அல்ல உற்பத்தி மீது போடப்படும் ஜி.எஸ்.டி வரி.

இந்த வரி, எந்த வேறுபாடும் காட்டாத, எல்லோரையும் ஒரே போல பாவிக்கிற (படுத்துகிற) வரி. இந்த வரிக்குக் கண் இல்லை (இதயமும்தான்). காரணம் இந்த வரியை எவர் கட்டுகிறார், அவர் ஏழையா? பணக்காரரா? அவர் வருமானம் என்ன என்று எதையும் கேட்டுக் கொள்ளாமல், 'கட்டு அல்லது பொருளை வைத்துவிட்டு நடையைக் கட்டு' என்று கறாராகச் சொல்லும் வரி இது. இதன் 2017 ஜுலை 1ம் தேதிக்கு முந்தைய பெயர் கலால் வரி. ஆங்கிலத்தில் எக்சைஸ் டூட்டி. ஆமாம் வரி எனப் பொருள்படும் டேக்ஸ் அல்ல. கட்டியே ஆக வேண்டிய டூட்டி (கடமை!). ஆமாம். 2017 ஜுலைக்குப் பின் இதே வரி, ஜி.எஸ்.டி என்ற பெயரில் வசூலிக்கப்படுகிறது. ஜி.எஸ்.டி என்ற மூன்று எழுத்துகளில் முதல் எழுத்தான 'ஜி' இவரைக் குறிப்பதுதான், ஜி. முன்பே பார்த்தோம். ஜி. என்றால் 'கூட்ஸ்'. தமிழில் சரக்குகள். (அந்த 'சரக்கு' இல்லை! பொருள்கள்).

இந்த வரி எப்படிப்பட்ட வரி தெரியுமா? இது ஒரு மறைமுக வரி. ஆங்கிலத்தில் இன்டைரக்ட் டேக்ஸ். மறைமுகவரி என்றால் எது? அல்லது எவை நேரடி வரிகள்? முன்பு பார்த்த வருமான வரி, கார்ப்பரேட் டேக்ஸ் மற்றும் டிவிடெண்ட் டேக்ஸ் ஆகியவைதான் நேரடி வரிகள். 'சம்பளம் வருகிறதா? வருமானம் பார்க்கிறாயா? அல்லது லாபம் ஈட்டுகிறாயா? கட்டு வரி'அது நேரடி வரி. அதுவும் சம்பந்தப்பட்டவரே நேரடியாக செலுத்தும் வரி. அவரால் அந்த வரியை வேறு எவர் மீதும் தள்ளிவிட முடியாது.

மறைமுக வரியில் அந்தச் சிரமம் இல்லை. ஒரு தீப்பெட்டி வாங்குகிறோமா? அந்தத் தீப்பெட்டியின் விலையில் அதற்கான ஜி.எஸ்.டி 5% (எந்திர உதவி இன்றி, கைகளால் தயாரிக்கப்படும் தீப்பெட்டிகளுக்கு) அல்லது 18% (எந்திர உதவியோடு தயாரிக்கப்படும் தீப்பெட்டிகளுக்கு) முன்கூட்டியே சேர்க்கப் பட்டுவிடுகிறது. முன்பெல்லாம் ஊதா நிற தீக்குச்சி டப்பாவில்

பழுப்பு நிற எழுத்துகளுடன் ஒரு துண்டு வெள்ளைத்தாள் ஒட்டியிருக்குமே. அதுதான் எக்சைஸ் டூட்டி கட்டியதின் அடையாளம். அப்படி ஒரு துண்டு சீட்டு ஒட்டும் முறை சில ஆண்டுகளுக்கு முன் நிறுத்தப்பட்டுவிட்டது. ஆனால், வரி தொடர்ந்தது. எக்சைஸ் டூட்டி என்ற பெயர் மாறி ஜி.எஸ்.டி என்றாகிவிட்டது. வரி மட்டும் தொடர்கிறது.

ஒரு ரூபாய் தீப்பெட்டிக்கே இந்த நிலை என்றால், மற்ற பொருள்களை மட்டும் விட்டா வைத்திருப்பார்கள். இந்தப் புத்தகத்தை எழுத நான் பயன்படுத்திய பேனா, அதில் போடப்படும் இங்க், லேப்டாப், பயன்படுத்திய காகிதம், அச்சடித்த யந்திரம், ஏற்றி வந்த லாரி என்று எல்லாப் பொருள்களின் விலைகளுக்கு உள்ளேயும் தவறாமல் இருப்பது இந்த ஜி.எஸ்.டி. உற்பத்தி ஆகிற எல்லாவற்றுக்கும் கட்டாயம் ஜி.எஸ்.டி கட்டவேண்டும். சில குறிப்பிட்ட பொருள்களைத் தவிர. (நல்ல வேலையாக புத்தகங்களுக்கு இல்லை.)

## பொருளாதாரச் சுணக்கம் - வரி விகிதங்களில் மாற்றம்

அரசு என்றால் வரி விதிக்கும். போகப் போக வரியை அதிகரிக்கும் என்றுதானே பலரும் நினைத்துக்கொண்டிருக்கிறார்கள். சில நேரங்களில் அரசு அதுவாக முன்வந்து வரி விகிதங்களைக் குறைக்கும். வரி விகிதம் குறைந்தால் அரசுக்கு வருமானம் குறைந்து போகுமே! அப்படியிருந்தும் குறைப்பார்களா என்ன என்ற கேள்வி வருகிறதா? குறைத்தார்களே!

எப்போது தெரியுமா? உலக அளவில் பொருளாதாரத் தேக்கம் வந்து அது இந்தியாவுக்கும் பரவியபோது. அது பற்றிய விவரங்கள் முக்கியமானவை.

2008ம் ஆண்டு அமெரிக்காவில் 'சப் பிரைம்' என்ற ஒரு பிரச்னையால் அந்த நாட்டில் வீடு, இடங்கள் மற்றும் பொருள்களின் விற்பனை பெருமளவில் குறைந்துபோனது. பலரும் வேலை மற்றும் வியாபார வாய்ப்புகளை இழந்தார்கள். அதனால் அங்கு ஒரு பொருளாதாரப் பெருமந்தமே (ரிசஷன்னுக்கு தமிழில் மந்தம்; அதுவே பெரிய அளவில் நீண்ட நாட்களுக்கு இருக்குமாதலால் பெருமந்தம்) ஏற்பட்டது. அதன் விளைவுகள் / தாக்கம் எல்லா நாடுகளிலும் எதிரொலித்தது. குறிப்பாக அமெரிக்கா, ஐரோப்பிய நாடுகளுக்கு ஏற்றுமதி செய்யும் அனைத்து நாடுகளுக்கும். அதுசமயம் சீனா தவிர

இந்தியாவிலும் பொருளாதார சுணக்கம் (இது பெருமந்தத்தை விடக் கடுமை குறைந்தது தற்காலிகமானது இதை Slow Down என்பார்கள்) ஏற்பட்டது.

பொருளாதாரத்தில் ஒரு வேடிக்கை என்னவென்றால் குறைவது குறைந்து கொண்டே போகும் உயர்வது உயர்ந்துகொண்டே போகும். நகர்த்தல் எந்த திசையிலோ, அந்த திசையில் தொடர்ந்து போகப்போக வேகம் அதிகரிக்கும். இதை இப்படிப் புரிந்துகொள்ளலாம். அதிகப் பொருள்கள் விற்பனையானால் அதிகப் பொருள்கள் உற்பத்தி ஆகும்.ஆகியாக வேண்டும். அதிக உற்பத்தி; அதிக விற்பனை என்றால், அதிகம் பேருக்கு வேலை வாய்ப்பு. அதிகம் பேருக்கு வேலை கிடைத்தால் நாட்டில் வருமானம் பெறுபவர் எண்ணிக்கை கூடிக்கொண்டே போகும். வருமானம் கூடினால் என்ன செய்வார்கள்... வேறு என்ன? தாராளமாகச் செலவு செய்வார்கள்.

சிலர் செய்யும் செலவு, கடை வைத்திருப்பவர்களுக்கும் உற்பத்தி செய்பவர்களுக்கும் வரவாகத்தானே இருக்கும்? அதனால் அவர்கள் நிறுவனங்களின் விற்பனையின் அளவு அதிகரித்து, அதனால் அவர்கள் லாபம் பெருகும்.

தொடர்ந்து லாபம் வருவதால் அவர்கள் அந்த உபரிப் பணத்தைத் தொழிலில் (மறு) முதலீடு செய்வார்கள். தவிர, அரசுக்கு வரி கட்டுவார்கள். அரசு அந்தப் பணத்தை வைத்து நாட்டில், கட்டுமானங்கள் உருவாக்கும். இருப்பவற்றை, மேம்படுத்தும். இந்த செயல்களால் நாட்டில் வேலை வாய்ப்பு பெருகும். தவிர கட்டுமான வசதிகளால் தொழிலும் வியாபாரமும் செழிக்கும்.

இது பொருளாதாரச் சக்கரம் ஒரே பக்கமாகச் சுற்றுவதற்கு உதாரணமான ஒரு நிலை. இந்தச் சுழற்சி தொடரும். ஒன்றால் மற்றொன்று. அதனால் இன்னொன்று. ஒன்றன் பின்னால் மற்றொன்று என்று தொடர்ந்து இந்தச் சக்கரங்கள் ஓடிக் கொண்டிருக்கும். தொடங்கிய இடத்துக்கே ஏதாவது ஒரு கட்டத்தில் வந்து முடியும் வளைவுபோல (விஷியஸ் சர்க்கிள்), அந்தச் சக்கரம் தொடர்ந்து உந்தப்பட்டு, நகரும், ஓடும், வேகமெடுக்கும். இதை பெருக்கித் தரும் தாக்கம் என்று பொருள்பட 'மல்டிபிளையர் எஃபெக்ட்' என்பார்கள்.

அப்படிப்பட்ட வேகமெடுக்கும் சுழற்சியில்தான் இந்தியப் பொருளாதாரம் 2003ம் ஆண்டுமுதல் 2007ம் ஆண்டுவரை சில

ஆண்டுகள் இருந்தது. அதன்பின் அமெரிக்க சப் பிரைம் என்ற பிரச்னை வந்தபோது, IT, ITES முதலிய தொழில்களின் வருமானம் குறையுமோ என்ற அச்சம் வந்தது. காரணம், அந்தத் தொழில்கள் தங்களது கணிசமான வருமானத்தை அமெரிக்க மற்றும் ஐரோப்பிய நிறுவனங்களிடமிருந்து பெற்றுவந்தன.

அஞ்சியது போலவே நம்நாட்டுப் பொருளாதார சக்கர சுழற்சியின் வேகம் சற்று மட்டுப்பட்டது. இந்தச் சக்கரம் பல கோடிக் கணக்கானவர்களை சுமந்து செல்லும் வாழ்க்கை வண்டியின் சக்கரம் போன்றது. அதே சமயம் அவர்களால் நகர்த்தப்படும் பெரிய ராட்சத சக்கரம் போல. அது ஓடிக் கொண்டேயிருந்தால் சிறப்பு. மாறாக வேகம் குறைந்து நின்றுவிட்டால், மீண்டும் அதைச் சுழல வைப்பது சிரமமான வேலை. லாரிச் சக்கரம் பள்ளத்தில் இறங்கிவிடுவது போல. அது முழுதும் இறங்கி விட்டால் பின் வெளியே கொண்டுவருவது கடினம். அப்படி இறங்கி விடாமல் இருக்க உடனடியாக ஏதாவது செய்ய வேண்டும். யாரால் செய்யமுடியும்?

வேறு யாரால்? அரசால்தான். அதனால்தான், வளர்ச்சி வேகம் குறைந்த உடனேயே, மைய அரசு நிறுவனங்களுக்கு பல வரிச்சலுகைகளை அறிவித்தது (அமெரிக்கா போன்ற நாடுகளும் இதைத்தான் செய்தன. மிகப்பெரிய அளவுகளில்) அவற்றில் சிலதான் எக்சைஸ் டூட்டி, சர்வீஸ் டேக்ஸ் குறைப்புகள். அப்போது, 12 சதவீதத்தில் இருந்த வரியை 8 சதவீதமாக அரசு குறைத்தது.

மேலோட்டமாகப் பார்த்தால், இதனால் அரசுக்கு வருமான இழப்புதான். ஆனால் உண்மையில் அது தேவையானது. காரணம், வரி குறைந்தால் பொருள்களின் விலை குறையும். பொருள்களின் விலை குறைந்தால் விற்பனை அதிகரிக்கும். ஆக, குறைந்து போன விற்பனைகளைச் சரி செய்ய அரசு வரிகளைக் குறைத்திருக்காவிட்டால், மீண்டும் விற்பனை அதிகரிக்காது. தேவை குறைந்தால், உற்பத்தி குறையும். உற்பத்தி குறைந்தால் முதலாளிக்கு லாபமும் ஊழியருக்கு வேலைவாய்ப்பும் குறையும். இதனால் மேலும் விற்பனை சரியும். இதற்கு முன்னர் முன்னோக்கி வேகமாகச் சுற்றிக் கொண்டிருந்த பொருளாதார சக்கரம் திசை மாறி எதிர் திசையில் சுற்றவும் செய்யலாம்.

ஓடிக் கொண்டிருந்த லாரியின் சக்கரங்கள் பள்ளத்தில் மாட்டிக்கொண்டது போலத்தான். பள்ளத்துக்குள் சக்கரம் இறங்க

ஆரம்பிக்கும்போதே, ஆக்ஸலரேட்டரை அழுத்தி வண்டியை மேலேற்றுவதற்கான முயற்சிகளை முடுக்கிவிட்டிருக்க வேண்டும். அதற்குக் கூடுதல் பெட்ரோல் / டீசல் தேவைப்படும். அது பரவாயில்லை. ஆனால் யோசித்துக் கொண்டும் தயங்கிக் கொண்டும், ஏதும் செய்யாமல் விட்டு விட்டோமானால், வண்டி பள்ளத்தில் இறங்கிவிடும். பின்பு எவ்வளவு பலமாக ஆக்ஸிலரேட்டர் கொடுத்தாலும் பலன் கிடைக்காது.

அப்படி ஒரு நிலைமை வராமல் பாதுகாக்கத்தான், ஸ்டிமுலஸ் பேக்கேஜ் (Stimulus Package) ஒன்றை அரசு அறிவித்துக் காப்பாற்றியது அரசு. அதற்கு நல்ல பலனும் இருந்தது. இந்தியா தொடர்ந்து 8 சதவீதம் பொருளாதார வளர்ச்சியைக் கண்டது. 2011 -12ல் தான் சற்றுத் தளர்வு, அப்துபோகூட 8 சதவீதத்துக்கு அருகில் அது வந்துவிட்டது.

சப்பிரைம் போலவே மற்றொரு சவால். கொரோனா உருவத்தில் வந்தது. 2019ல் ஆண்டு இறுதியில் சீனாவில் வெளிப்பட்டு விரைவாக உலகம் முழுக்க பரவி, மொத்த உலகத்தையும் முடக்கியது. விமானங்கள், ரயில்கள், கப்பல்கள், பேருந்துகள், ஓடவில்லை. மின்சாரம், விவசாயம் தவிர வேறு எதுவும் பல மாதங்களுக்கு நடக்கவில்லை.

அதனால் பல தொழில்கள் நசிந்தன. தாக்கம் ஏற்பட்ட எல்லா நாடுகளும், அரசாங்கங்களும் பெரும் உதவித்திட்டங்கள் (ஸ்டிமுலஸ் பேக்கேஜ்) அறிவித்தார்கள். பல்லாயிரம் கோடி ரூபாய்கள் செலவு செய்ததால் பொருளாதாரம் மீண்டது. அதன் விவரங்கள் பின் இணைப்பில்.

## கஸ்டம்ஸ் டூட்டி வரி

மறைமுக வரிகளில் ஜி.எஸ்.டிக்குள் இணைக்கப்படாத ஒரு வரி கஸ்டம்ஸ் வரி. இதை உள்நாட்டு உற்பத்தியாளர்களைக் காப்பாற்றும் வரி என்றும் சொல்லலாம்.

கஸ்டம்ஸ் டூட்டி என்றால் தமிழில் சுங்கவரி. இது ஒரு மறைமுகமான வரி. காரணம் ஒருவருடைய வருமானத்தின் மீதும் நாட்டின் மீதும் போடப்படுகிற வரி அல்ல. பொருட்களின் மீது போடப்படுகிறது. அதை பயன்படுத்துபவர்கள் கட்ட வேண்டும். அந்த வரிச்சுமையை தாங்க வேண்டும்.

நம் நாட்டில் சுங்க வரிகளில் இரண்டு வகைகள் உள்ளன. ஒன்று, ஏற்றுமதி மீதான எக்ஸ்போர்ட் டூட்டி. மற்றொன்று, இறக்குமதி மீதான இம்போர்ட் டூட்டி. இறக்குமதியாகும் அனைத்துப் பொருட்கள் மீதும் இறக்குமதி வரி உண்டு. ஆனால் ஏற்றுமதியாகும் எல்லாப் பொருட்கள் மீதும் கிடையாது. சிலவற்றின் மீது மட்டும் வரி உண்டு.

கஸ்டம்ஸ் டூட்டி குறித்து ஒரு சட்டமே உண்டு. 'கஸ்டம்ஸ் சட்டம் 1962' என்பது அதன் பெயர். சுங்கவரி தொடர்பான விஷயங்களை நாட்டில் நடைமுறைப்படுத்த Central Board of Excise & Customs (CBEC) என்ற தனி அமைப்பு இருக்கிறது.

பேசிக் கஸ்டம்ஸ் டூட்டி, அடிஷனல் கஸ்டம்ஸ் டூட்டி, புரோடெக்டிவ் டூட்டி, ஆண்டி டம்பிங் டூட்டி என்று பலவிதமான சுங்க வரிகள் உண்டு. கடைசி இரண்டு வரிகள் இந்தியாவில் தொழில் செய்பவர்களை காப்பாற்றுகிற வரி.

என்னது ஒரு வரியால் சிரமப்படுத்தாமல்கூட இருக்க முடியுமா? இது வரியில்லா நிலையைக் காட்டிலும் கூடுதல் நன்மையாக அல்லவா தெரிகிறது. உள்நாட்டு உற்பத்தியாளர்களைக் காப்பாற்றுவதற்கென்று ஒரு வரியா என்று தோன்றுமே. அப்படிப்பட்ட ஒரு பலனையும் தருகிற ஒரு வரிதான் கஸ்டம்ஸ் டூட்டி.

நம் நாட்டில் மட்டுமா பொருள்களைத் தயாரிக்கிறோம்? வெளி நாட்டிலும் அதைச் செய்கிறார்களே! அவற்றை நம் நாட்டுக்குள் கொண்டு வருபவர்கள் ஏராளமானோர் இருக்கிறார்கள். நேரடிப் பயன்பாட்டுக்கு மட்டுமல்ல, அதைப் பயன்படுத்தி வேறு பல பொருள்களை உற்பத்தி செய்வதற்காகவும் வெளி நாட்டில் உற்பத்தி செய்யப்பட்ட பல பொருள்களை இடுபொருளாக (கச்சா பொருளாக) நம் நாட்டுக்குள் இறக்குமதி செய்கிறார்கள்.

உதாரணத்துக்கு இரண்டு பொருள்கள். ஒன்று கார், மற்றொன்று இரும்புத் தகரங்கள். காரை இறக்குமதி செய்து அப்படியே பயன்படுத்தலாம். ஆனால் இரும்புத் தகரத்தைக் காராகத் தயாரித்தோ வேறு பொருள்களாக செய்தோதான் உபயோகிக்க முடியும்.

இவற்றின் மீதெல்லாம் இறக்குமதித் தீர்வை (கஸ்டம்ஸ் டூட்டி) விதிக்கப்படுகிறது பொருளுக்குப் பொருள் வெவ்வேறு விகிதங்களில். இதுவும் மைய அரசுக்கான வருமானம்தான்.

வெளிநாட்டுக் கார்களை தாராளமாக இறக்குமதி செய்து கொள்ளுங்கள் என்று அரசு அனுமதி கொடுத்தால், பலரும் வெளிநாட்டு பொருட்கள் மீதான அவர்களின் மோகம் காரணமாகவும் அங்கிருக்கும் கார்களின் தரம் குறித்த கற்பனையான உயர் எண்ணம் காரணமாகவும் அல்லது தங்களை மற்றவர்களிடமிருந்து வேறுபடுத்திக் காட்டிக்கொள்ள வேண்டி, வெளிநாட்டு கார்களை இறக்குமதி செய்து பயன்படுத்துவார்கள். அப்படி நடந்தால், இந்தியாவில் உற்பத்தி செய்யப்படும் கார்களின் விற்பனை படுத்துவிடும். உற்பத்தி குறையும், தொழிற் சாலைகள் மூடப்படும். பலருக்கும் வேலை வாய்ப்பும் போய்விடும்.

இவற்றைத் தடுக்கவேண்டும் என்றால் இந்தியாவுக்குள் வெளிநாட்டுப் பொருட்களைக் கொண்டுவர சிரமம் கொடுக்க வேண்டும். கூடவே, உள்நாட்டுத் தொழிற்சாலைகளில் கார்கள் உற்பத்தி செய்ய ஆவண செய்ய வேண்டும். ஆவண என்றால், அதற்குத் தேவையான மூலப்பொருட்கள், உதிரிபாகங்கள் சுலபமாகவும் மலிவாகவும் கிடைக்க ஏற்பாடு செய்ய வேண்டும்.

அப்படிப்பட்டவற்றை செய்ய, இந்த சுங்க வரியை அரசாங்கங்கள் ஒரு கருவியாக பயன்படுத்த முடியும், பயன்படுத்துகின்றன. முன்பு பார்த்த அதே உதாரணத்தை எடுத்துக் கொண்டால், வெளிநாட்டில் தயாரிக்கப்பட்ட கார்களை இந்தியாவுக்குள் இறக்குமதி செய்ய, கார் விலை + இன்சூரன்ஸ் + கொண்டுவரும் செலவு (Freight) ஆகிய மூன்றையும் சேர்த்து அந்த மதிப்பைப் போல 165% வரி கட்டவேண்டும் (2022ல்). மோட்டார் சைக்கிள்கள் என்றால் அவற்றைப் போல 116% இம்போர்ட் டூட்டி.

இப்படி இருப்பதால், பெரும் தொழிலதிபர்கள் வீட்டுப் பிள்ளைகள் (கவனிக்க, தொழிலதிபர்கள் இல்லை) மற்றும் பெரும் நடிகர்கள் போன்றோரே இறக்குமதி செய்ய முன் வருவார்கள். இறக்குமதி குறையும்.

கூடவே வெளிநாடுகளில் கிடைக்கிற இரும்புத் தகடுகள் மற்றும் சில எலக்ட்ரானிக் பொருட்களை இந்தியாவுக்குள் இறக்குமதி செய்தால் அவற்றுக்கு சுங்க வரி கிடையாது என்று சொல்வதுடன், அப்படிப்பட்ட இறக்குமதிகளுக்கு ஊக்கத்தொகைகளும் கொடுக்கலாம். இந்தியாவிற்கு தேவைப்படும் பொருட்களின் ஏற்றுமதியைத் தடுக்க, குறைக்க அவற்றின் மீது ஏற்றுமதி வரி போடலாம்.

## வரிகளில் வேறுபாடுகள்

வருமான வரியில், 10, 20, 30 சதவீதம் என்று வெவ்வேறு விகிதங்கள் இருப்பதற்குக் காரணம் புரிகிறது. 'குறைவான வருமானமா பிழைத்துப் போ... வரிகட்ட வேண்டாம்', 'கொஞ்சம் கூடுதலா... கட்டு 5 சதவீத வரி', 'அதற்கும் மேலா... கட்டு 10 சதவீத வரி', 'இன்னும் அதிகமா... 20 அல்லது 30 சதவீத வரி' என்கிற அரசின் அணுகுமுறையில் லாஜிக் இருப்பது தெரிகிறது. புரிகிறது.

GSTயிலும் அதே போன்ற லாஜிக் இருக்கிறது. ஓரளவுக்கு சரிதான். இந்த உற்பத்தி மற்றும் இறக்குமதித் தீர்வைகளில் (ஜி.எஸ்.டி மற்றும் கஸ்டம்ஸ் வரிகளில்) ஏன் எல்லாப் பொருள்களுக்கும் ஒரே போல வரியில்லை? எதனால் வேறுபாடுகள். சில பொருள் களுக்குக் குறைவான தீர்வை விதிக்கப்படுவதால் அரசுக்குக் கிடைக்கும் வருமானம் பாதிக்கப்படுகிறது. அதற்கு என்ன காரணம்? இவை இரண்டுமே மறைமுக வரிகள் தான். அதனால்தானோ என்னவோ, அரசு இந்தத் தீர்வைகளின் விகிதங்களை மாற்றுவதன் மூலம், வேறு சில தாக்கங்களையும் கொடுக்க முயலுகிறது. அதில் வெற்றியும் பெறுகிறது.

உதாரணத்துக்குத் தூசுகளை உறிஞ்சும் வாக்குவம் கிளீனர்களுக்கு 18% ஜி.எஸ்.டி. தையல் மிஷின் உதிரி பாகங்களுக்கு 12%தான். காரணம், அவற்றைப் பயன்படுத்துபவர்களின் பொருளாதார நிலை. சிலர் 'தாங்கக் கூடியவர்கள், கட்டக் கூடியவர்கள். அவர்கள் கட்டட்டுமே' என்பதால்தான் இந்த அணுகுமுறை. ரயில்வே பட்ஜெட்டில், இரண்டாம் வகுப்பு சாதாரணக் கட்டணங்களில் உயர்வு இல்லை. ஆனால் முதல் வகுப்பு மற்றும் ஏ.சி. கோச்சுக்கு உயர்வு என்பதைப் போலத்தான் இதுவும்.

அரசுக்கு வருமானம் வேண்டும். ஆனால், சாதாரண மக்கள் பாதிக்கப்படக்கூடாது. இந்த அணுகுமுறை சரிதான். அதையும் தவிர வேறு ஏதாவது காரணம் உண்டா?

சில பொருள்களின் விலையை அதிகரித்தால், அதன் விற்பனை குறையும். அரசுக்கு அதன் விற்பனை குறைந்தால் நல்லது என்று தோன்றும். அதனால்தான், அந்த உற்பத்தி மீது கடுமையாக வரி போடுகிறது. உதாரணத்துக்கு சிகரெட், பான்பராக், மதுவகைகள் போன்றவை. இவற்றை 'சின் பிராடக்ட்ஸ் ' (பாவப் பொருள்கள்) என்று அரசு வகைப்படுத்துகிறது. சிகரெட்கள் மீது அதிகபட்ச

ஜி.எஸ்.டி வரியான 28% விதித்து, மேலும் செஸ்ஸும் போட்டு, மொத்தம் 64% வரி என்று அமல்படுத்துகிறது. மெல்லும் புகையிலை (மெதுவாகக் கொல்லும் புகையிலை) தொடர்பானவை மீது மொத்தம் 84% வரி விதிக்கப்படுகிறது. இவ்வளவு வரி வசூலித்தாலாவது விலை அதிகம் என்று மக்கள் அவற்றின் பயன்பாட்டைக் குறைத்துக் கொள்ளவேண்டும் என்பதுதான் நோக்கம்.

வேறு சிலவற்றின் விலைகள் உயர்ந்துவிடக்கூடாது. விலை உயர்ந்தால் சாதாரண மக்கள் பாதிக்கப்படுவார்கள். உதாரணத்துக்கு டீசல், பெட்ரோல், சமையல் கியாஸ்.

இதில் வேடிக்கை (வேதனையும்தான்) என்னவென்றால், இவையெல்லாம் ஒரு குறிப்பிட்ட நிலையான தொகை அல்ல. எல்லாம் எவ்வளவு சதவிகிதம் உயர்ந்திருக்கிறது என்றுதான் பார்க்கப்படுகிறது. பெட்ரோல் விலை உயர்ந்தால் அரசுக்கு (ஒரு விதத்தில்) சந்தோஷம்தான். சதவிகிதத்தில் பார்த்தால், அரசுக்குக் கூடுதல் வருவாய். நாம் நம் வண்டிகளுக்குப் போடும் ஒவ்வொரு லிட்டர் பெட்ரோல்/ டீசல் மூலமும் மத்திய/மாநில அரசுகளுக்கு பணம் கிடைக்கும்.

### ஏன் கஸ்டம்ஸ் டூட்டி விதிக்கப்படுகிறது?

இந்த எக்சைஸ் கஸ்டம்ஸ் டூட்டிகளை விதிப்பதில் அரசுக்கு வேறு சில நோக்கங்களும் உண்டு. இந்தியாவில் உற்பத்தி ஆகிற பொருள்களின் மீது உற்பத்தி (ஜி.எஸ்.டி.) வரி போடுகிறது அரசு. சிலர், சீனா போன்ற வேறு நாடுகளில் இருந்து அதே பொருள்களை இறக்குமதி செய்கிறார்கள். அங்கே அவற்றின் விலை குறைவு. இந்தியாவில் அதே பொருளின் விலை அதிகம். அதனால் இந்தப் பொருள் இறக்குமதி செய்யப்படுகிறது. இப்படிப் பலரும் செய்தால் என்ன ஆகும்? முன்பார்த்த கார் உதாரணம் போல்தான். உள்நாட்டில் உற்பத்தி ஆன பொருள் விற்பனை ஆகாது.

அமெரிக்காவில் கடந்த பல ஆண்டுகளாக இதுதான் நிலை. அங்கே பயன்படுத்தப்படும் பெரும்பாலான பொருள்களில் 'மேட் இன் சைனா' என்ற முத்திரைதான் காணப்படும். சீனாவின் ஆண்டு ஜி.டி.பியில் (மொத்தப் பொருளாதார மதிப்பு) 18.5 சதவீதம் ஏற்றுமதியின் மூலமும், மீதமுள்ள 81.5 சதவிகிதம் மட்டுமே உள்நாட்டுத் தேவைகளை நிறைவு செய்வதன் மூலமும் வருகிறதாம் (2020).

சீனா போன்ற வெளிநாட்டு நிறுவனங்களின் இந்தப் போட்டியை சமாளிக்க இந்திய நிறுவனங்கள் இந்தியாவில் விற்பதற்கே விலையைக் குறைக்க வேண்டும். ஆனால் எப்படி விலையைக் குறைக்க முடியும்.

ஒன்று, பொருளின் தரத்தைக் குறைக்கலாம். அல்லது லாபத்தைக் குறைத்துக்கொண்டு வியாபாரம் செய்யவேண்டும்.

'இதேதடா தலைவலி! நாம் இவ்வளவு முதலீடு செய்து, அனுமதிகள் பெற்று, ஆட்களை அமர்த்தி, இயந்திரங்கள் வாங்கி, உற்பத்தி செய்தால், வேறு எவனோ சுலபமாக இறக்குமதி செய்து, நம் விலையைவிடக் குறைவான விலைக்கு விற்று, நம் வியாபாரத்தைக் கெடுக்கிறானே!' என்று நினைப்பார்கள். முடியா விட்டால், வியாபாரத்தை இழுத்து மூடிவிட்டுப் போய் விடுவார்கள்.

அப்படி நடந்தால் பலருக்கும் வேலை போகும். தவிர போட்ட முதலீட்டில் ஒரு ரூபாய்க்கு சில பைசாக்கள் என்ற அளவுக்கே தேறும். இது பலவிதங்களிலும் தேசத்துக்குக் கேடு. நாளடைவில் அப்படிப்பட்ட பொருள்களின் உற்பத்திகளே நம் நாட்டில் குறைந்து, பின் நின்றேவிடும். ஆனால், அந்தப் பொருள்களுக்கான தேவைகள் தொடரும்.

உள் நாட்டில் ஒரு பொருள் அவ்வளவாக உற்பத்தி செய்யப்பட வில்லை. ஆனால் அதற்கான தேவைகள் அதிகரிக்கின்றன. அப்படிப்பட்ட பொருள்களின் விலைகள் மற்ற நாடுகளில் என்ன குறைவாகவா இருக்கும்? வானத்துக்குப் போகும் இறக்கை கட்டிக் கொண்டு. அதிக விலை கொடுத்து வெளிநாட்டுக் காரர்களிடம் இருந்து அந்தப் பொருள்களை வாங்கினால், நம் நாட்டுக்குத்தான் நட்டம். தேவையா... அந்த நிலை ஏற்பட விடலாமா?

இதனால்தான் அப்படி இறக்குமதி செய்யப்படும் பொருள்களின் மீது நம் அரசாங்கம் கஸ்டம்ஸ் டூட்டி போடும். வருமானத்துக்காக மட்டுமில்லை. அப்படிப்பட்ட இறக்குமதிகளைச் சிரமத்துக்கு உள்ளாக்க வேண்டும். ஆதரிக்கக் கூடாது. அதற்கான ஒரு ஆயுதம் தான் கஸ்டம்ஸ் டூட்டி.

உதாரணத்துக்கு, வெளிநாடுகளில் இருந்து கோதுமை இறக்குமதி செய்தால் 20% கஸ்டம்ஸ் டூட்டி கட்டவேண்டும் என்பது மே 24, 2018க்கு முந்தைய நிலை. அந்த நேரம் உள்நாட்டில்

இருப்பதைவிட வெளிநாட்டில் கோதுமை விலை குறைந்ததால், இறக்குமதி செய்து 20% டூட்டி கட்டிய பின்பும், உள்நாட்டு விலையைக் கட்டிலும் குறைவான விலைக்கு விற்றபோதுகூட வியாபாரிகளால் லாபம் பார்க்க முடிந்தது. லாப நோக்கில் பார்த்தால் வெளிநாட்டு கோதுமைதான் அதிகம் விற்பனையாகும். நுகர்வோருக்கு லாபம், வியாபாரிக்கும் லாபம். ஆனால் உள்ளூர் விவசாயி மற்றும் வியாபாரி நிலைமை என்ன ஆகும்?

அதனால் மைய அரசு கஸ்டம்ஸ் டூட்டியை 20%ல் இருந்து 30% ஆக உயர்த்தியது. இதை செய்தது மைய அரசின் Central Board of Excise and Customs (CBEC). அதன்மூலம் இறக்குமதி குறையும். உள்நாட்டு கோதுமை வியாபாரமாகும்.

கோதுமைக்கு உயர்த்திய அதே நேரத்தில், வால்நட் எனப்படும் பருப்புக்கு 30%ல் இருந்து 100%ஆக தீர்வையை உயர்த்தியது அரசு. 1000 டாலர் மதிப்புக்கு வால்நட் இறக்குமதி செய்தால் அதற்கு இறக்குமதித் தீர்வையான கஸ்டம்ஸ் டூட்டி 1000 டாலர் கட்டவேண்டும்.

இருபது முப்பது ஆண்டுகளுக்கு முன்னால் நம்மவர்கள் கடிகாரம் என்று மதித்து அணிந்ததெல்லாம் சீக்கோ மற்றும் சிட்டிசன் கடிகாரங்களைத் தானே! எல்லாம் இறக்குமதி சரக்குகள். அப்போது HMT மட்டுமே இந்திய கடிகாரம். டைட்டன் வந்த பிறகு, கடிகார இறக்குமதிகள் ஒழிந்துவிட்டன. அவற்றை சீந்துவாரில்லை. இந்தத் தலைமுறை மக்களுக்கு அவற்றின் பெயரைச் சொன்னால் கூடத் தெரியாது. மாறாக டைட்டன் பல நாடுகளுக்கும் ஏற்றுமதியாகிறது!

**தங்கம் இறக்குமதியால் கணிசமான வரி வசூல்**

அரசுக்கு கஸ்டம்ஸ் டூட்டி அள்ளித்தரும் மற்றொரு பொருள், தங்கம். வெளிநாட்டில் இருந்து தங்கத்தை இந்தியாவுக்குள் கொண்டு வந்தால் அதன் மதிப்பில் 15 சதவிகிதத்தை டூட்டியாகக் கட்ட வேண்டும். ஜூன் 2022 மார்ச்சுக்கு முன் இதுவே 10.75% ஆக இருந்தது. 2022 மே மாதத்தில் மட்டும் சுமார் 48000 கிலோ தங்கம் இறக்குமதி செய்யப்பட்டிருக்கிறது. இறக்குமதி தீர்வை 10%. அரசுக்கு நல்ல வருமானம்.

இதில் ஐந்தில் ஒரு பகுதி அளவு மட்டுமே ஆபரணங்களாக ஏற்றுமதி செய்யப்படுகிறது. மீதமெல்லாம் நம்மவர்

நுகர்வுக்குத்தான். இந்தியாவின் மொத்த இறக்குமதி தொகையில், கணிசமான அளவு பணம் தங்கத்தை இறக்குமதி செய்வதில் போகிறது. கச்சா எண்ணெய்க்கு அடுத்தபடி தங்கம்தான். 2021-2022ல் தங்கத்துக்காக மட்டும் சுமார் 46 பில்லியன் டாலர்கள் அந்நிய செலாவணி போயிருக்கிறது.

இப்படி, அதிகம் தேவைப்படும் அந்நியச் செலாவணியான அமெரிக்க டாலரைக் கொடுத்து எதற்காக இவ்வளவு தங்கத்தை இறக்குமதி செய்யவேண்டும் என்று யோசித்த மத்திய அரசு, தங்கத்தின் இறக்குமதியைக் குறைக்க, தீர்வையை 2%ல் இருந்து 4% ஆக உயர்த்தியது. பின்னர் 4ல் இருந்து 6% ஆக மேலும் உயர்த்தியது. பின்பு 2022ல் ஒரேயடியாக 15% அளவுக்கு உயர்த்தியது. ஒரே கல்லில் இரண்டு மாங்காய். இறக்குமதி அளவைக் குறைக்கலாம். உடன் அரசின் வருமானத்தையும் அதிகரித்துக்கொள்ளலாம்.

மொத்தமாக இந்தியாவில் சுமார் 20 ஆயிரம் டன்கள் (2 கோடி கிலோ) அளவு தங்கம் இருக்கலாம் என்று கணிக்கப்படுகிறது.

இந்தியர்களின் இதயத்துக்கு அவ்வளவு நெருக்கமாக இருக்கிற தங்கத்தை அரசாங்கக் கொள்கைகள் அவ்வப்போது அசைத்துப் பார்த்த வண்ணம்தான் இருக்கின்றன. ஆனாலும் இறக்குமதிகள் குறைந்தபாடில்லை.

1962ம் ஆண்டு சீனாவின் எதிர்பாராத தாக்குதலால் ஏற்பட்ட போருக்குப் பிறகு மத்திய அரசு, கோல்ட் கண்ட்ரோல் ஆக்ட் 1962 என்கிற சட்டத்தைக் கொண்டுவந்தது. அதன்படி, எந்தக் குடிமகனும் தங்கத்தைக் கட்டிகளாகவோ நாணயமாக வோவைத்திருக்கக்கூடாது. நகைகளுக்கு மட்டுமே அனுமதி. இதன் காரணமாக, நாளடைவில் தங்கத்துக்கான கள்ளச் சந்தை உருவானது. கடத்தல், சோதனைகள், கைது, தண்டனைகள் என்று இந்த நிலை சுமார் 28 ஆண்டுகள் தொடர்ந்திருக்கிறது.

1990ம் ஆண்டு அந்நியச் செலாவணி பற்றாக்குறை ஏற்பட்டு மிகப்பெரிய சிக்கலில் தவித்த மத்திய அரசு, தன்னிடம் இருந்த 40 டன் தங்கத்தை பேங்க் ஆஃப் இங்கிலாந்திடம் அடகு வைத்து, சிக்கலில் இருந்து மீண்டது. பின்பு அறிமுகப்படுத்தப்பட்ட புதிய பொருளாதாரக் கொள்கையினால் (லிபரலைசேஷன்), 1992ல் கோல்ட் கண்ட்ரோல் ஆக்ட் 1962, விலக்கிக்கொள்ளப்பட்டது. அதன் காரணமாக தங்கத்தைக் கட்டிகளாகவும் நாணயங்

களாகவும் வைத்துக்கொள்ளலாம். யார் வேண்டுமானாலும் வெளிநாடுகளில் இருந்தும் இறக்குமதி செய்துகொள்ளலாம் என்றானது.

ஆனால்... நீங்கள் யூகித்தது சரிதான். அதற்கு அரசுக்கு இறக்குமதித் தீர்வை கட்ட வேண்டும். அந்த நிலைதான் இப்போது வரை தொடர்கிறது. கதவைத் திறந்ததும் நம் மக்கள் வெளிநாடுகளில் இருந்து இறக்கித் தள்ளிவிட்டார்கள். 1992ம் ஆண்டே 110 டன் இறக்குமதி. அதன்பின் தொடர்ந்து கொண்டுவந்து தள்ளிக்கொண்டே இருக்கிறார்கள். ஒரு சமயம் ஆண்டுக்கு சுமார் 900 டன் வெளிநாட்டுத் தங்கம் இந்தியாவுக்குள் இறக்குமதி செய்யப்பட்டது, பின்னர் மைய அரசு எடுத்த சாவரின் கோல்டு ஸ்கீம் (தங்கத்துக்கு பதில் தங்க சர்டிபிகேட்) போன்றவற்றின் காரணமாக இறக்குமதி குறைந்து வருகிறது. 2019-20ல் 719 டன், 2020-21ல் 651 டன், இதனால் அரசுக்கு வரி வருமானம் குறைந்தாலும் முக்கிய நோக்கமான அந்நிய செலாவணி மிச்சமாகிறது.

## மேலும் சில வரிகள்

மேலே பார்த்தவை தவிர மத்திய அரசுக்கு மேலும் சில வரி இனங்களாலும் வருமானங்கள் உண்டு. நேர்முக வரிகளில் வெல்த் டேக்ஸ் (சொத்து வரி), கேப்பிடல் கெயின்ஸ் டேக்ஸ் மற்றும் கிப்ட் டேக்ஸ்.

### வெல்த் டேக்ஸ்

ஒருவர், தான் வைத்திருக்கிற சொத்துகளுக்காகக் கட்டவேண்டிய வரியின் பெயர் வெல்த் டேக்ஸ். அந்தச் சொத்துகள் வருமானம் தந்தாலும் தராவிட்டாலும் அவற்றின் மதிப்பு மீது ஆண்டுதோறும் வரி கட்டவேண்டும். சொத்துகள் என்றால் அசையாச் சொத்துகள் மட்டுமல்ல; நகைகள், மோட்டார் வாகனங்கள், தங்கம், வெள்ளி மற்றும் ரூ. 50 ஆயிரத்துக்கும் அதிகமான ரொக்கப் பணத்துக்கும் வரி கட்ட வேண்டும். அடடா! இப்படி ஒன்று இருக்கிறதா? எனக்குத் தெரியாதே! நான் கட்டுவதில்லையே என்று (நல்ல குடிமகனாக) பதற வேண்டும். ஆனால் பதறத் தேவையில்லை!

காரணம், 2015-16 பட்ஜெட்டில் நிதி அமைச்சர் அருண் ஜெயிட்லி வெல்த் டேக்ஸை எடுத்துவிட்டார். அதற்குப் பதிலாக, அதிக சொத்துக்கள் வைத்திருக்கும் பணக்காரர்கள் மீதான வரியை அதிகரிக்கும் விதம் ரூ. 1 கோடிக்கும் அதிகமான பணத்துக்கு

வருமான வரி மீதான சர்சார்ஜை 10%ல் இருந்து 12% ஆக்கினார். யார் என்ன சொத்து வைத்திருக்கிறார்கள், அவர்கள் ஒழுங்காக கட்டுகிறார்களா என்றெல்லாம் கண்காணிப்பதைவிட இப்படி 2% சர்சார்ஜ் விதித்து வசூலிப்பது அரசுக்கு சுலபம் மற்றும் கூடுதல் வருமானத்தைக் கொடுக்கும் என்பது அவர் அணுகுறை.

**கேப்பிடல் கெயின்ஸ் டேக்ஸ்**

வாங்கிய சொத்துகளை விற்பதால் கிடைக்கும் லாபத்தின் மீது கட்டவேண்டிய வரிக்குப் பெயர் கேப்பிடல் கெயின்ஸ் டேக்ஸ். தமிழில் மூலதன ஆதாய வரி. சொத்துக்களை வாங்கிய விலைக்கும் விற்ற விலைக்கும் இடையில் உள்ள வித்தியாசம் லாபம்தானே, அதற்கு வரி கட்டுங்கள் என்பதுதான் அடிப்படை.

இதில் இரண்டு வகை உண்டு. ஒன்று, நீண்டகாலம் வைத்திருந்து விற்றால் அதற்கு ஒருவிதமான வரிக்கட்டணம் (ரேட்). நீண்டகாலம் (லாங் டேர்ம்) என்றால் பொதுவாக 3 ஆண்டுகள். பங்குகள் (ஷேர்ஸ்) என்ற சொத்துக்கு மட்டும் நீண்ட காலம் என்பது ஓர் ஆண்டு.

வாங்கிய சொத்தை அதற்கும் குறைவான கால அளவில் விற்றால் அதற்கு கேப்பிடல் கெயின்ஸ் டேக்ஸ் இல்லை. மாறாக, அந்த லாபம் அந்த ஆண்டின் வருமானமாக கணக்கிடப்பட்டு உரிய ஸ்லாபில் வருமான வரி கட்டவேண்டும்.

சொத்து வாங்கி விற்பதில் (அதிலும் குறிப்பாக பங்குகள் வாங்கி விற்பதில்) லாபம் மட்டுமா கிடைக்கும்? சில நேரங்களில் நஷ்டமும் ஆகுமே! அதற்கு என்ன செய்வது என்று கேட்டால், அது சரியான கேள்விதான். அப்படிப்பட்ட நஷ்டங்களை அடுத்த அடுத்த ஆண்டுகளில் வருகிற கேப்பிடல் கெயின்ஸில் கழித்துக்கொண்டு மீதத்துக்கு வரி கட்டினால் போதும். இப்படியாக 8 ஆண்டுகள் வரை கணக்கு வைத்துக்கொள்ளலாம். அதாவது ஓர் ஆண்டு செய்த நஷ்டத்தை அதன் பிறகு எட்டு ஆண்டுகளுக்குள் பார்க்கிற லாபத்தில் கழித்துக்கொண்டு மீதப் பணத்துக்கு மட்டும் வரிகட்டலாம். இவற்றை ‘செட் ஆன் - செட் ஆஃப்’ என்பார்கள்.

**எஸ்.டி.டி டேக்ஸ்**

பங்குச் சந்தையில் வர்த்தகம் செய்பவர்களுக்குப் பரிச்சயமான ஆனால் பிடிக்காத ஒரு வரி, எஸ்.டி.டி வரி. செக்யூரிட்டீஸ்

டிரான்ஸ்சாக்ஷன் டேக்ஸ் (STT) என்பார்கள். பங்குகள் வாங்கும்போதும் விற்கும்போதும் போடப்படும், அந்தத் தொகையின் மீது விதிக்கப்படும் வர்த்தக வரி. 2004ஆம் ஆண்டு நிதி அமைச்சராக இருந்த ப.சிதம்பரம் அவர்களால் அறிமுகப்படுத்தப்பட்ட இந்த எஸ்.டி.டி வரி மூலம் அரசுக்கு கணிசமான வரி வருமானம் கிடைக்கிறது. 2021-22ல் மட்டும் ரூ. 21,231 கோடி.

**கிஃப்ட் டேக்ஸ்**

ஆண்டு ஒன்றுக்கு ஒருவர் எவரிடமிருந்து வேண்டுமானாலும் ரூ.50,000 வரையில் கிஃப்ட் ஆக (பரிசாக, உதவியாக) பெற்றால் அதற்கு வருமான வரி இல்லை. அதற்கு மேல் இருக்கும் தொகைக்கு வருமான வரி கட்டவேண்டும். ரூ. 50,000 என்பது ரொக்கப்பணம் மற்றும் பணத்துக்கு மட்டுமல்ல. பெறப்படும் நகைகள், சொத்துகள், ஷேர்கள் என்ற எல்லாம் சேந்த்த மதிப்பு.

இந்த உச்சவரம்பில் மூன்று விதிவிலக்குகள் உண்டு.

1. முதலாவது ஒருவரால் தன்னுடைய உறவினரிடம் இருந்து பெறப்படும் தொகைகள் முழுமைக்குமே வரி விலக்கு உண்டு. உறவினர்கள் என்றால், கணவன் அல்லது மனைவி சகோதர சகோதரிகள் பெற்றோரின் சகோதர சகோதரிகள் கணவன் அல்லது மனைவியின் பெற்றோரின் சகோதர சகோதரிகள், நேர்வழித் தோன்றல், கணவன் அல்லது மனைவியின் நேர்வழித் தோன்றல் மேல் குறிப்பிடப்பட்டிருப்பவர்களின் கணவன் அல்லது மனைவி.
2. திருமணத்தின் போது பெறப்படும் வெகுமதிகள், பரிசுப்பொருள்கள்.
3. வாரிசாக இருந்து பெறப்படும் சொத்துகள். (இன்ஹெரிட்டட்)

**வேட் வரி**

முன்பு செய்திகளில் அதிகம் அடிபட்ட ஒரு வரி வாட் (VAT). வாட் என்பது வி.ஏ.டி என்ற மூன்று ஆங்கில எழுத்துகளின் சுருக்கம்.

பொருள்களை விற்பனை செய்யும் போது போடப்படுவது விற்பனை வரி. சேல்ஸ் டேக்ஸ். இதை மாநில அரசுகள் போடும். கடையில் போய் 3,000 ரூபாய்க்கு ஒரு மிக்ஸி வாங்கினால் அதற்கு அவர் விற்பனை வரி போடுவார். மூவாயிரம் ரூபாயின் மீது

அதற்கு உண்டான விற்பனை வரி போடப்படும். இந்த மூவாயிரம் ரூபாய் மிக்ஸியில் இருக்கும் இரும்புத் தகடுகள், எவர்சில்வர் கிண்ணம், எலெக்டிரிக் மோட்டார் போன்ற ஒவ்வொரு பகுதிக்கும் அவை உற்பத்தி ஆகி வெளிவந்த நேரம், அவற்றைத் தயாரித்தவரால் கலால் வரியும் விற்பனை வரியும் கட்டப்பட்டிருக்கும். அதேபொருள்கள் ஒன்று சேர்ந்து ஒரு மிக்ஸியாக உருவாகும்போது மீண்டும் இன்னொரு முறை வரி கட்டவேண்டுமா என்ற கேள்விக்கு வேண்டாம் என்று விடையாக வந்ததுதான் வாட்.

நீங்கள் வேறு எவரிடமும் இருந்து வாங்கிய பொருளுக்கு உங்கள் இடத்தில் என்ன விலை மதிப்பு கூட்டினீர்களோ அதற்கு மட்டும் வரி கட்டினால் போதும். என்ன வேல்யு (மதிப்பு) 'added'ஓ (கூட்டப்பட்டதோ) அதற்கான வரியை மட்டும் செலுத்தினால் போதும். அதாவது 900 ரூபாய்க்கு இடு பொருள்கள் வாங்கி, ஒரு பொருள் செய்து அதை 1000 ரூபாய்க்கு விற்றால், 100 ரூபாய்தான் நீங்கள் உயர்த்திய மதிப்பு. அதற்கு மட்டும் வரி.

ஜூலை 2017 முதல் வேட் வரி இல்லை. அதுவும் ஜி.எஸ்.டிக்குள் கரைந்து போய்விட்டது. ஒருவர் அவருக்கு உரிய ஜி.ஸ்.டியைக் கட்டினாலே போதும். ஜி.எஸ்.டிக்கு இன்புட் டேக்ஸ் கிரெடிட் எடுப்பது என்ற முறை ' VAT - value added'' வரியில் இருந்து வந்ததுதான். அதே போன்றதுதான்.

## யாருக்கு அதிகாரம்?

நேரடி வரிகள் மற்றும் மறைமுக வரிகளில் முக்கியமான வற்றைப்பற்றிப் பார்த்தோம். அதில் மேலும் கூடுதல் தகவல்களைப் பார்ப்பதற்கு முன்பு, எந்த அரசு என்ன மாதிரியான வரிகளைப் போடலாம் என்பதைக் கொஞ்சம் பார்த்துவிடலாம்.

அரசு என்றால் அரசர் காலம் போல நாடு மொத்தத்துக்கும் ஒரே அரசாங்கம் இப்போது இல்லை. மத்திய அரசு, மாநில அரசு தவிர உள்ளூர் அரசாங்கமும் இப்போது உண்டு. அவற்றை லோக்கல் பாடீஸ் என்பார்கள். மாநகராட்சி, பேரூராட்சி, ஊராட்சி, போன்றவை லோகல் பாடீஸ்ல் வரும். ஆக, குடிமக்கள் ஒவ்வொருவருக்கும் மூன்று அரசாங்கங்கள் உண்டு (சில தேர்தல்களில் ஒருவரே மூன்று வெவ்வேறு பொறுப்புகளுக்கு ஓட்டுகள் போடவேண்டிவருவது இதனால்தான். மூன்றுக்கும் ஒரே நேரம் தேர்தல் வந்தால்). இந்த மூன்று அரசுகளுமே

அவற்றின் கடமைகளைச் செய்வதற்காக மக்கள் மீது வரி விதிக்கலாம்.

உதாரணத்துக்கு சென்னையில் வசிக்கும் ஒருவருக்கு இந்தியாவில் இருப்பதால் மத்திய அரசு, தமிழகத்தில் இருப்பதால் தமிழக அரசு, சென்னையில் இருப்பதால் சென்னை மாநகராட்சி என மூன்று வெவ்வேறு அரசாங்கங்கள்.

அரசாங்கங்களின் கடமைகள் என்றால் சாலை போடுவது, குடிதண்ணீர் வழங்குவது, கல்வி, பாதுகாப்பு, சட்டம் ஒழுங்கை நிலைநாட்டுவது போன்றவை.

இந்த அரசுகளில் எந்த அரசு என்ன வரியை விதிக்கலாம் என்பதை நமது இந்திய அரசியலமைப்புச் சட்டத்தில் தெளிவாகக் குறிப்பிட்டிருக்கிறார்கள். அதில் உள்ள ஆர்டிக்கிள் 265ன்படி, குறிப்பிட்ட அரசாங்கம்தான் குறிப்பிட்ட வரிகளை விதிக்கலாம். ஆர்டிக்கிள் 246 எந்த அரசாங்கம் என்ன வரி போடலாம் என்று குறிப்பிடுகிறது. ஷெட்யூல் 7ல் மூன்று பட்டியல்கள் கொடுக்கப் பட்டிருக்கின்றன. எந்த அரசும் வரி போடுவதற்குமுன் அது குறித்து சட்டம் இயற்ற வேண்டும். அதன்படி,

1. நாடாளுமன்றம் மட்டுமே இயற்றக்கூடிய சட்டங்கள்.
2. மாநில சட்டசபைகள் மட்டுமே இயற்றக்கூடிய சட்டங்கள்.
3. நாடாளுமன்றம் மற்றும் சட்டசபைகள் ஆகிய இரண்டுமே இயற்றக்கூடிய சட்டங்கள்.

**முதல் பட்டியல்:**
**நாடாளுமன்றம் மட்டுமே இயற்றக்கூடிய சட்டங்கள்**

1. வருமான வரி (விவசாய வருமானம் தவிர்த்து)
2. ஏற்றுமதி மற்றும் இறக்குமதித் தீர்வைகள்
3. கார்பரேட் வரிகள்
4. கேப்பிடல் கெயின்ஸ்
5. எஸ்டேட் டூட்டி
6. வாரிசுகளுக்குக் கிடைக்கும் சொத்தின் மீதான வரி
7. விமான, கப்பல் மற்றும் ரயில்வே போக்குவரத்தின் மீது போடக்கூடிய வரிகள்
8. பங்குச் சந்தை வர்த்தகத்தின் மீது போடக்கூடிய வரிகள்

9. பத்திரிகைகள் மற்றும் அவற்றில் வரும் விளம்பரங்களின் மீது போடக்கூடிய வரி
10. மாநிலங்களுக்கு இடையே நடக்கும் வர்த்தகத்தின் மீதான வரி
11. மூன்று பட்டியல்களிலும் குறிப்பிடப்படாத வேறு எந்த வரிகளும்.

***இரண்டாம் பட்டியல்:***
***மாநில சட்டசபைகள் மட்டுமே இயற்றக்கூடிய சட்டங்கள்***

1. நில வரி
2. விவசாய வரி
3. விவசாய வருமானம் தொடர்பான வரிகள்
4. விவசாயம் தொடர்பான எக்ஸ்சைஸ் வரிகள்
5. இடம் மற்றும் கட்டடங்களின் மீதான வரிகள்
6. சுரங்கங்கள் உரிமை மீதான வரிகள்
7. மனிதர்களுக்கான மதுபானங்கள், ஓப்பியம் மற்றும் பிற போதைப் பொருள்கள் ஆகியவற்றின் உற்பத்தி மீதான கலால் வரி
8. உள்ளூர் நுழைவு மற்றும் விற்பனை வரி
9. மின்சார வரி
10. செய்தித்தாள்கள் தவிர, மீதப் பொருள்கள் மீதான விற்பனை வரி
11. வானொலி, தொலைக்காட்சி, செய்தித்தாள்கள் தவிர பிறவற்றில் வருகிற விளம்பரங்களின் மீதான வரி 12. சாலைகள் மற்றும் நீர்வழி போக்குவரத்தின் (மனிதர்கள் மற்றும் பொருள்கள்) மீதான வரி,
13. சாலைகளில் பயன்படுத்தக்கூடிய வாகனங்கள் மீதான வரி
14. விலங்குகள் மற்றும் படகுகள் மீதான வரி
15. டோல்ஸ்
16. வர்த்தகம்(டிரேட்), வேலைகள் (எம்ப்ளாய்மெண்ட்) மற்றும் தொழில்முறை வேலைகள் (புரபஷனல்ஸ்) மீதான வரி
17. கேப்பிடேஷன் வரி
18. பொழுதுபோக்குகள், சூதாட்டங்கள், பந்தயங்கள் உட்பட அனைத்து லக்சுரிகளின் மீதான வரி
19. ஸ்டாம்ப் டூட்டி சொத்துகள் மீதான வரி, ஆக்ட்ராய்/நுழைவு வரி, குடிநீர் மற்றும் கழிவுநீர் அகற்றலுக்கான வரி ஆகியவற்றை மாநகராட்சி ஊராட்சி/ பஞ்சாயத்துகள் விதிக்கலாம்.

## ஜி.எஸ்.டி அறிமுகத்தால் வந்த மாறுதல்கள்

நாட்டில் தொழிலும் வியாபாரமும் பெருகவேண்டும். அப்போது தான் மக்களுக்கு வேலையும் அதன் மூலம் வருமானமும் கிடைக்கும். தொழிலும் வியாபாரமும் பெருக, ஏதுவான சூழ்நிலை நாட்டில் நிலவ வேண்டும்.

நாடு விடுதலை ஆன பின்பு, நாட்டின் அரசியலமைப்புச் சட்டப்படி மத்திய அரசும் மாநில அரசுகளும் அவ்வப்போது சட்டங்கள் கொண்டு வந்தும், இருக்கும் சட்டங்களில் மாறுதல்கள் செய்துகொண்டும் வந்தன. இப்படியாக, காலப்போக்கில் பல்வேறு சட்டங்கள் வந்துவிட்டன. அதிலும் குறிப்பாக மாநிலங்களே சட்டம் போடுவதால், வெவ்வேறு மாநிலங்களில் வெவ்வேறுவிதமான சட்டங்கள், வெவ்வேறு விகிதங்களில் வரிகள் வந்துவிட்டன. நாடெங்கிலும் அல்லது நாட்டின் பல மாநிலங்களில் வியாபாரம் செய்யும் நிறுவனங்களுக்கு இதனால் சிரமம் ஏற்பட்டது.

வரி விதிப்பதும் வசூல் செய்வதும் அரசுகளுக்குப் பிரச்னையாக இருந்தன. வரி கட்டுவதும் கணக்குக் காட்டுவதும் வியாபாரம், தொழில் செய்பவர்களுக்குப் பிரச்னையாக இருந்தன. அதன் காரணமாக 2000வது ஆண்டிலேயே, மற்ற பல உலக நாடுகளில் இருப்பது போன்று நாடு மொத்தத்துக்குமான ஒருங்கிணைந்த ஜி.எஸ்.டி வரி கொண்டுவந்துவிட்டால், நடைமுறையில் இருக்கும் பல்வேறு வரிகளைத் தவிர்த்துவிடலாம் என்று யோசித்தார்கள். அரசியலமைப்புச் சட்டத்தை இதற்காகவே திருத்தினார்கள். ஆர்டிக்கிள் 112ன் மூலம் கீழ்க்கண்ட மாறுதல்கள் செய்தார்கள்.

### மைய அரசு 2017 ஜூன் 30 வரை விதித்து, வசூல் செய்துகொண்டிருந்த, ஜூலை 1க்குப் பின் விலக்கிக்கொள்ளப்பட்ட வரிகள்

1. மத்திய கலால் வரி - Central Excise duty
2. கலால் வரிகள் - Duties of Excise (Medicinal and Toilet Preparations மருத்துவம், கழிப்பறைப் பொருள்கள்)
3. கூடுதல் கலால் வரி - Additional Duties of Excise (Goods of Special Importance விசேஷப் பொருள்கள்)
4. கூடுதல் கலால் வரி - Additional Duties of Excise (Textiles and Textile Products துணி மற்றும் அது சார்ந்த பொருள்கள்)

5. கூடுதல் சுங்க வரி - Additional Duties of Customs (commonly known as CVD)
6. சிறப்பு கூடுதல் சுங்க வரி - Special Additional Duty of Customs (SAD)
7. சேவை வரி - Service Tax
8. மத்திய செஸ் மற்றும் கூடுதல் கட்டணம் - Central Surcharges and Cesses - as they relate to supply of goods.

**மாநில அரசுகள் பலவும் 2017 ஜூன் 30 வரை விதித்து, வசூல் செய்துகொண்டிருந்த, ஜூலை 1க்குப் பின் விலக்கிக் கொள்ளப்பட்ட வரிகள்**

1. மாநில வாட் - State VAT
2. மத்திய விற்பனை வரி - Central Sales Tax
3. ஆடம்பரப் பொருள்களுக்கான வரி - Luxury Tax
4. நுழைவு வரி - Entry Tax (all forms)
5. பொழுதுபோக்கு மற்றும் கேளிக்கை வரி - Entertainment and Amusement Tax (except when levied by the local bodies)
6. விளம்பரங்களுக்கான வரி - Taxes on advertisements
7. கொள் முதல் வரி - Purchase Tax
8. லாட்டரி, சூதாட்டம், பந்தம் கட்டுதல் மீதான வரி - Taxes on lotteries, betting and gambling
9. மாநில கூடுதல் கட்டணம் மற்றும் செஸ் - State Surcharges and Cesses so far as they relate to supply of goods and services Contents

ஆக மொத்தம் 17 வரிகள் இல்லாமல் போய் அவை அனைத்துக்கும் பதிலாக நாடெங்கும் அதாவது எல்லா மாநிலங்களுக்கும் பொருந்தும் ஒரே வரியாக வந்தது ஜி.எஸ்.டி.

***ஜி.எஸ்.டி வந்த பின்பும், மத்திய மாநில அரசுகள் தொடர்ந்து வசூலிக்கும் மறைமுக வரிகள் எவை?***

1. சுங்க வரி - Custom Duty - மத்திய அரசு
2. பத்திரப் பதிவு - வரி Stamp Duty - மாநில அரசு
3. வாகன வரி - Vehicle Tax - மாநில அரசு
4. மது பான கலால் வரி - Excise on Liquor - மாநில அரசு

5. மின்சார விற்பனை மற்றும் பயன்பாட்டு வரி - Tax on Sale and Consumption of Electricity - மாநில அரசு
6. நுழைவு வரி, சுங்க சாவடி வரி - Entry Taxes and Toll - மாநில அரசு
7. கேளிக்கை வரி - Entertainment Tax (Levied by Local Bodies)
8. சாலை வரி - Road Tax - மாநில அரசு

## ஜி.எஸ்.டி கவுன்சில்

மத்திய அரசுகள் கையாண்ட வெவ்வறு 17 வரிகளுக்கு பதிலாக ஒரே ஜி.எஸ்.டி வரி அறிமுகப்படுத்தியது சரி. அதை எந்த அரசு கையாள்கிறது. முடிவு செய்வது, விதிப்பது யார்? வசூலித்து எடுத்துக்கொள்வது எந்த அரசாங்கம் என்று கேள்வி வரலாம்.

இரண்டு அரசுகளும் கையாண்டு வந்தவை என்றதால் அவற்றுக்கு பதிலாக வந்த ஜி.எஸ்.டி வரியை மைய அரசும், அனைத்து மாநில அரசாங்கங்களும் சேர்ந்து கையாள்கின்றன, இதற்காகவே ஜி.எஸ்.டி சட்டம் 2017 நாடாளுமன்றத்தில் இயற்றப்பட்டது. அதன்படி மைய அரசு மற்றும் மாநில அரசாங்கங்களின் பிரதிநிதிகள் அடங்கிய ஜி.எஸ்.டி கவுன்சில் ஒன்று அமைக்கப் பட்டது. அந்த கவுன்சிலின் தலைவராக மத்திய நிதி அமைச்சர் இருப்பார். உடன் யூனியன் மினிஸ்டர் ஆப் ஸ்டேட் - ரெவின்யு பைனான்ஸ் உறுப்பினராக இருப்பார். ஒவ்வொரு மாநிலத்தில் இருந்தும் அதன் நிதி அமைச்சர் அல்லது வேறு அமைச்சர் ஜி.எஸ்.டி கவுன்சிலின் அங்கத்தினராக இருப்பார்.

இந்த கவுன்சில் ஜி.எஸ்.டி வரி தொடர்பான அனைத்து முடிவுகளையும் எடுக்கும். குறைந்த பட்சம் 50% அங்கத்தினர்கள் இருந்து ஓட்டளித்து, விழும் ஓட்டுகளில் 75% ஓட்டுகள் சரி என்றால்தான், முடிவு ஒப்புதல் பெற்றதாகி நடைமுறைக்கு வரும். மொத்தம் உள்ள ஓட்டு உரிமையில் 1/3 வலிமை மைய அரசுக்கும், மீதமுள்ள 2/3 ஓட்டு வலிமை அனைத்து மாநில மற்றும் யூனியன் பிரதேசங்களுக்குமாக சேர்த்து வழங்கப் பட்டிருக்கிறது.

ஆக, ஜி.எஸ்.டி. வரி வருமானம் அந்தந்த மாநில அரசுகளுக்கும் மத்திய அரசுக்கும் சரிபாதியாகக் கிடைக்கிறது. எந்த பொருள் அல்ல சேவைக்கு எவ்வளவு வரி விகிதம் என்கிற முடிவுகளை மத்திய மாநில அரசுகளின் GST council சேர்ந்தே எடுக்கின்றன.

வரிகள் பற்றி விரிவாகவே பார்த்தாயிற்று. GST குறித்த மேல் விவரங்கள் பின் இணைப்பில் கொடுக்கப்பட்டுள்ளன. அடுத்து வரிகள் மாற்றம் காணும் பட்ஜெட் யாரால் எப்படிப் போடப் படுகிறது? அதை மாற்ற முடியுமா? ஆளும் கட்சி நினைத்ததுதான் நடக்குமா? பட்ஜெட்டின் அடிப்படைகள் அதன் தாக்கங்கள் என்ன? பட்ஜெட் பற்றாக்குறை, அதை சமாளிக்க அரசுகள் வாங்கும் கடன்கள், அதற்கு ஆகும் வட்டி, பட்ஜெட்டில் அரசுகள் செய்யும் அறிவிப்புகள் ஆகியவை எல்லாம் சுவாரஸ்யமானவை அல்லவா? வரியாக வசூலிக்கிற பணம் எப்படி செலவு செய்யப் படுகிறது? எதற்கு எவ்வளவு போகிறது? இவையெல்லாம் எப்படி முடிவு செய்யப்படுகின்றன போன்றவை சுவாரஸ்ய மானவை மட்டுமல்ல முக்கியமானவையும் ஆயிற்றே, இவை வரிகட்டுகிற ஒவ்வொருவரும் தெரிந்துகொள்ள வேண்டியவை அல்லவா?

அடுத்த அத்தியாயம் அதைப்பற்றியதுதான்.

# 3

## இப்படித்தான் போடுகிறார்களா பட்ஜெட்!

'எங்களோடு வயலுக்கு வந்தாயா? ஏற்றம் இறைத்தாயா? அல்லது எங்கள் வீட்டுக் குலப் பெண்களுக்கு மஞ்சள் அரைத்துக் கொடுத்தாயா? எதற்குக் கேட்கிறாய் கிஸ்தி, ஏன் கேட்கிறாய் வரி? மாமனா... மச்சானா?'

தமிழ்நாட்டில், ஒருகாலத்தில் திருக்குறளை விடவும் அதிகம்பேருக்குத் தெரிந்த வசனங்கள் இவை.

கேள்வி இதுதான். நான் ஏன் உனக்கு வரி கட்ட வேண்டும்? வெளிநாட்டில் இருந்து வந்து இறங்கிய நீ, உள்ளூர் அரசனான என்னை வரிகட்டச் சொல்லிக் கேட்பது என்ன விதத்தில் நியாயம்?

எங்கிருந்தோ வந்த வெள்ளையர்கள் உள்ளூர் அரசனை வரி கேட்டது தவறுதான். அதை எதிர்த்து வீரபாண்டிய கட்டபொம்மன் வைத்த கேள்விகள் சரிதான். அந்த வசனங்களை எழுதிய டி.கே.கிருஷ்ணசாமியை பாராட்டிவிட்டு அதை அதோடு விட்டுவிடலாம்.

இப்போதைய நிலை வேறு. வெள்ளையர்கள் போயாயிற்று. வரி கேட்பது இந்திய அரசாங்கம். மக்கள் கட்டித்தான் ஆக வேண்டும். காரணம், வெள்ளையர்களிடம் கேட்ட அதே கேள்விகளை நம் அரசிடம் நாம் கேட்கமுடியாது என்பது போக, அப்படியே அதே கேள்விகளைக் கேட்டாலும், அவற்றுக்கு அரசிடம் சரியான பதில்கள் உண்டு.

*அப்படி என்ன சரியான பதில்கள்?*

வயலில் வேலை செய்பவர்களுக்கு அரசாங்கம் உரத்தை மானிய விலையில் கொடுக்கிறது. குறைந்த வட்டிக்கு நபார்ட் (NABARD) மூலம் கடன் கொடுக்கிறது. மழை பெய்யத் தவறினால் வட்டியையும், சில நேரங்களில் அசலையுமே தள்ளுபடி செய்கிறது. ஏற்றம் இறைப்பதற்கு பதில், பாசன வசதிகளுக்காகப் பணம் செலவு செய்கிறது. அட வீட்டுப் பெண்களுக்கு மஞ்சள்கூட அரைத்துக்கொடுக்கிறார்கள் அய்யா! (இல்லையா பின்னே, முன்பு 'அம்மா' கொடுத்த இலவச மிக்ஸியை பின் எந்தக் கணக்கில் சேர்ப்பதாம்!)

இவையெல்லாம் தவிர, அரசு கல்வி நிறுவனங்கள், நாட்டின் பாதுகாப்பு, ஆரம்ப சுகாதாரம் சட்டம் ஒழுங்கு போன்ற மக்களுக்கான பல அத்தியாவசிய செலவுகளைச் செய்கிறது. ஆக, அரசு வரி கேட்கலாம். தப்பேயில்லை. கேட்கத்தான் வேண்டும். வரி கேட்காத அரசுகளே உலகில் இல்லை.

உலகில் மொத்தம் 254 நாடுகள் இருக்கின்றன. அதில் வரி போடாத நாடுகள் என்றால் அவை மூன்றே மூன்றுதான். அண்டோரா, மொனாக்கோ மற்றும் யு.ஏ.இ (United Arab Emirates). இந்தியா அந்தப் பட்டியலில் இல்லை (அடடா! என்கிறீர்களா). தவிர யு.ஏ.இ.யும் 2023 முதல் நிறுவனங்களின் லாபத்தின் மீது வரி விதிக்க இருக்கிறது. (போச்சா!)

அரசு என்றால் ஒரே ஒரு அரசு இல்லை. மத்தியில் ஒரு கட்சியோ, கூட்டணியோ ஆட்சி செய்யும். அது நடுவண் அரசு. அதன் வீச்சு, பரந்த பாரதத்துணைக் கண்டம் முழுதும் இருக்கிற 28 மாநிலங்கள் மற்றும் 8 யூனியன் பிரதேசங்கள் எங்கும் அதன் (வரி) அதிகாரம் செல்லும்.

அடுத்தது, மாநிலங்கள் மற்றும் (பாண்டிச்சேரி போன்ற) யூனியன் பிரதேசங்களை ஆள்பவர்கள்.இவர்கள் தங்கள் எல்லைக்கு உட்பட்டவர்கள் மீது வரி போடலாம். அதற்குள்ளும் மேலும்

பிரிவுகள் உண்டு. இவற்றுக்கு ‘லோக்கல் கவர்ன்மெண்ட்’ என்று பெயர். (லோக்கல் என்றால் உள்ளூர் என்று மட்டுமே பொருள் கொள்க!) மாநகராட்சிகள், பேரூராட்சிகள், ஊராட்சிகள். அதற்கும் அடுத்த பகுப்பு உண்டு. அது பஞ்சாயத்துகள்.

மேற்சொன்ன எல்லா அமைப்புகளுக்குமே ஆட்சிப் பொறுப்பு உண்டு. அவர்களுக்கான கடமைகளை அரசியலமைப்புச் சட்டமான ‘கான்ஸ்டிடியூஷன்’னில் குறிப்பிடப்பட்டுள்ளன. ஆமாம், எந்த அரசு என்ன வரிகள் விதிக்கலாம் என்று குறிப்பிட்டிருப்பதை முன்பு பார்த்தோமே அதே போலத்தான். நாட்டின் பாதுகாப்பா? அந்தப் பொறுப்பு நடுவண் அரசுக்குத்தான் என்பதுபோல. மத்திய அரசின் அதிகாரம் மற்றும் பொறுப்புகள் குறிப்பிடப்பட்டிருக்கும் பட்டியலை ‘யூனியன் லிஸ்ட்’ என்பார்கள்.

விமானப் போக்குவரத்து, விண்வெளி ஆராய்ச்சி, சுரங்க வேலைகள், ஏற்றுமதி இறக்குமதி, வெளிநாட்டு விவகாரங்கள், ஐக்கிய நாடுகள் சபை, CBI, வெளிநாடுகளுடன் ஒப்பந்தங்கள், போர், அமைதி, வெளிநாட்டுக் குடியுரிமை, வெளிநாட்டு புனித யாத்திரைகள், பாஸ்போர்ட், விசா, ரயில்வே, கடல் அல்லது ஆகாயத்தில் நடக்கும் குற்றங்கள், கடல் மற்றும் நீர்வழி போக்குவரத்துகள், கப்பல் போக்குவரத்து, கலங்கரை விளக்கங்கள், விமான தளங்கள், தபால்துறை, அந்நிய செலாவணி, ரிசர்வ் வங்கி, உள்நாட்டுப்பணம், வங்கிகள், காப்பீடு, பங்குச் சந்தை, பியூட்சர்ஸ் மார்க்கெட் இப்படியாக 97 விவகாரங்கள்/பொறுப்புகள் மத்திய அரசு வசம். (போதுமா?)

மாநில அரசுகளுக்கென வரையறுக்கப்பட்ட அதிகாரம் மற்றும் பொறுப்புகள் ‘ஸ்டேட் லிஸ்ட்’டில் குறிப்பிடப்பட்டிருக்கும். உள்நாட்டு சட்டம் ஒழுங்கு (போலீஸ்), சிறைச்சாலைகள், உயர் நீதிமன்றம், பொதுமருத்துவம், மருத்துவமனைகள், பொது சுகாதாரம், இடு/ சுடுகாடுகள், மாநிலங்களின் நூலகம், அருங்காட்சியகங்கள், விவசாயம், கால்நடைகள், நீர்ப்பாசனம், நிலம், மீன்வளம், சந்தைகள், பணம் கொடுத்து வாங்கல், கடன் நிவாரணம், சூதாட்டங்கள் (இது வேறயா?) போன்ற 66 விவகாரங்கள் மாநில அரசுகளின் பொறுப்பு.

இந்த இரண்டும் போக, மூன்றாவது பெரிய பட்டியலும் உண்டு. அது ‘கன்கரண்ட் லிஸ்ட்’ நடுவண் மற்றும் மாநில அரசுகள் ஆகிய இரண்டிற்கும் பொதுவான, இருவரும் செய்யத்தக்க

பொறுப்புகள். அதில் வருபவை, கிரிமினல் சட்டம் தொடர்பானவை, மாநிலங்களுக்கு இடையில் கைதிகள் மாற்றம், திருமணம், விவாகரத்து, தத்து எடுத்தல், உயில், பாகப்பிரிவினை, உயிர்வதை தடுப்பு, நீதிமன்ற அவமதிப்பு, தொழிற்சங்கங்கள் போன்ற 47 விவகாரங்கள். இரண்டு அரசாங்கங்களுமே இவற்றில் தலையிடலாம். சட்டங்கள் இயற்றலாம்.

மாநகராட்சி, பேரூராட்சி போன்றவைகளுக்கும் பொறுப்புகள் உண்டு. குடிநீர் வழங்கல், கழிவு நீர் அகற்றல், சாலைகள் (தேசிய/மாநில நெடுஞ்சாலைகள் மற்றும் பிற சாலைகள்) என்பதுபோல எல்லா அரசுகளுக்கும் குறிப்பிட்ட பொறுப்புகள் இருக்கின்றன. இந்த வேலைகளைச் செய்ய அரசுகளுக்குப் பணம் வேண்டும். அதற்காக, இந்த அரசுகள் என்ன என்ன வரிகள் விதித்து (எவ்வளவு என்றல்ல) பணம் திரட்டிக் கொள்ளலாம் என்றும் அரசியல் அமைப்புச் சட்டத்தில் தெளிவாகக் குறிப்பிடப்பட்டுள்ளது என்பதை முன்பே பார்த்துவிட்டோம்.

மற்ற பல நாடுகளைப் போல் இல்லாமல், நம் நாட்டில் பெரும்பாலான பொருளாதாரம் தொடர்பான முடிவுகள் பட்ஜெட் நேரத்தில் பட்ஜெட் மூலமாகவே எடுக்கப்படுகின்றன. மத்திய அரசு பட்ஜெட் போடுவதைப் போலவே, மாநில அரசுகள் மற்றும் யூனியன் பிரதேசங்களும் தனித்தனியாக பட்ஜெட் போடுகின்றன.

தங்களுக்கு இருக்கும் பொறுப்புகளை நிறைவேற்ற என்ன புதிய திட்டங்கள் கொண்டுவருகிறோம், நடைமுறையில் இருக்கும் திட்டங்களில் என்ன மாறுதல் செய்யவிருக்கிறோம் போன்றவற்றை அறிவிப்பதுடன், அதற்கு என்ன செலவாகும் என்றும், மொத்த செலவுக்கும் எப்படி வருமானம் ஈட்டப்போகிறார்கள் (வரிகள் மற்றும் பிற வழிகளாக) என்றும் அறிவிப்பார்கள். ஆக, பட்ஜெட் என்பது மத்திய மாநில அரசுகளின் ஓர் ஆண்டு வரவு செலவுத்திட்டம்.

## இரண்டே முக்கால் டிரில்லியன் டாலர் எக்கானமி

மாநில அரசுகளைவிட் பட்ஜெட்டைவிட மத்திய அரசின் பட்ஜெட்டுக்குப் பலரும் அதிக முக்கியத்துவம் கொடுக்கிறார்கள். அதன் காரணம் என்ன?

அதன் அளவு, வீச்சு மற்றும் அதனால் ஏற்படும் தாக்கங்களே அதற்கான காரணங்கள். மத்திய பட்ஜெட் இந்தியா முழுமைக்குமானது. 139 கோடி மக்களைத் தொடுகிற வரவு செலவு. நம்

தேசத்தின் *139* கோடி மக்களில் பெரும்பாலானவர்கள் *30* வயதுக்கும் குறைவானவர்கள். கல்வி கற்கிற மக்கள் எண்ணிக்கை தொடர்ந்து அதிகரித்து வருகிறது. வேலைக்குப் போகிறவர்கள், சம்பாதிக்கிறவர்கள் எண்ணிக்கை மிக வேகமாகக் கூடுகிறது. மொத்தத்தில் உலகின் இரண்டாவது அதிக எண்ணிக்கையிலான மக்கள் வாழ்கிற ஒரு தேசத்தின் பொருளாதாரம்.

இந்தியா ஓர் 'டிரில்லியன் டாலர் எக்கானமி' ஆகி பத்தாண்டுகளுக்கும் மேலாகிறது. டிரில்லியன் என்றால் லட்சம் கோடிகள். இந்தியாவின் ஓர் ஆண்டின் ஜி.டி.பி மதிப்பு லட்சம் கோடி டாலர்களை 2007ம் ஆண்டே தாண்டிவிட்டது. ஜி.டி.பி மதிப்பு என்றால் மொத்த மக்களின் செயல்பாடுகளின் விளைவாக ஏற்படும் பொருள் மற்றும் சேவைகளின் பண மதிப்பு.

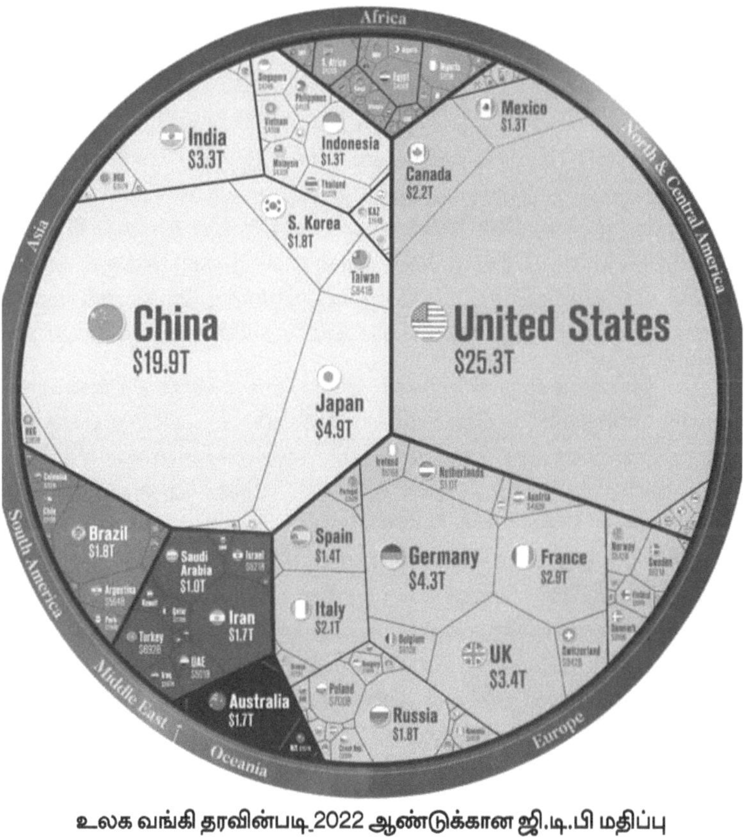


**உலக வங்கி தரவின்படி 2022 ஆண்டுக்கான ஜி.டி.பி மதிப்பு**

Source: www.visualcapitalist.com

உலகில் மிகச் சில நாடுகளே டிரில்லியன் டாலர் ஜி.டி.பி நிலையை அடைந்திருக்கின்றன. இதை உள்நாட்டு உற்பத்தி மதிப்பு என்றும் சொல்வார்கள். அமெரிக்கா 1970லும், சீனா 1998லும் இந்தநிலையை அடைந்திருக்கின்றன. இந்தியா அந்த உயரத்தை அடைந்த அதே 2007ம் ஆண்டுதான் ரஷ்யாவும் டிரில்லியன் டாலர் எக்கானமி ஆனது. 2022ல் உலகில் இருக்கும் 254 நாடுகளில் 19 நாடுகள் மட்டுமே இந்த டிரில்லியன் டாலர் குழுவின் அங்கத்தினர்கள்.

உலக வங்கி தரவின்படி 2021ம் ஆண்டு அமெரிக்காவின் பொருளாதாரம் 25 டிரில்லியன் டாலர். அடுத்த இடத்தில் சீனா 19.91 டிரில்லியன் டாலர். மூன்றாவது ஜப்பான் – 4.91 டிரில்லியன் டாலர், நான்காவது ஜெர்மனி – 4.26 டிரில்லியன் டாலர். ஐந்தாவது இடத்தில் யுனைடெட்கிங்டம் – 3.38 டிரில்லியன் டாலர். ஆறாவது இடத்தில் இந்தியா – 3.29 டிரில்லியன் டாலர். (வந்துட்டம்ல...)

## இந்திய மத்திய அரசின் பட்ஜெட்

சில டிரில்லியன் டாலர் எக்கானமியான இந்திய மத்திய அரசின் பட்ஜெட்டை இனி சற்று விவரமாகவே பார்ப்போம். உதாரணத்துக்காக 2022-23க்கான பட்ஜெட்டைப் பார்த்தால் அதன் 'கனம்' தெரியும். திட்டமிட்ட அளவில் இருப்பதற்குப் பெயர் பட்ஜெட் எஸ்டிமேட். அதன்படி, மொத்த வருவாய் ரூ. 39 லட்சத்து 44 ஆயிரத்து 157 கோடி. மொத்த செலவும் அதே அளவு.

இது, இப்படி என்று தீர்மானம் செய்பவர் மத்திய நிதியமைச்சர். அவர், பிரதமர் மற்றும் சில குறிப்பிட்ட பொறுப்புகளில் இருப்பவர்களுடன் கலந்து பேசி, ஆலோசனைகள் கேட்டுக் கொண்டு, பட்ஜெட் தயாரிப்பார். பின்பு அதை நாடாளு மன்றத்தில், மக்களால் தேர்ந்தெடுக்கப்பட்ட பிரதிநிதிகளான எம்.பிக்கள் மத்தியில் வெளியிட்டுப் பேச வேண்டும். பட்ஜெட் பற்றி நாடாளுமன்றத்தில் எம்.பி.க்கள் சில நாட்கள் விவாதிப்பார்கள். தேவைப்பட்டால், மாற்றங்கள் செய்யப்படும். அதன்பின் பட்ஜெட்டுக்கு நாடாளுமன்றம் ஒப்புதல் அளிக்க வேண்டும். அதன் பின்னர் அந்த ஆண்டு முழுமைக்கும் அரசின் வரவு செலவு அதன்படிதான் நடக்கும்.

முன்பெல்லாம் அதாவது 2016-17வரை, மத்திய அரசின் பொது பட்ஜெட், ஆண்டுதோறும் பிப்ரவரி மாதம் கடைசிநாள் அதாவது 28 அல்லது லீப் ஆண்டாக இருந்தால் 29ம் தேதி அன்று

நாடாளுமன்றத்தில் தாக்கல் செய்யப்படும். விவாதங்கள், ஒப்புதல்களுக்குப் பின் ஏப்ரல் 1ம் தேதி முதல் நடைமுறைக்கு வரும். 2014ம் ஆண்டு பாரதிய ஜனதா கட்சி ஆட்சிக்கு வந்தபின் பட்ஜெட் தொடர்பாக சில பெரிய மாறுதல்கள் செய்திருக்கிறார்கள்.

**பிப்ரவரி கடைசியில் இருந்து முதல் தேதிக்கு**

முதலாவது பட்ஜெட் தாக்கல் செய்யப்படும் தேதியில் மாற்றம். பிப்ரவரி கடைசியில் இருந்து பிப்ரவரி 1ம் தேதிக்கு மாற்றிவிட்டார்கள். முதன்முறையாக 2017-18ம் ஆண்டுக்கான பட்ஜெட், பிப்ரவரி 1ம் தேதி தாக்கல் செய்யப்பட்டது. செய்தவர் நிதியமைச்சர் அருண்ஜெயிட்லி.

இப்படிச் செய்வதன் நோக்கம், அரசு திட்டங்களை ஏப்ரல் 1ல் செயல்படுத்தத் தேவையான நிதி ஒதுக்கல்கள் பல்வேறு அரசுத் துறைகளுக்கும் நேரத்தே கிடைக்கவேண்டும் என்பதுதான். அரசு அதன் திட்டங்களை நடைமுறைப்படுத்த, அதன் அதிகார அடுக்குகள் வழியே கோப்புகளில் ஒப்புதல்களாக இறங்கி வரவேண்டும். பிப்ரவரி 1ம் தேதியே ஆரம்பித்தாலாவது எல்லாம் மார்ச் 31க்குள் முடியும் என்ற நம்பிக்கை. ஏப்ரல் 1 முதல் நடைமுறைப்படுத்த முடியும்.

**தனி ரயில்வே பட்ஜெட் கிடையாது**

இரண்டாவது பெரிய மாறுதல், 1924ம் ஆண்டு முதல், 92 ஆண்டுகளாக, தனியே ஆயத்தம் செய்யப்பட்டு, மத்திய ரயில்வே அமைச்சரால் பொது பட்ஜெட்டுக்கு முந்தைய நாள் தாக்கல் செய்யப்பட்டு, ஓரளவு விவாதிக்கப்பட்டு, நடைமுறைக்கு வந்துகொண்டிருந்த ரயில்வே பட்ஜெட் மத்திய பொது பட்ஜெட்டுடன் இணைக்கப்பட்டது.

ஏனைய துறைகளைப் போல, ரயில்வேயும், மத்திய அரசின் ஒரு அங்கம் மற்றும் துறைதானே. இதற்கு ஏன் தனி பட்ஜெட் தனி நாள் எல்லாம் என்று கேள்வி எழுப்பி, விவாதங்களுக்கு பதில் சொல்லி, 2017-18ம் ஆண்டு முதல் மத்திய அரசின் பொது பட்ஜெட்டோடு இணைக்கப்பட்டாகிவிட்டது.

**பொருள்கள் விலை மாற்றம் மத்திய பட்ஜெட்டால் இல்லை**

மூன்றாவது மாறுதல், மிக மிகப் பெரிய மாறுதல். சரக்கு மற்றும் சேவை வரியான ஜி.எஸ்.டி தொடர்பானது.

மத்திய பொது பட்ஜெட்டில் அறிவிக்கப்பட்டு, அதுவரை நடைமுறைக்கு வந்துகொண்டிருந்த,

> சென்ட்ரல் எக்சைஸ் டூட்டி, டூட்டீஸ் ஆப் எக்சைஸ், அடிஷனல் டூட்டீஸ் ஆப் எக்சைஸ் (Goods of Special Importance), அடிஷனல் டூட்டீ ஸ் ஆப் எக்சைஸ் (Goods of Special Importance), அடிஷனல் டூட்டீ ஸ் ஆப் கஸ்டம்ஸ், ஸ்பெஷல் அடிஷனல் டூட்டீஸ் ஆப் கஸ்டம்ஸ் (CVD), ஸ்பெஷல் அடிஷனல் டூட்டீஸ் ஆப் கஸ்டம்ஸ் (SAD), சர்விஸ் டேக்ஸ் மற்றும் சென்ட்ரல் சர்சார்ஜெஸ்சஸ் - செஸ்சஸ்

ஆகியவற்றில் மாறுதல் செய்யும் அதிகாரம் மைய அரசிடம் இருந்து ஜி.எஸ்.டி கவுன்சிலுக்கு மாற்றப்பட்டுவிட்டதால், பொருள்களின் விலைகள் மத்திய பட்ஜெட்டால் விலை மாற்றம் காணாது. ஆனால், அவற்றால் கிடைக்கும் வருமானம் இதில் கணக்கில் எடுத்துக் கொள்ளப்படும்.

•

2018-19ம் ஆண்டு பொது பட்ஜெட்டில் உற்பத்தி வரி ஏதும் மாற்றம் செய்யப்படவில்லை. காரணம், அவையெல்லாம் ஜிஎஸ்.டி வரிக்குள் சேர்த்துக்கொள்ளப்பட்டன. அந்த வரி விதிப்பு அதிகாரம் மத்திய அரசு, நிதி அமைச்சகம், நிதி அமைச்சர் இடம் இல்லை. மத்திய அரசும் மாநில அரசுகளும் இணைந்து செயல்படும் ஜி.எஸ்.டி கவுன்சில்தான் அந்த வரிகளுக்குப் பதிலான ஜி.எஸ்.டி வரியை விதிக்கமுடியும் என்ற மாறுதல்.

ஜி.எஸ்.டி வரி அறிமுகத்துக்கு முன்பு பார்த்த உற்பத்தி வரியான கலால் வரி உயர்வு போன்ற காரணங்களால் (கார் போன்றவற்றின்) விலைகள் ஏப்ரல் மாதம் முதல் அதிகரிக்கப் போகிறது என்று தெரிய வந்துவிட, அதற்கு முன்னர் (மார்ச் மாதம் நடக்கும் விற்பனை அமோகமாக இருக்கும். வரிக் குறைப்பின் காரணமாக சிலவற்றின் விலைகள் குறையவும் செய்யலாம். அப்படிப்பட்ட வற்றின் மார்ச் விற்பனை டல்லடிக்கும். (குறிப்பிட்ட நாட்களுக்கு ஒருமுறை பெட்ரோல் விலைகள் மாற்றப்பட்டுக்கொண்டிருந்த போது, விலை உயர்வுக்கு முன்தினம் பெட்ரோல் ஸ்டாக் பல இடங்களிலும் ஒரே போலத் தீர்ந்துவிடும் போல அதிசயம்!)

கார் ஒன்றுக்கான கலால் வரி 60 ஆயிரம் கூடுகிறது என்றால், பட்ஜெட்டுக்கு முன் வாங்குவதற்கும் பின் வாங்குவதற்கும் இடையே, ஒரு கார் வாங்குகிறவருக்கே 60 ஆயிரம் ரூபாய் வரை

வித்தியாசம் ஏற்பட்டால் அது பெரிய அளவு பணம்தானே! உதாரணத்துக்கு, குறிப்பிட்டவகை ஸ்டீல் தகடுக்கு கலால் வரி குறையப்போகிறது என்றால், அதைப் பெருமளவில் வாங்கி, அந்த ஸ்டீலை வைத்து காரின் பேனலோ அல்லது குளிர்சாதனப் பெட்டியின் பேனலோ தயாரிப்பவர், அவரது மார்ச் மாதத்து ஆர்டரை சற்றுத் தள்ளி, ஏப்ரல் மாதம் போட்டால், குறைந்த விலையில் அந்தப் பொருளை வாங்கி, அந்த மாதம் சில ஆயிரங்களாவது லாபம் பார்த்துவிடமுடியுமே!

சாதாரண மக்களுக்கே, இந்த வரி வித்தியாசங்களால் இப்படி சில ஆயிரம் ரூபாய் வரை விலை கூடுதலோ குறைவோ கிடைக்கிறது என்றால், அப்படி வரி மாற்றங்களினால் விலை மாற்றம் அடையும் பொருள்களைத் தயாரிக்கும், தயாரித்து, கிடங்குகளில் டன் கணக்கில் ஸ்டாக் வைத்திருக்கும் நிறுவனங்களுக்கும் விநியோகஸ்தர்களுக்கும் எவ்வளவு பணம் கூடும் அல்லது குறையும்.

சில பொருள்களின் மாதவிற்பனை எண்ணிக்கையே சில லட்சங்கள் ஆயிற்றே. ஆக, பட்ஜெட் வரி மாற்றத்தால் எவற்றின் விலை உயரும், எவற்றின் விலை குறையும் என்கிற தகவல் மிகப்பெரும் மதிப்புடையது. பட்ஜெட்டில் செய்யப்படவிருக்கும் மாற்றங்களை முன் கூட்டியே தெரிந்துகொள்பவர், விலை உயர்வதற்கு முன் வாங்கி, சில நாட்களில் விலை உயர்வு அறிவிப்பு வந்த பிறகு, விற்று பெருத்த லாபம் பார்க்கமுடியும்.

இப்படி ஒருவாய்ப்பு இருந்த காரணத்தால், பட்ஜெட் அறிவிப்புகளால் எவற்றின் விலை உயரும், எவற்றின் விலை குறையும் என்று முன்கூட்டி கண்டிப்பாக எவருக்கும் தெரியக்கூடாது. இதன் காரணமாக, பட்ஜெட் அதிலும் குறிப்பாக, கலால் வரி, கஸ்டம்ஸ் வரி போன்றவற்றைப் போடுகிற மத்திய அரசின் பட்ஜெட் படு ரகசியமாகத் தயாரிக்கப்பட வேண்டிய ஒரு ஆவணமாக இருந்தது. ஆமாம், பட்ஜெட்டின் தகவல்கள் எல்லாம் ஜி.எஸ்.டி அறிமுகத்துக்கு முன்பு பெரும் பணம் செய்கிற வாய்ப்புகளாக இருந்தன.

ஜி.எஸ்.டி அறிமுகம் ஆனபின், ஜி.எஸ்.டி கவுன்சில் கூடி வரி மாற்றங்கள் ஏதும் தேவையா என ஆலோசனை செய்கிறது. ஏதும் மாற்றங்கள் இருந்தால் அவற்றைக் கூட்டத்தின் முடிவில் தலைவர் அறிவிக்கிறார். அடுத்த நாளே வரிமாற்றம் நடைமுறைக்கு வருகிறது. முன்போல ஓரிரு மாத இடைவெளி

இல்லை. அதனால் ஏமாற்று, லாபம் போன்றவை இல்லாமல் போய்விட்டன. (அடடா...! என்கிறீர்களா? ஆஹா...! என்கிறீர்களா?)

•

ரகசியமாகத் தயாரிக்கப்பட்ட பட்ஜெட் வழக்கமாக பிப்ரவரி 28 அன்று நாடாளுமன்றத்தில், நிதி அமைச்சரால் வாசிக்கப்படும். அப்படி அவர் வாசிக்கும் நேரம் பங்குச் சந்தையிலும் வர்த்தகநேரமாக இருக்கும். பங்குச் சந்தையில் பல்வேறு நிறுவனங்களின் பங்குகள் பட்டியல் இடப்பட்டு, பலரும் பங்குகளை வாங்குவார்கள் விற்பார்கள். குறிப்பிட்ட பட்ஜெட் அறிவிப்புகளால் லாபம் அடையக்கூடிய நிறுவனங்களின் பங்குகளின் விலைகள் சாதகமான பட்ஜெட் அறிவிப்புகளால் சடசடவென உயரும். வேறு சில அறிவிப்புகளால் லாபத்தின் அளவு குறையக்கூடிய நிறுவனப் பங்குகளின் விலைகள் சரியும்.

பட்ஜெட் விவரம் தெரியவந்த அடுத்த வினாடியே, பலரும் இந்த பங்குகள் வாங்குதல் விற்றலில் பெரிய அளவில் ஈடுபடுவார்கள். இதனால், பட்ஜெட் அறிவிப்புகள் வரவர, பங்குச் சந்தை குறியீட்டு எண் பொம்மலாட்டம் ஆட ஆரம்பிக்கும்.

உதாரணத்துக்கு 2012 மார்ச் மாதம் 16ம் தேதி பட்ஜெட் தாக்கல் அன்று காலை சென்செக்ஸ் (மும்பை பங்குச் சந்தை குறியீட்டு எண்) தொடங்கியபோது 17,656 புள்ளிகளில் இருந்தது. பட்ஜெட் அறிவிப்புகள் வருவதற்கு முன்பாகவே, பகல் 11 மணிக்கு பட்ஜெட் பொதுவாக நன்றாகவே இருக்கும் என்ற எதிர்பார்ப்பில் சென்செக்ஸ் 215 புள்ளிகள் வரை உயர்ந்து, 17,871 என்கிற அளவைத் தொட்டது.

சேவை வரி உயர்வு போன்றவை அரசுக்கு வருமானம் கொடுக்கும் என்றாலும், அரசின் வரவுக்கும் செலவுக்குமான இடைவெளி (ஃபிஸ்கெல் டெஃபிசிட்) அதிகம் என்று தெரியவர, பங்கு விலைகள் குறைந்து, குறியீட்டு எண், உயர்ந்த 215 புள்ளிகளை இழந்தது மட்டுமில்லாமல், மேலும் 230 புள்ளிகளையும் இழந்து, 17,426 புள்ளிகள் என்கிற அளவுக்கு வந்துவிட்டது. பின்பு இறுதியாக சந்தையில் வர்த்தக நேரம் முடியும்போது 17,466 புள்ளிகள் இருந்தது. ஆக, மொத்தத்தில் பட்ஜெட்டுக்குப் பிறகு, 190 புள்ளிகள் இழப்புடன் முடிந்தது சென்செக்ஸ்.

•

ஆக, மத்திய அரசின் பட்ஜெட் அறிவிப்புகள் என்பன ஜி.எஸ்.டி அறிமுகத்துக்கு முன்பு, பலருக்கும் பெரிய அளவுகளில் பணம் பண்ணும் வாய்ப்பாக இருந்தது. பட்ஜெட்டில் வரப்போகும் வரி மாற்றங்கள் என்ன என்பவை, கிட்டத்தட்ட ஒரு பொதுத்தேர்வின் கேள்வித்தாள் போலவேதான். முன்கூட்டியே தெரியவந்தால் கொள்ளை லாபம் அடிக்கமுடியும். இப்போதும்கூட கார்ப்பரேட் வரிகள், துறைவாரி திட்ட அறிவிப்புகள், மத்திய அரசு வாங்கும் கடன் அளவு போன்ற பட்ஜெட் தகவல்களால் பங்கு விலைகள் பட்ஜெட் அறிவிப்பு வரவர மேலும் கீழும் போகின்றன. எனவே எப்படிப் பார்த்தாலும் மத்திய அரசின் பட்ஜெட் ஆவலுடன் (அச்சத்துடனும்) எதிர்பார்க்கப்படுகிறது.

கேள்வித்தாள் தயாரிப்பவர், அதைச் சரி பார்ப்பவர், அதற்கு ஒப்புதல் அளிப்பவர் மற்றும் கேள்வித்தாள் அச்சடிக்கிறவர் போன்றவர்களுக்குத் தெரியாமல் அந்த வேலையை செய்ய முடியாது என்பது போல, பட்ஜெட்டையும் எவருக்குமே தெரியாமல் தயாரித்துவிடமுடியாது. பார்க்கப்போனால், பல்வேறு துறைகளை உள்ளடக்கிய தேசத்தின் ஆண்டு வரவு செலவுத்திட்டம் என்பது, பொதுத்தேர்வு கேள்வித்தாள்களைவிட பல நூறுமடங்கு பெரியது மட்டுமல்ல, பலமடங்கு எண்ணிக்கையிலான நபர்களையும் கலந்து செய்ய வேண்டியது. அதனால் அதன் ரகசியம் காப்பது சிரமமானது.

## பட்ஜெட் தயாரிப்பது யார்?

எப்படி மத்திய அரசின் பட்ஜெட் தயாரிக்கப்பட வேண்டும் என்பதற்கு நம் நாட்டில் கடுமையான வழிமுறைகள் உண்டு. அவை இன்றளவும் விடாமல் பின்பற்றப்படுகின்றன.

எந்தத் துறையில் உள்ள நிறுவனங்கள் கூடுதல் வருமான வரிகட்ட வேண்டும், எந்தத் துறைகளில் உள்ள நிறுவனங்கள் குறைத்துக் கட்ட வேண்டும், எந்தத் துறை அல்லது எந்தப் பகுதி அல்லது எந்தப் பிரிவினருக்கு எவ்வளவு திட்டங்கள் சலுகைகள் என்றெல்லாம் பட்ஜெட்டில்தான் தீர்மானிக்கப்படுகிறது. அதைத் தயாரிப்பது மத்திய நிதியமைச்சர். அவர்தான் பட்ஜெட்டுக்குப் பொறுப்பு. ஆனால் அவர் மட்டுமே எல்லாவற்றையும் முடிவு செய்வதில்லை.

அது மத்திய அரசின் பட்ஜெட் என்றால், மத்திய அரசு மக்களால் தேர்ந்தெடுக்கப்பட்ட அரசு என்பதால், ஆளும்கட்சியும், அரசு

பொறுப்பில் உள்ள பிரதமர் மற்றும் ஏனைய முக்கிய அமைச்சர்களும் அவர்களது கருத்துகளை நிதியமைச்சருக்குத் தெரிவிப்பார்கள். பட்ஜெட் மூலமாக என்ன என்ன செய்ய வேண்டும் என்பதற்கான வழிகாட்டுதலைக் கொடுப்பவர்களில் முக்கியமானவர் நாட்டின் பிரதமர். உதாரணத்துக்கு, குறிப்பிட்ட ஆண்டின் பட்ஜெட் விவசாயத்துக்கு முன்னுரிமை கொடுப்ப தாகவோ அல்லது, கல்வி, வேலைவாய்ப்புகளுக்கு அதிக முக்கியத்துவம் கொடுப்பதாகவோ இருக்கவேண்டும் என்று அவர் தெரிவிக்கலாம். வரிகளை அதிகரிக்கவேண்டுமா, குறைக்க வேண்டுமா? மானியங்களில் என்ன செய்யவேண்டும், என்ன புதிய திட்டங்கள் கொண்டுவரவேண்டும் அவற்றுக்கு எவ்வளவு நிதி தேவைப்படும் போன்றவற்றைப் பற்றியும் பிரதமர் சொல்லலாம். ஆளுங்கட்சியின் கருத்துகளும் கட்சித் தலைமையின் கருத்துகளும் பிரதமர் வழியாக நிதி அமைச்சருக்கு வரும்.

**திட்டக்கமிஷன்**

2015க்கு முன்புவரை திட்டக் கமிஷன் என்று ஒரு அமைப்பு இருந்தது. 1950 ஆம் ஆண்டு மார்ச் 15ம் தேதி, திட்டக்கமிஷன் உருவாக்கப் பட்டது. அரசியல் அமைப்புச் சட்டத்திலோ அல்லது வேறு எந்தச் சட்டத்திலோ, திட்டக் கமிஷன் அமைக்கவேண்டும் என்று சொல்லப்படவில்லை. நடுவண் அரசின் பல்வேறு துறைகளைப்போன்ற ஒரு துறைதான் திட்டக் கமிஷன். இதன் முதல் தலைவர், அப்போது நாட்டின் பிரதமராக இருந்த ஜவஹர்லால் நேரு. எப்போதுமே பிரதமர்தான் திட்டக் கமிஷனின் தலைவர். துணைத்தலைவர் அரசால் நியமிக்கப் படுவார். பல ஆண்டுகள் துணைத் தலைவராக இருந்தவர் மான்டெக் சிங் அலுவாலியா. துணைத்தலைவருக்கு எப்போதும் மத்திய கேபினெட் அமைச்சர் அந்தஸ்து உண்டு.

திட்டக்கமிஷன்தான் ஐந்தாண்டு திட்டங்களை உருவாக்கி, நாட்டின் பொருளாதாரமும் வளர்ச்சியும் எந்த திசையில் போகவேண்டும் என்று வழிகாட்டியது.

சரித்திரப் பாடம் அல்லது சமுதாயவியல் பாடத்தில் படித்தது நினைவிருக்கலாம். 1951 முதல் 1955 வரையிலான முதல் ஐந்து ஆண்டுகளில் விவசாயத்துக்கு முன்னுரிமை கொடுக்கப்பட்டது. அணைகள் கட்டுவது, நீர்ப்பாசனத்துக்குவழிவகைகள் செய்வதற்கான திட்டங்கள். இரண்டாம் ஐந்தாண்டு திட்டத்தில் தொழில்துறை. குறிப்பாக கனரக தொழில்கள்.

முன்பெல்லாம் திட்டக் கமிஷனின் ஆலோசனைகள் பட்ஜெட் தயாரிப்பில் முக்கிய இடம் பெறும். உதாரணத்துக்கு, 2012-13ம் ஆண்டு பட்ஜெட்டில், ரூ. 33 ஆயிரம் கோடி NREGA (மகாத்மா காந்தி ரூரல் எம்ப்ளாய்மெண்ட் கியாரண்டீ ஸ்கீம் திட்டத்துக்கு (100 நாள் வேலை திட்டம்) ஒதுக்கப்பட்டது. இது, 12வது ஐந்தாண்டுத் திட்டத்தின் ஒரு நோக்கம்தான்.

### 'நிதி ஆயோக்'

2014ல் பி.ஜே.பி ஆட்சிக்கு வந்தபின்பு, பிரதமர் மோடி அவர்கள் திட்டக்கமிஷனுக்கு பதிலாக நிதி ஆயோக் என்ற அமைப்பை அறிவித்தார். 2015, ஜனவரி 1 முதல் அது செயல்பட ஆரம்பித்தது, அதை பாலிசி கமிஷன் என்கிறார்கள். நிதி என்பது NITI ஆங்கிலச் சொற்களின் கூட்டு. அதன் விரிவாக்கம், National Institution for Transforming India. திட்டக்கமிஷனுக்கும் நிதி ஆயோக்குக்கும் வேறுபாடுகள் உண்டு.

### நிதி ஒதுக்குதல்

நிதி ஆயோக் முன் வைக்கிற திட்டங்களுக்கு மட்டுமல்ல. மற்ற அமைச்சகங்கள், துறைகள் அமைப்புகள் தெரிவிக்கிற திட்டங்களுக்காகவும் நிதி ஒதுக்கப்படும். இதற்காக, முறைப்படி, அரசின் எல்லாத் துறைகளுமே அவர்களது துறை சார்ந்த தேவைகளை நிதி அமைச்சரிடம் தெரிவிப்பார்கள். பல்வேறு தொழில் கூட்டமைப்பினரும், தரப்பினரும்கூட நிதியமைச்சரை சந்தித்து, நடைமுறையில் இருக்கும் வரிவிதிப்பில் உள்ள சிக்கல்கள், சிரமங்கள், அதில் முன்னேற்றத்துக்குத் தேவையான மாற்றங்கள் குறித்துப் பேசுவார்கள், கோரிக்கைகள் வைப்பார்கள். நிதி அமைச்சர் எல்லாவற்றையும் கேட்டுக்கொள்வார். முடிவு சொல்லமாட்டார். இவற்றுக்குப் பெயர் பட்ஜெட் கன்சல்டேஷன். இது சில மாதங்கள் வரை கூட நடக்கும்.

பல பிரிவினரும் தெரிவித்த தேவைகள், அவற்றுக்கு இருக்கும் வாய்ப்புகள், அவற்றைச் செய்வதால் ஏற்படக்கூடிய விளைவுகள் என்று பலவற்றையும் வைத்துக்கொண்டு, பட்ஜெட்டை நிதியமைச்சர் தயாரிப்பார். எல்லாத் தரப்பினரையும் திருப்தி செய்வது முடியாது என்றாலும், இயன்ற அளவு செய்யவேண்டும் என்றே நிதி அமைச்சர் நினைப்பார். முயற்சிப்பார்.

சுதந்திர இந்தியாவின் முதல் பட்ஜெட்டை தயாரித்தவர் ஆர்.கே. சண்முகம் செட்டி. மத்திய அரசில், இதுவரை மிக அதிகமான

எண்ணிக்கையிலான பட்ஜெட்டுகள் தயாரித்தவர் மறைந்த முன்னாள் பிரதமர் மொரார்ஜி தேசாய். 1962-69 காலகட்டத்தில் அவர் நிதியமைச்சராக இருந்தபோது தயாரித்த இடைக்கால பட்ஜெட்டுகளையும் சேர்த்து மொத்தம் பத்து பட்ஜெட்டுகள். ப.சிதம்பரம் மொத்தம் 9 பட்ஜெட்டுகள் சமர்ப்பித்திருக்கிறார். பிரணாப் முகர்ஜி, யஸ்வந்த் சின்கா, ஒய்.பி.சவான், தேஷ்முக் ஆகியோர் தலா ஏழு பட்ஜெட்டுகள் தயாரித்திருக்கிறார்கள். மன்மோகன் சிங்கும் டிடி கிருஷ்ணமாச்சாரியும் தலா ஆறு பட்ஜெட்டுகள் தயாரித்திருக்கிறார்கள். 2022 வரையிலான கணக்குப்படி நிர்மலா சீதாராமனும் அருண் ஜெயிட்லியும் தலா நான்கு பட்ஜெட்டுள் தயாரித்திருக்கிறார்கள்.

தொடக்கத்தில் ஹிந்தி மொழியில்தான் பட்ஜெட் தயாரிக்கப் பட்டது. இப்போதெல்லாம் ஆங்கிலம்தான். தவிர, நாடாளு மன்றத்தில் வாசிக்கப்படுவதும் வழங்கப்படுவதும் தாளில்லா 'இ பட்ஜெட்'.

**ரகசியம், பரம ரகசியம்**

நிதியமைச்சரின் வழிகாட்டுதல்படி பட்ஜெட் தயாரிப்பை செய்து முடிக்க வேண்டிய பொறுப்பு நிதித்துறை செயலாளருக்குத்தான் (Finance Secretary). பட்ஜெட் தயாரிப்பு வேலைகள் முழுவதும், நாடாளுமன்ற வளாகத்தில் நிதியமைச்சகம் அமைந்துள்ள 'நார்த் பிளாக்' என்று அழைக்கப்படும் கட்டடத்தில்தான் நடக்கும்.

புதுதில்லியில் இருக்கும் சீஃப் செக்ரெட்டேரியட் எனப்படும் தலைமைச் செயலகத்துக்கு ஒன்றுக்கு ஒன்று எதிராக இரண்டு கட்டடங்கள் உண்டு. ஒன்று வடக்குப் பக்கமும் (நார்த் பிளாக்) மற்றது தெற்குபக்கமும் (சவுத் பிளாக்) இருக்கின்றன.

நார்த் பிளாக்கில்தான் நிதி அமைச்சகமும், உள்துறை அமைச்சகமும் இயங்குகின்றன. சவுத் பிளாக்கில் பிரதமரின் அலுவலகம், பாதுகாப்பு அமைச்சகம் மற்றும் வெளியுறவு அமைச்சகம் ஆகியவை இயங்குகின்றன.

ஜனவரி மாத தொடக்கத்தில் இருந்தே பாதுகாப்பும் கண்காணிப்பும் தொடங்கிவிடும். கிட்டத்தட்ட டி.எஸ்.பி. ரேங்கில் இருக்கும் 20க்கும் அதிகமான போலீஸ் அதிகாரிகள் நார்த் பிளாக்கில் இந்தப் பணிக்காக அமர்த்தப்படுவார்கள். இவர்கள் நான்கு குழுக்களாகப் பிரிக்கப்பட்டு, நான்கு குழுக்களின் தலைவர்களும் ஒரு இணை இயக்குநரின் பொறுப்பில்

(ரிபோர்டிங்) இருப்பார்கள். இவர்களுடைய முக்கிய வேலை, பட்ஜெட் தயாரிப்புப் பணியில் ஈடுபடும், சென்ட்ரல் போர்ட் ஆப் டைரெக்ட் டேக்ஸ்சஸ் (CBDT) மற்றும் சென்ட்ரல் போர்ட் ஆப் கஸ்டம்ஸ் (CBCT) அதிகாரிகளைக் கண்காணிப்பது.

இவர்களை மட்டுமல்ல. பட்ஜெட் தயாரிப்பில் ஈடுபடும் ஒவ்வொருவருமே பட்ஜெட் தயாரிப்பு முடிந்து அறிவிக்கப் படும்வரை கண்காணிக்கப்படுவார்கள். இதற்காகவே பல சிறப்பு நடவடிக்கைகள் எடுக்கப்படும். அவற்றில் சில நம்மில் பலரும் அறியாதது.

நிதியமைச்சகத்தின் நுழைவு வாயில்கள் ‘எலெக்டிரானிக் குடையால்’ மூடப்படும்! இதுதவிர ஒரு பெரிய இரும்பு நுழைவாயில் வைத்து அதில் எக்ஸ்ரே கருவியும் பொருத்தப் படும். தொடர்பில்லாதவர்கள், விருந்தினர்கள் எவரும் பட்ஜெட் தயாரிப்பு தொடங்கிய பிறகு, எதன் பொருட்டும் அந்தக் கட்டடத்துக்குள் போக அனுமதி இல்லை. டெலிபோன்களை ஒட்டுக்கேட்கும் கருவிகள் பொருத்தப்படும். இது தவிர எலெக்ட்ரானிக் ஸ்வைப்பிங் கருவிகள். அங்கிருக்கும் கம்ப்யூட்டர்களில் இருந்து ஈமெயில் அனுப்பும் வசதி தடைசெய்யப்படும்.

பட்ஜெட் தயாரிப்புக்கு இரண்டு குழுக்கள் பொறுப்பு. முதலாவது பெரும்பாலும் மக்களால் தேர்ந்தெடுக்கப்பட்டவர்கள் உள்ள குழு. நாட்டின் பிரதமர், நிதி அமைச்சர், பிரதமரின் பொருளாதார ஆலோசனைக்குழுவின் தலைவர், வருவாய்த்துறை அமைச்சர், நிதித்துறை இணை அமைச்சர் ஆகியோர் இதில் இடம் பெற்றிருப்பார்கள்.

அடுத்த குழு, அதிகாரிகளைக் கொண்டது. நிதித்துறை செயலாளர், பிரதமரின் முதன்மைச் செயலாளர், நிதி அமைச்சரின் ஆலோசகர், தலைமைப் பொருளாதார ஆலோசகர், வருவாய்த் துறைச் செயலாளர், செலவினங்கள் துறை செயலாளர், நிதி அமைச்சரின் தனிப்பட்ட செயலாளர், மத்திய நேரடி வரிகள் வாரியத்தின் (சிபிடிடி) தலைவர், மற்றும் மத்திய மறைமுக வரி மற்றும் சுங்க வாரியத்தின் (சிபிஐசி) தலைவர்.

இவர்களை மட்டுமல்ல. இவர்களுடன் சேர்த்து, பாதுகாப்புக் குழுவினர், வரி ஆராய்ச்சி (டேக்ஸ் ரிசர்ச்) துறையில் பணி புரிபவர்கள் மற்றும் உதவிக்கு இருக்கும் ஸ்டெனோகிராஃபர்

களையும் பாதுகாப்புக் குழு கண்காணிக்கும். பட்ஜெட் என்பது பரம ரகசியமாக இருக்கவேண்டும் என்பதற்காக இவர்கள் எல்லாம் யாரிடம் பேசுகிறார்கள். எங்கிருந்து இவர்களுக்கு போன் அழைப்புகள் வருகின்றன என்று கண்கொத்திப் பாம்பாய்ப் பார்ப்பார்கள்.

பணியாற்றும் அனைவருமே ரகசிய கேமராக்களின் கண் காணிப்பில்தான் இருப்பார்கள். அவர்களுடைய நாற்காலிகள் கேமராக்களின் பார்வையிலேயேதான் இருக்கவேண்டும். சாப்பாடு வெளியில் இருந்து உள்ளே போகும். அந்த உணவில் விஷம் ஏதும் கலந்திருக்கிறதா என்று சிலரால் பரிசோதிக்கப்பட்ட பின்னரே வழங்கப்படும். எவருக்கேனும் உடம்பு சரியில்லாமல் போனால் கூட அவர்கள் வெளியே போக முடியாது. மாறாக மருத்துவர் உள்ளே வரவழைக்கப்படுவார்.

குடும்பத்தில் துக்கம் போன்ற வேறு ஏதேனும் மிக அவசரமான காரணத்துக்காக ஊழியர்கள் வெளியே போகவேண்டி வந்தால் அவர்கள் மட்டும் அனுமதிக்கப்படுவார்கள். ஆனால் கூடவே புலனாய்வுத்துறை ஊழியர் ஒருவரும் தில்லி போலீஸ் ஒருவரும் போவார்கள். திரும்பி வரும்வரை கூடவே இருப்பார்கள். பட்ஜெட் தயாரிப்புடன் தொடர்புடைய அத்தனை அதிகாரிகள், ஊழியர்களுக்கும் இதுதான் நிலைமை.

இதன் உச்சகட்டம் என்பது, எல்லாவற்றையும் முடிவு செய்துவிட்டு, நிதியமைச்சர் அவரது உரையைத் தயாரிப்பார். அந்த உரையில் பட்ஜெட்டின் மொத்த அம்சமும் இருக்கும். அந்த உரை அச்சடிக்கப்படும். எப்போது தெரியுமா? பட்ஜெட் வாசிக்கப்படுவதற்கு 2 நாட்களுக்கு முன்.

அச்சடிக்கப்படும் இடம் பாதுகாப்பு ஏற்பாடுகளால் அல்லோலகல்லோலப்படும். அச்சடிக்கப்படுவதற்கு சற்று முன்புதான், நிதிச் செயலாளரின் கம்ப்யூட்டரில் இருந்து அச்சகத்துக்கு அனுப்புவதற்காக சி.டி.யில் பதிவு செய்யப்படும். புலனாய்வுத்துறை, சென்ட்ரல் போர்ட் ஆஃப் கஸ்டம்ஸ் அதிகாரிகள் ஆகியோர், சி.டியில் பிரதி எடுக்கப்படும் ஒவ்வொரு கோப்பிலும் கையெழுத்துப் போடுவார்கள். மொத்த இடத்துக்கும் கடுமையான போலீஸ் பாதுகாப்பு உண்டு.

வழக்கமாக எல்லா அரசு தொடர்பானவையும் அரசின் அச்சகத்தில்தான் அச்சடிக்கப்படும். பட்ஜெட் மட்டும் அதற்கு விதிவிலக்கு. பட்ஜெட்டை அச்சடிப்பதற்கு என்றே, நார்த்

பிளாக்கின் அடித்தளத்தில் ஒரு தனி அச்சகம் இருக்கிறது. ஜனவரி இரண்டாவது வாரத்தில் இருந்தே அங்கே பாதுகாப்பு கெடுபிடிகள் ஆரம்பம் ஆகிவிடும். அச்சு இயந்திரத்தை இயக்கும் பொறியாளர்கள் ஜனவரி 24 முதல் பட்ஜெட் வாசிக்கப்படும்வரை உள்ளேயே இருக்கவேண்டியதுதான். எவரும் வெளியே போக முடியாது.

புலனாய்வுத்துறையின் இயக்குனர்,முன் அறிவிப்பு இல்லாமல் திடீர் திடீரென்று அவ்வப்போது வந்து எல்லாம் சரியாக இருக்கிறதா என்று பார்ப்பார். சில நேரங்களில் எல்லாம் சரியாக இருக்கிறதா என்பதை சோதிக்க, சில தாள்களுடன் ஆட்களை அவரே அனுப்பிப் பார்ப்பார். அவர் பிடிக்கப்படுகிறாரா, பரிசோதிக்கப்படுகிறாரா என்று (சப்ரைஸ் செக்) சோதனைகள் செய்வார். அவர் பிடிக்கப்படாவிட்டால், மொத்த பாதுகாப்புக் குழுவுக்கும் தண்டனைதான்; இடைநீக்கம்தான். (இப்போது தாளில்லா 'இ பட்ஜெட்'தான்.)

**பட்ஜெட் தயாரித்த பிறகு**

முதல் பட்ஜெட் புரபோசல் பிரதமருக்குப் போகும். அது நீலக் கலர் பேப்பரில் கறுப்பு எழுத்துகளில் அச்சடிக்கப்பட்டிருக்கும். பட்ஜெட்டை நாடாளுமன்றத்தில் சமர்ப்பிக்கும் முன், குடியரசுத் தலைவருக்கும் மத்திய அமைச்சர்களுக்கும் பட்ஜெட்டின் முக்கிய அம்சங்கள் குறித்து நிதி அமைச்சர் தெரிவிப்பார்.

பத்திரிக்கைகளில் மட்டுமே பட்ஜெட்பற்றி படித்திருக்கும் பலருக்கும், இந்திய நடுவண் அரசின் பட்ஜெட்டில் என்ன அம்சங்கள் இருக்கும் என்பதைத் தெரிந்துகொள்ளவும் ஆவல் இருக்கலாம். பட்ஜெட் என்பது பல பக்கங்கள் கொண்டதாக இருக்கும். நாடாளுமன்ற உறுப்பினர்கள் அனைவருக்கும் இ-பிரதி கொடுப்பார்கள். பொதுமக்கள் வேண்டுமென்றால் இணையத்திலிந்து தரவிறக்கிக் கொள்ளலாம்.

பட்ஜெட் ஆவணத்தில் இருக்கக்கூடிய விவரங்கள்:

- பட்ஜெட் தவிர நாடாளுமன்ற உறுப்பினர்களுக்கு வழங்கப் படும் பிற ஆவணங்கள்
- பட்ஜெட்டின் முக்கிய அம்சங்கள்
- பட்ஜெட் உரை
- பட்ஜெட் ஒரு பார்வை

- ஆண்டு நிதி அறிக்கை
- பைனான்ஸ் பில்
- மெமராண்டம்
- வரவுகள் பற்றிய விபரம்
- செலவுகள் பற்றிய விபரம்
- சுங்க வரி
- பட்ஜெட் அறிவிப்புகளை நடைமுறைப்படுத்துவது பற்றிய அறிவிப்புகள்
- நாட்டின் மொத்த பொருளாதார நிலை குறித்த விளக்கம்
- குறுகிய கால அளவின் கடன் கொள்கை அறிக்கை
- கடன் கொள்கை அறிக்கை
- பட்ஜெட் அணுகுமுறை / யுக்தி பற்றிய அறிக்கை
- நிதி பொறுப்பு மற்றும் பட்ஜெட் மேலாண்மை சட்டம் (எஃப்.ஆர்.பி.எம்) செக்ஷன் 7ல் சொல்லியிருக்கும் படியிலான வாக்குமூலம்.

•

எடுத்துக்காட்டாக ஓர் ஆண்டின் பட்ஜெட்டைப் பார்க்கலாம்.

2022-23ம் ஆண்டுக்கான பட்ஜெட்

| **அரசின் வருமானம்** | **ரூ. கோடிகளில்** |
|---|---|
| கார்பரேட் டேக்ஸ் (நிறுவனங்களின் லாபத்தின் மீதான வரி) | 7,20,000 |
| பர்சனல் இன்கம்டேக்ஸ் | 7,00,000 |
| கஸ்டம்ஸ் டூட்டி மூலம் | 2,13,000 |
| யூனியன் எக்சைஸ் மூலம் | 3,35,000 |
| கூட்ஸ் - சர்விஸ் டேக்ஸ் (ஜி.எஸ்.டி) | 7,80,000 |
| ஜி.எஸ்.டி. காம்பன்சேஷன் டேக்ஸ் | 12,000 |
| யூனியன் பிரதேசங்களில் இருந்து வரி | 7,820 |
| சர்வீஸ் டேக்ஸ் | 2,000 |
| **மொத்த வரி வருமானம்** | **27,69,820** |

| | |
|---|---|
| மாநிலங்களுக்குப் பிரித்துக் கொடுப்பது | 8,16,649 |
| NCCDக்கு மாற்றம் | 6,400 |
| மீத வரி வருமானம், நடுவண் அரசுக்கு | 19,34,771 |
| வரிகள் தவிர ஏனைய வருமானங்கள் | 2,69,651 |
| மொத்த ஆண்டு வரவு | 22,04,422 |
| கொடுத்த கடன் வசூல் தொகை | 14,291 |
| பொதுத்துறை நிறுவனங்களை விற்பதன் மூலம் கிடைக்கும் Disinvestment Receipts | 65,000 |
| கடன் மூலம் வரவு | 16,60,444 |
| 2022-23க்கான மொத்த வரவு | 39,44,157 |

*2022-23 என்ற ஒரு நிதி ஆண்டில் மட்டும் நடுவண் அரசு செலவுக்குப் போதாமல் வாங்கும் கடன் தொகை 16.60 லட்சம் கோடி ரூபாய்கள், முந்தைய ஆண்டுகளில் வாங்கி நிலுவையில் இருக்கும் தொகை தனி. அது இல்லாமல் ஓராண்டுக்கு மட்டுமா இவ்வளவு.*

## அரசின் செலவுகள்

முன் அத்தியாயங்களில் அரசின் வரவுகள் பற்றி விரிவாகப் பார்த்து விட்டோம். பார்க்கவேண்டியது செலவுகள் பற்றி. அதெப்படி அரசாங்கம் வசூலிக்கிற அவ்வளவு வரிப்பணத்தையும் செலவு செய்துவிட்டு போதாதற்கு கடன் வேறு வாங்கி செலவு செய்கிறதென்று யோசிக்கத் தோன்றும்.

இந்தியாவில் மட்டும் அல்ல. அமெரிக்கா, இங்கிலாந்து, ஃபிரான்ஸ் போன்ற வளர்ந்த நாடுகள் உட்பட பல நாடுகளின் நிலைமை இதுதான். விவரங்களைப் பின்னால் பார்க்கலாம்.

### இரு வகைச் செலவுகள்

இந்திய அரசு செய்யும் செலவுகளை இரண்டு பெரும் பிரிவு களாகப் பிரிக்கலாம். ஒன்று திட்டம் சார் செலவுகள். இதை பிளாண்டு எக்ஸ்பென்செஸ் என்பார்கள். மற்றொன்று திட்டம் சாரா செலவுகள். இதை நான்-பிளாண்டு எக்ஸ்பென்செஸ் என்பார்கள்.

திட்டம் சார்ந்த செலவுகள் என்றால், இந்தத் திட்டக்கமிஷன் அல்லது நிதி ஆயோக் தெரிவிக்கும் செலவுகள் என்றும் எடுத்துக்கொள்ளலாம். இதை சுலபமாகப் புரிந்துகொள்ள ஓர் உதாரணம் பார்க்கலாம்.

*ஒரு குடும்பம் இருக்கிறது. அப்பா, அம்மா, இரு குழந்தைகள். அப்பாவும் அம்மாவும் சம்பாதிக்கிறார்கள். அவர்களின் மாத வருமானம் ரூபாய் முப்பதாயிரம். குழந்தைகள் பள்ளிக்குப் போகும் காலம் வரை அவர்களுக்குச் சிரமம் தெரியவில்லை. பின்னர் பணப்பற்றாக்குறை ஏற்படுகிறது. அந்தக் குடும்பம் என்ன செய்யலாம்?*

*சில குடும்பங்கள் செலவைக் கட்டுப்படுத்துவார்கள். சிக்கனமாக இருக்க முயல்வார்கள். வேறு சில குடும்பங்கள் வரவை அதிகரிக்கப் பார்ப்பார்கள். மேலும் ஏதாவது வேலைகள் செய்ய முடியுமா என்று பார்ப்பார்கள்.*

*அதன் மூலம் வரவை அதிகரித்துக்கொள்ள முடியுமா? என்று ஆராய்வார்கள். இன்னும் சில குடும்பங்கள் முன்பு சேமித்து வைத்திருந்த பணத்தைக் கொண்டு ஏதாவது வியாபாரம், தொழில் ஆரம்பிப்பார்கள். ஆட்டோ, கார் வாங்கி வாடகைக்கு விடுவது அல்லது வீடு கட்டி வாடகைக்கு விடுவது போல ஏதேனும் செய்து ஊதியங்கள் தவிர மேல் வருமானம் ஈட்டுவார்கள். வங்கி டெபாசிட்டுகள் போன்றவற்றிலிருந்து வரும் வட்டிப் பணம் போன்றவையும் சிலருக்குக் கை கொடுக்கும்.*

*இந்த மேற்படி வருமானங்களைச் சேர்த்தபிறகு சில குடும்பங் களுக்குச் சிரமம் இருக்காது. செலவுசெய்யப் போதுமான பணம் இருக்கும். பிள்ளைகளைப் படிக்க வைப்பார்கள். வீட்டு செலவுகளைத் தயக்கமின்றித் தாராளமாக செய்வார்கள். தவிர மீதமிருக்கும் பணத்தை மேல் முதலீடுகளும் செய்யலாம்.*

*இந்தக் குடும்பங்கள் போடுவது சர்ப்ளஸ் பட்ஜெட் (உபரி பட்ஜெட்). வரவு நூறு ரூபாய்; செலவு தொண்ணூறு ரூபாய். உபரி பத்து ரூபாய். அது சேமிப்புக்கு என்பது போல. இந்த பத்து ரூபாய் நல்ல முதலீடாக மாறி, குடும்பத்தின் வருமானத்தை மேலும் அதிகரிக்கும். அதனால் எதிர்காலத்தில், அந்தக் குடும்பம் அதிகம் செலவு செய்யலாம். அல்லது மேலும் சேமித்து முதலீடுகளை நகைகள்,இடம், வீடு வாங்கிப் பெருக்கிக் கொள்ளலாம்.*

எல்லாக் குடும்பங்களுக்கும் இந்த நிலை இருக்காது. அதனால் அவர்கள் செலவைக்கட்டுப்படுத்துவார்கள். வரவுக்குள் செலவு என்பது அவர்கள் அணுகுமுறை. 90 ரூபாய் வருமானம். அதனால் 90 ரூபாய்தான் செலவு. அதற்குமேல் இல்லை என்று முடிவெடுப்பார்கள். இவர்கள் செய்வது பிரேக் ஈவன் பட்ஜெட்.

மூன்றாவது அணுகுமுறையும் உண்டு. அது, செலவுகளைக் கணக்கிட்டு முடிவு செய். ரூ. 100 ஆகுமா, சரி. பின்னர் வரக்கூடிய ஊதியம் மற்றும் வருமானத்தைக் கணக்கிடு. அட! அது 90தானா... பரவாயில்லை. பத்து ரூபாய் கடன் வாங்கிவிடு. வேறு வழியில்லை, செலவு செய்யத்தான் வேண்டும்.

இவர்கள் போடுவது டெஃபிசிட் பட்ஜெட் பற்றாக்குறை வரவு செலவு திட்டம் ( இதுதான் நமக்கு நல்லாத் தெரியுமே!).

மேலோட்டமாகப் பார்த்தால் இந்த மூன்று குடும்பங்களில் எவர் செய்வது சரி? உபரி பட்ஜெட் போடும் நிலையில் இருப்பவர்கள் கொடுத்து வைத்தவர்கள். அவர்கள் கணக்கிலேயே இல்லை. அடுத்து செலவு = வரவு என்ற அணியினர். அவர்கள் பரவாயில்லை ரகம். மூன்றாவது அணியினர் தான் பெரும்பான்மை இன்னமும் நம் நாட்டில்.

அவர்கள் செய்வது தவறுதானே. வரவுக்குள் செலவைக் கட்டுப்படுத்தாமல் ஏன் கடன் வாங்கிச் செலவு செய்ய வேண்டும்? இது சரியா, தவறா என்று இதில் என்ன பெரிய விவாதம். தவறு என்று அதிகம் படிக்காதவர் கூடச் சொல்லிவிடுவாரே என்கிறீர்களா?

சற்றுப் பொறுக்க வேண்டும். செலவு நூறு ரூபாய் என்பதை மொத்தமாகப் பார்க்காமல், அவை என்னென்ன என்று பிரித்துப் பார்த்துவிட்டு அந்தக் குடும்பத்தலைவர் செய்வது சரியா தவறா என்கிற முடிவுக்கு வரலாம்.

வீட்டு வாடகை, மளிகை, உடைகள், மின்சாரம், கேஸ், போக்குவரத்து செலவுகள், பொழுதுபோக்கு, சுற்றுலா, உணவு விடுதிகளுக்குப் போய் சாப்பிடுதல், பிள்ளைகளின் பள்ளிக் கட்டணம், மருத்துவக் காப்பீட்டு பிரிமியம், ஆயுள் காப்பீட்டு பிரிமியம், வாங்கிய கடனுக்குக் கட்ட வேண்டிய வட்டி, பரஸ்பர நிதிக்குக் கட்டும் மாதாந்திரத் தவணை

(சேமிப்பு) என்று இப்படிப் பல செலவினங்கள் அவருடைய செலவுப் பட்டியலில் இருக்கும்.

இவை எல்லாம் ஒரே மாதிரியான முக்கியத்துவம் வாய்ந்தவையா என்ன? இவற்றில் எதைக் குறைப்பது, கட்டுப்படுத்துவது என்று பார்க்க முடியாதா என்றால் முடியும். அத்துடன் இவற்றில் எதில் செலவு அதிகம் என்றும் பார்க்க வேண்டுமல்லவா?

அப்படி முடிவெடுப்பதற்கு வசதியாக இந்தச் செலவுகளை இருவகையாகப் பிரிக்கலாம். அவற்றில் ஒன்று, பராமரிப்புக்கான செலவுகள். அதில் வீட்டு வாடகை, மளிகை, மின்சாரம், பயணம் போன்றவை அடங்கும். இவற்றைச் செய்யத்தான் வேண்டும். ஆனால், இந்தச் செலவுகளால் குடும்பம் மேம்படும், வருங்காலம் சிறப்பாக இருக்கும் என்று சொல்ல முடியாது.

அடுத்த வகைச் செலவுகளில் காப்பீட்டுத் திட்டங்களுக்குப் பணம் கட்டுவது, குழந்தைகளின் படிப்புச் செலவு, வருங்காலத்திற்கான சேமிப்பு முதலியவை வரும். இவற்றைச் செய்யாமல் விட்டால் நடப்புக் காலத்தில் சிரமம் ஏதும் இருக்காது. ஆனால், எதிர்காலத்தில் குடும்பம் சிரமப்படலாம். ஏதாவது ஒரு கட்டத்தில் நிச்சயம் பெற்றோர் பணி ஓய்வு பெறுவார்கள். அதைத் தவிர்க்கவே முடியாது. அப்போது அவர்கள் மூலம் வந்து கொண்டிருந்த வருமானம் நின்று போகும். அந்த நேரத்தில் பிள்ளைகள் நன்கு படித்து நல்ல வேலைக்குப் போய்ச் சம்பாதிக்கத் தொடங்கியிருக்கவேண்டும். வயதான பிறகு, வருமானம் நின்ற பிறகு வரும் மருத்துவச் செலவுகளைச் சமாளிக்கக் காப்பீடு, ஓய்வூதியம் முதலியன அவசியம் தேவை. தவிர, இடம், பரஸ்பர நிதிகள், வீடு, தங்கம் போன்றவற்றில் செய்யப்பட்ட முதலீடுகளும் சேமிப்புகளும்தான் அவற்றின் விலை மதிப்பு பெருகி, பின்னாளில் கைகொடுக்கும். அவற்றையெல்லாம் ஒரே நேரத்தில் அதுவும் ஓய்வு பெறும்போது சேர்க்கவோ உருவாக்கவோ முடியாது. சிறுகச் சிறுகப் பல ஆண்டுகளாக அதற்கான ஏற்பாடுகளைச் செய்துகொண்டே வர வேண்டும். அதனால் அவற்றுக்கும் ஒவ்வொரு ஆண்டு பட்ஜெட்டிலும் நிதி ஒதுக்கத்தான் வேண்டும்.

இந்த வகை செலவுகளின் பெயர் வளர்ச்சிக்கான செலவுகள் டெவலப்மெண்ட் எக்ஸ்பெண்டிச்சர். செலவைக் கட்டுப் படுத்துகிறேன் என்று எந்தக் குடும்பமாவது தவறுதலாக விவரம் தெரியாமல் இந்தச் செலவுகளில் கை வைத்துவிட்டால்

ஆபத்துதான். முன்னதை, பராமரிப்புச் செலவுகளை வேண்டு மானால் குறைக்கலாம். ஆனால் இரண்டாம்வகைச் செலவுகள் முக்கியம் என்பதை உணர வேண்டும்.

குடும்ப பட்ஜெட் போன்றதேதான் நாட்டின் பட்ஜெட்டும். ஆனால் அதில் ஒரு சின்ன வித்தியாசம். வீட்டு பட்ஜெட்டுக்கான தொகை ஆயிரம் அல்லது லட்சங்களில் இருக்கும். முன்பே பார்த்ததுதான். நடுவண் அரசின் 2022-23ம் ஆண்டுக்கான பட்ஜெட்டின் மொத்த செலவு 39.44 லட்சம் கோடி ரூபாய்.

நாட்டின் பட்ஜெட் செலவுகளையும் பராமரிப்பு மற்றும் வளர்ச்சி போன்ற பிரிவுகளின் கீழ்பகுத்துப் பார்க்கலாம். பார்க்கிறார்கள். அதன் பெயர் 'ப்ளான்டு எக்ஸ்பென்செஸ்' மற்றும் 'நான் பிளான்டு எக்ஸ்பென்செஸ்'கள்.

பிளான்டு எக்ஸ்பென்செஸ் என்பவை குடும்பத்தின் வளர்ச்சிக்காகச் செய்யப்படும் செலவுகள் போன்றவை. தற்போதைய தேவைகளுக்கு மட்டுமல்லாது வருங்காலத் தேவைகளுக்குமாகச் செலவு (முதலீடு) செய்வது.

சென்ட்ரல் நிதி ஆயோக் போன்றே, மாநில அளவுகளிலும் தனித்தனி ஸ்டேட் பிளானிங் கமிஷன்கள் உண்டு. வளர்ச்சிக்கான திட்டங்களைத் தீட்டும் இந்த கமிஷன்கள், தங்கள் பரிந்துரைகளை அரசுக்கு அனுப்பும். அந்தந்த ஆண்டு செய்யக் கூடியவற்றை நிதியமைச்சர் முடிவு செய்வார். பட்ஜெட்டுக்கு முன் திட்ட கமிஷனுடன் ஆலோசனை நடக்கும்.

உதாரணமாகப் பார்த்து வரும் 2022-23 நடுவண் பட்ஜெட்டில் இதற்காகச் செய்ய உத்தேசித்திருந்த மொத்த செலவு ரூ. 39 லட்சத்து 44 ஆயிரம் கோடி.

## திட்டச் செலவுகள்

திட்டச் செலவுகள் என்றால், நாட்டின் பொருளாதார, சமூக மேம்பாட்டுக்கான திட்டங்களுக்காகச் செய்யப்படும் செலவுகள்.

> புதுபிக்கத்தக்க மின்ஆற்றல், மின்சக்தி, விவசாயம், கால்நடைகள், ஊரக வேலைவாய்ப்பு, குறிப்பிட்டவகை பருப்புகள், எண்ணை வித்துகள், ஆராய்ச்சி மற்றும் உற்பத்தி – Rashtriya Krishi Vikas Yojna (RKVY) திட்டம், கிராமப்புறங்களில் தானியக்கிடங்குகள் கட்டுதல், காடுகள் வனவிலங்குகள்

பாதுகாப்பு, விவசாய ஆராய்ச்சிகள் மற்றும் கல்வி, உணவு பதப்படுத்தும் தொழில்கள், பஞ்சாயத்து ராஜ், நில சீர்திருத்தங்கள், நீர்ப்பாசனம், வெள்ளத்தடுப்பு, அணுசக்தி, விண்வெளி ஆராய்ச்சி, உலோகங்கள், தொழிற்சாலைகள், மதிய உணவுத் திட்டம், ஆரம்ப நிலை உயர்நிலைப் பள்ளிகளில் கல்வி, முதியோர் கல்வி, கலை, கலாச்சாரம், மருத்துவம் மற்றும் பொது சுகாதாரம், விளையாட்டுகள், மகளிர் மற்றும் குழந்தைகள் வளர்ச்சி, ஊரக வீட்டு வசதி, நகர மேம்பாடு, தாழ்த்தப்பட்டோர் நலம், மலைவாழ் மக்கள், சிறுபான்மையினர் நலம், தொழிலாளர்கள் மற்றும் வேலைவாய்ப்பு... என்று பலவும் இதில் அடங்கும்.

இதில்தான் ஊரக (100 நாள்) வேலைவாய்ப்புத் திட்டமும் வருகிறது.

*ஊரக வளர்ச்சி திட்டங்களுக்கு 2022-23 பட்ஜெட்டில் ஒரு லட்சத்து 38 ஆயிரம் கோடி ரூபாய் ஒதுக்கப்பட்டிருக்கிறது.*

***2022-23 பட்ஜெட்டில் திட்ட செலவுகள் சில:***

- *ஊரக வளர்ச்சிக்கு, 2 லட்சத்து 6293 கோடிகள்*
- *கல்விக்கு, 1,04,278 ஆயிரம் கோடிகள்*
- *விவசாயம் மற்றும் அவை தொடர்பானவற்றுக்கு, 1 லட்சத்து 51 ஆயிரம் கோடிகள்*
- *ஹெல்த் உடல்நலம் மருத்துவம், 86 ஆயிரம் கோடிகள்*
- *சமூக நலத்துறை, 51 ஆயிரம் கோடிகள்*
- *நகர்ப்புற வளர்ச்சி, 76 ஆயிரம் கோடிகள்*
- *எரிசக்திக்கு, 49 ஆயிரம் கோடிகள்*
- *போக்குவரத்துத் துறை, 3 லட்சத்து 51 ஆயிரம் கோடிகள்*
- *அறிவியல் துறை, 30 ஆயிரம் கோடிகள்*
- *தகவல் தொழில்நுட்பம், 79 ஆயிரம் கோடிகள்*
- *யூனியன் பிரதேசங்களுக்கு 58, ஆயிரம் கோடிகள்*
- *வட கிழக்கு மாநிலங்கள் வளர்ச்சிக்கு, 2800 கோடிகள்*

ஏனைய செலவுகள் என்றால் திட்டம் சாரா செலவுகள். இவற்றைச் செய்யாமல் இருக்க முடியாதுதான். ஆனால் முனைந்து குறைக்க

வேண்டும். தவிர, திட்டச் செலவுகளுடன் ஒப்பிடுகையில், மொத்த பட்ஜெட்டில் இது எவ்வளவு இருக்கலாம் என்கிற வரைமுறையும் இருக்க வேண்டும் என்பது பொருளாதார நிபுணர்களின் கருத்து.

***2022-23 பட்ஜெட்டில் திட்டம் சாரா செலவுகள்:***

- கடன்களுக்குக் கொடுக்கும் வட்டிப் பணம் ரூ. 9,40,651 கோடி
- தேசப் பாதுகாப்புக்கு (டிபென்ஸ்) ஒதுக்கப்பட்டுள்ள தொகை ரூ. 3,85,870 கோடி
- ஓய்வூதியம் 2 லட்சத்து 7132 கோடிகள்.
- வெளியுறவுக்கு ரூ. 17,250 கோடிகள்
- உள்துறை ஹோம் அஃபயர்ஸ் ரூ. 1,27,020 கோடிகள்
- வர்த்தகம் மற்றும் தொழில் துறைக்கு ரூ. 28 ஆயிரம் கோடிகள்
- நிதித்துறை ரூ. 21 ஆயிரம் கோடிகள்
- திட்டமிடல் மற்றும் புள்ளிவிவரங்கள் ரூ. 5 ஆயிரம் கோடிகள்
- பிற இனங்கள் ரூ. 1,13,301 ஆயிரம் கோடிகள்
- வரித்துறை ரூ.10.5 ஆயிரம் கோடிகள்
- மாநிலங்களுக்குப் பிரித்துக்கொடுக்கும் வரி ரூ. 3,34,339 ஆயிரம் கோடிகள்

***மானியங்கள்:***

- உரமானியம் ரூ. 1,05,222 கோடி.
- உணவுப்பொருள்கள் மானியம் ரூ. 2,06,831 கோடி (நடுவண் அரசு உணவு தானியங்களை வாங்குகிற விலைக்கும், அதை மாநில அரசுகளிடம் கொடுத்து விநியோகிக்கச் சொல்கிற விலைக்கும் இடையே இருக்கிற விலை வித்தியாசம் மற்றும், ஃபுட் கார்பரேஷன் ஆப் இந்தியாவுக்கு ஆகிற செலவுகளும்).
- பெட்ரோலியப் பொருள்கள் (பெட்ரோல் டீசல் மற்றும் சமையல் எரிவாயு) மீதான மானியம் ரூ. 5,813 கோடி

* (ராணுவம், அரசு ஊழியர்கள் மற்றும் தொலைத் தொடர்புத் துறை ஊழியர்களுக்கு. ரயில்வே மற்றும் தபால் துறையினர் ஓய்வூதியம் இதில் வராது. அந்தந்தத் துறையினரின் பட்ஜெட்டில் போய்விடும்)

2022-23 பட்ஜெட்டில் மொத்த செலவுகள் ரூபாய் 39 லட்சத்து 44 ஆயிரத்து 909 கோடிகள்.

கவனித்திருக்கலாம். இதில் மூன்று பெரிய பகுதிகள் உள்ளன. ஒன்று அரசு செலவழிக்கும் ஓய்வூதியம். இரண்டாவது, அரசு வாங்கியிருக்கும் கடன்களுக்குக் கட்டும் வட்டி, மூன்றாவது அரசு கொடுக்கும் மானியம்.

அரசுக்கு வருகிற வருவாயில் பெரும்பகுதி இவற்றுக்கே போய்விடுவதால், அரசால் வளர்ச்சித் திட்டங்களுக்குத் தேவையான அளவு செலவு செய்ய முடியாது. இதனால் நாட்டின் பொருளாதார வளர்ச்சி வேகம் குறையும்.

## அரசு ஏன் கடன் வாங்குகிறது?

ஏற்கனவே பார்த்ததுதான். வருகிற வருவாய் அரசுக்குப் போதவில்லை. நடுவண் அரசுக்கு பட்ஜெட் கணக்குப்படி வரக்கூடிய வரி வரவில் மாநில அரசுகளுக்குப் பிரித்துக் கொடுத்ததற்குப் பிறகு மீதம் அதன் வசம் இருக்கக்கூடிய பணம் மொத்த செலவுக்குத் திட்டமிட்டதைவிடக் குறைவு.

ஆக, 2022-23ம் ஆண்டுக்கு நடுவண் அரசு போட்டிருப்பது பற்றாக்குறை பட்ஜெட். இந்த ஆண்டு மட்டும் இல்லை. ஒவ்வொரு ஆண்டுமே இப்படித்தான் செய்கிறார்கள். பற்றாக் குறையைச் சமாளிக்க, அரசு கடன் வாங்க வேண்டும். வேறு வழியில்லை.

அரசு பலவிதங்களில் கடன் வாங்குகிறது. ஒன்று, உள்நாட்டில் பெறப்படும் கடன்கள். மற்றொன்று வெளிநாட்டுக் கடன்கள்.

## அரசின் உள்நாட்டுக் கடன்கள்

அரசு வாங்கும் கடன் என்றால், சாதாரண மனிதர்கள் வாங்குவது போல பிராமிசரி நோட்டு எழுதிக் கொடுத்து, கை நீட்டி வாங்குவதல்ல. அரசு பத்திரங்கள் வெளியிடும். நிறுவனங்களும் மக்களும் அவற்றைப் பணம் கொடுத்து வாங்குவார்கள்.

மாதச் சம்பளத்துக்கு வேலை செய்பவர்களுக்குத் தெரியும், வருமான வரி விலக்குக்காக 80C பிரிவின் கீழ் வாங்கும் நேஷனல் சேவிங்ஸ் சர்ட்டிபிகேட் (NSC), கிசான் விகாஸ் பத்திரம் (KIB) போன்றவையும் இதில் அடங்கும். தவிர, அரசு டிரஷரி பில்ஸ்

வெளியிடும். இவற்றையும் பெரும் நிறுவனங்களும், குடிமக்களும் வாங்குவார்கள். இவை நீண்டகாலக் கடன்கள். எட்டு, பத்து, பதினைந்து ஆண்டுகளில் திருப்பித் தருகிறேன் (மெச்சூரிட்டி) என்று அரசு கடன் வாங்கும்.

வட்டி சற்றுக் குறைவாக இருந்தாலும் பரவாயில்லை. தனி நபர்களையும், தனியார் நிறுவனங்களையும் நம்பிக் கடன் கொடுப்பதைவிட, பணத்தை அரசின் பத்திரங்களில் முதலீடு செய்வது பாதுகாப்பானது என்று நினைப்பவர்கள் உண்டு. அவர்கள், இவற்றை வாங்குவார்கள். வெளியிடப்படும் நேரம், நாட்டில் நிலவும் வட்டி விகிதங்கள் ஆகியவற்றைப் பொறுத்து, இந்தப் பத்திரங்களின் வட்டி விகிதங்கள் அமையும்.

இவை போக அரசு குறிப்பிட்ட திட்டங்களுக்காகவே தனியாகவும் முதலீட்டைத் திரட்டும். அவற்றையும் பலரும் வாங்குவார்கள்.

இந்திய மத்திய அரசு வாங்கியிருக்கும் மொத்த உள்நாட்டுக்கடன் ரூ. ஒரு கோடியே 47 லட்சத்து 48 ஆயிரத்து 875 லட்சம் கோடி ரூபாய்கள். இது 2023 மார்ச் வரையில் அரசு வாங்கத் திட்டமிட்டிருக்கும் கடன்களையும் சேர்த்து வரும் தொகை.

வெளிநாட்டுகடன் 4 லட்சத்து 69 ஆயிரம் கோடி ரூபாய்கள். இரண்டையும் சேர்த்தால் சுமார் 1 கோடியே 52 லட்சம், லட்சம் கோடி ரூபாய்கள்.

இந்தத் தொகை என்பது வெறும் கடன்களை மட்டுமே கணக்கில் எடுத்துக்கொண்ட தொகை. இவை போக அரசுக்கு சிறுசேமிப்புத் திட்டங்களில் பெறப்பட்ட பணம், சேம நல நிதி, எண்ணெய் நிறுவனங்களுக்குக் கொடுக்கவேண்டியவை என்று திருப்பிக் கொடுக்கவேண்டிய (லயபிளிட்டீஸ்) இன்னும் பல உண்டு.

2022-23ல் மட்டும், நடுவண் அரசு வட்டியாக ரூ. 9,40,651 கோடி செலுத்தியாக வேண்டும். ஆனாலும் அசராமல் (வேறு வழியுமில்லாமல்) அதே ஆண்டில், புதிய கடன்கள் மூலம் நடுவண் அரசு திரட்ட வேண்டிய நிதி 16 லட்சத்து, 60 ஆயிரம் கோடி.

இந்தியாவில் மட்டுமல்ல. எல்லா நாடுகளிலுமே இந்த வழக்கம் உண்டு. பார்க்கப் போனால், எந்த நாட்டிலும் மிக அதிகமாக கடன் வாங்குவது அந்தந்த நாட்டின் அரசாங்கங்கள்தான்.

### அரசின் வெளிநாட்டுக் கடன்கள்

உலக வங்கி, IMF போன்ற அமைப்புகள் அரசாங்கத்திற்கு தருகின்ற கடன்கள். 2023 மார்ச் இறுதியில் இந்தியாவின் வெளிநாட்டுக்கடன் 620 பில்லியன் கோடி டாலர்கள். இந்தியாவின் மொத்த உள்நாட்டு உற்பத்தி மதிப்பான ஜி.டி.பி. தொகையில் 19.9% சதவீதம் தான்.

2022ம் ஆண்டு கணக்குப்படி அமெரிக்காவுக்கு இருக்கும் வெளிநாட்டுக்கடன் 23 லட்சம் கோடி டாலர்கள். ஒரு டாலர் என்பது 2022 ஆகஸ்ட்டில் ரூ.80க்கு சமம். அந்தக் கணக்குப்படி பார்த்தால் அமெரிக்காவின் வெளிநாட்டுக்கடன். அந்த நாட்டின் ஆண்டு ஜி.டி.பி அளவில் 101%. அபாய அளவு இது.

அமெரிக்க அரசின் டிரஷரி பில்கள்தான் முதலீட்டாளர்களிடையே மிகவும் பிரபலம். அந்த நாட்டு மக்கள் மற்றும் நிறுவனங்கள் மட்டுமல்ல, வெளிநாட்டு நிறுவனங்களும், வேறு நாடுகளின் அரசாங்கங்களும்கூட யு.எஸ்ன் டிரஷரி பில்களை வாங்குவார்கள். ஏதோ சிறிய அளவுகளில் அல்ல. மிகப்பெரும் தொகைக்கு.

2022-ல் சீனா மட்டுமே சுமார் 1.039 டிரில்லியன் டாலர்களுக்கு அமெரிக்க டிரஷரி பில்களை வாங்கி வைத்திருக்கிறது. சீனாவிற்கு இரண்டாவது இடம்தான். ஜப்பான்தான் முதல் இடத்தில் 1.23 டிரில்லியன் டாலர்கள். இப்படி இந்தியா உட்பட பல நாடுகள் யு.எஸ்.ன் டிரஷரி பில்களில் முதலீடு செய்திருக்கின்றன. பிரேசில், ஸ்விட்சர்லாந்து, பெல்ஜியம், ரஷ்யா,தைவான், ஹாங்காங் ஆகிய ஐந்து நாடுகளும் மிக அதிக அளவில் அமெரிக்காவின் அரசு பத்திரங்களை வாங்கியிருக்கின்றன. இத்தனைக்கும் யு.எஸ். டிரஷரி பில்கள் கொடுக்கும் வட்டி, ஆண்டுக்கு மூன்று சதவிகிதத்துக்கும் குறைவு.

அதனால் என்ன! கால் காசு என்றாலும் கவர்மென்ட் காசு, அரைக்காசு என்றாலும் அரசாங்க காசு, அதிலும் அமெரிக்க அரசாங்க காசு என்று நினைக்கிறார்கள் போலும். ஒரு நாட்டின் அரசாங்கத்தை விட நம்பத் தகுந்தவர் வேறு யார்? அரசிடம் கொடுத்த பணம் வராமல் போகுமா என்ற நம்பிக்கை. அதிலும் உலகின் மிகப்பெரும் பணக்கார, செல்வச் செழிப்பான நாடான அமெரிக்காவின் டிரஷரி பில்களைக் காட்டிலும் பாதுகாப்பானது எது என்று கொண்டு போய், கொட்டு கொட்டு என்று கொட்டுகிறார்கள்.

இதேபோல ஐரோப்பிய அரசாங்கங்களும் கடன் வாங்கியிருக்கின்றன. அந்த அளவுகள் மிஞ்சிப் போனதால் வந்ததுதான், கிரீஸ், இத்தாலி, ஸ்பெயின், அயர்லாந்து போன்ற நாடுகளின் பொருளாதாரப் பிரச்னை. இவற்றை PIGS நாடுகள் என்பார்கள் சேர்த்து வாசித்தால் பிஃஸ் என்று வரும். போர்சுகல், இத்தாலி, கிரீஸ், ஸ்பேயின் ஆகிய நாட்டுப் பெயர்களின் ஆங்கில முதல் எழுத்துகள் சேர்ந்ததுதான் PIGS. அந்த விவரங்களை எல்லாம் இப்போதைக்கு விட்டுவிடலாம். இப்போது பார்க்கவேண்டியது இந்தியாவின் கடன்கள் பற்றி.

ஏற்கனவே பார்த்தோம். இந்திய நடுவண் அரசுக்கு இருக்கும் கடன் அளவு 2021-22 ஆண்டு முடிவில் ஒரு கோடியே 52 லட்சம் கோடிகள் ரூபாய். அதற்கு அது கட்டுகிற வட்டி, ஆண்டு ஒன்றுக்கு ரூ. 9.40 லட்சம் கோடிகள். நடுவண் அரசின் கடன்களுக்கான வட்டி மட்டுமே இது.

மத்திய அரசின் கடன்கள் பற்றிய பிற முக்கிய விவரங்களை, மத்திய நிதி அமைச்சகம் வெளியிட்ட 'ஸ்டேடஸ் பேப்பர் ஆன் கவர்ன்மெண்ட் டெப்ட்' பிப்ரவரி 2018 என்ற ஆவணத்தில் பார்க்கலாம். அதிலிருக்கும் ஒரு பகுதி கீழே :

| Parameter | 2009-10 | 2014-15 | 2015-16 | 2016-17 |
|---|---|---|---|---|
| Central Govt. Liabilities (in crores) | 31,59,683 | 58,67,892 | 65,27,249 | 70,07,259 |
| Central Govt. Liabilities (as % of GDP) | 48.8% | 47.2% | 47.7% | 46.1% |
| Central Govt. Debt (in crores) | 145,72,371 | 83,01,862 | 193,95,192 | 102,40,789 |
| Central Govt. Debt (as % of GDP) | 70.6% | 66.7% | 68.6% | 67.4% |
| External Debt (in crore, year end exchange rate) | 2,49,306 | 3,66,384 | 4,06,589 | 4,08,108 |
| External Debt (as % of GDP) | 3.8% | 29% | 3.0% | 2.7% |
| External Debt (as % of Central Govt. liabilities) | 70% | 6.2% | 6.2% | 5.8% |

அடுத்து, தமிழ்நாடு அரசுக்கு இருக்கும் கடன் எவ்வளவாக இருக்கும் என்றுதானே யோசிக்கிறீர்கள். யோசிக்க வேண்டிய விஷயம்தான். காரணம், அதன் அளவும் பூதாகர மானதாகிவிட்டது.

2022-23 முடிவில், தமிழக அரசின் கடன் தொகையின் அளவு ஆறு லட்சத்து 53 ஆயிரம் கோடி ரூபாயாக இருக்கும். தலைக்கு ரூ. 90 ஆயிரத்துக்கும் அதிகம். மொத்தக்கடன் தொகையில் தமிழ்நாட்டுக்கு இந்திய மாநிலங்களில் ஐந்தாவது இடம். ஆமாம், நம்மைவிட அதிகம் கடன் வாங்கியிருக்கும் மாநிலங்களும் உண்டு. மகாராஷ்டிரா, குஜராத் மற்றும் கர்நாடகா மாநிலங்கள் முதல் மூன்று இடங்களில் இருக்கின்றன.

கடந்த சில ஆண்டுகளில் தமிழக அரசு வாங்குகிற கடன்களின் அளவு எவ்வாறு தொடர்ந்து உயர்ந்து வருகிறது என்று தெரிந்து கொள்ளவேண்டும் என்றால் எக்கானமி ஆப் தமிழ்நாடு என்கிற விக்கிபீடியாவில் பார்க்கலாம். அதில் உள்ள தகவல்படி கடந்த 12 ஆண்டுகளில் தமிழ்நாடு அரசின் கடன் தொகைகள் வருமாறு.

| ஆண்டுகளில் | மொத்தகடன் அளவு ரூ.கோடிகளில் |
|---|---|
| மார்ச் 31, 2000 | 23,840 |
| மார்ச் 31, 2001 | 28,685 |
| மார்ச் 31, 2006 | 57,457 |
| மார்ச் 31, 2007 | 60,170 |
| மார்ச் 31, 2008 | 64,655 |
| மார்ச் 31, 2009 | 74,858 |
| மார்ச் 31, 2012 | 1,35,060 |
| மார்ச் 31, 2019 | 3,55,845 |
| மார்ச் 31, 2020 | 3,97,000 |
| மார்ச் 31, 2021 | 456,661 |

இவ்வளவு கடன் தாங்குமா? ஓர் அரசு எவ்வளவு கடன் வாங்கலாம் என்று ஏதும் வரைமுறை இருக்கிறதா என்பதுதானே அடுத்த

கேள்வி. சரியான கேள்விதான்.

Debt to GDP என்று ஒரு கணக்கு உண்டு. டெட் (Debt) என்றால் கடன் (அளவு). அந்த அளவீட்டில் தமிழ்நாடு 26.69% இருக்கிறது. GDP (கிராஸ் டொமஸ்டிக் பிராடக்ட்) என்றால் ஓர் ஆண்டில் நாட்டில் உற்பத்தி செய்யப்படும் மொத்தப் பொருள் மற்றும் சேவைகளின் மதிப்பு.

விவசாயம் செய்கிறோம். தானியங்கள், பழங்கள், காய்கறிகள், பூக்கள் எல்லாம் விளைகின்றன. மீன் பிடிக்கிறார்கள். ஆடு, மாடு, கோழி (பூனை, நாய்) எல்லாம் வளர்க்கிறார்கள். பேனா, கத்தி, செருப்பு, போன், கார், கம்யூட்டர் என்று எவ்வளவோ பொருள்களை உற்பத்தி செய்கிறார்கள். துணி, கைவினைப் பொருள்கள், சிமெண்ட் எல்லாம் செய்கிறார்கள். இப்படி ஓர் ஆண்டில் புதிதாக உற்பத்தி செய்யப்படும் பொருள்களின் மொத்த மதிப்பு + அதே ஆண்டில் பலரும் செய்யும் வேலைகள். சலவை செய்வது, கார் ஓட்டுவது, முடி வெட்டுவது, சாஃப்ட்வேர் புரோகிராம் எழுதுவது, பயிற்சி கொடுப்பது தொலைக் காட்சியில் பேசுவது என்று செய்யப்படும் அத்தனை வேலைகளின் பொருளாதார மதிப்பும் சேர்ந்ததுதான் ஜி.டி.பி.

## ஜி.டி.பி

இதுதான் ஒரு நாடு சம்பாதிக்கும் அளவு. ஒரு தனிநபர், குடும்பத் தலைவர் எவ்வளவு கடன் வாங்கலாம் என்பது எதைப் பொறுத்தது? அவர் சம்பாதிக்கும் அளவைப் பொறுத்ததுதானே. அதே போன்றதுதான் இதுவும். ஒரு தனிநபரோ நிறுவனமோ, எவ்வளவு சம்பாதிக்கிறது என்பதைப் பொறுத்து அதன் திருப்பிச் செலுத்தும் சக்தி அமைகிறது. அதனால் வாங்கக்கூடிய கடன் அளவும் சம்பாதிக்கும் திறனைப் பொறுத்து அமைகிறது.

ஒரு தேசத்தின் ஜி.டி.பி என்பது அது ஓராண்டில் சம்பாதிக்கும் அளவு. அதோடு கடன் அளவை ஒப்பிட்டு, ஓராண்டு சம்பாதிக்கும் அளவில் எத்தனை சதவிகிதம் கடன் என்று பார்க்கிறார்கள். இதுதான் கடன் - மொத்த உற்பத்தி விகிதம் Debt to GDP Ratio.

### அமெரிக்க பொருளாதாரம்

அமெரிக்க அரசு பற்றாக்குறை பட்ஜெட் போடுவதில் சூரப்புலி. கீழே கொடுக்கப் பட்டுள்ள படத்தைப் பார்த்தால் தெரியும்.

1950களிலேயே அது, ஜி.டி.பியில் 90% கடன் என்கிற மோசமான நிலையில் இருந்திருக்கிறது. ஆனால் அதன்பின் படிப்படியாக மட்டுமல்ல, கணிசமாகவும் குறைத்துக்கொண்டே வந்து 1970களின் பிற்பகுதிகளில் சுமார் 40% என்கிற அளவுக்கு வந்திருக்கிறது. அதற்கு காரணம், கடன் வளர்ந்த வேகத்தைவிட நாட்டின் ஜி.டி.பி வளர்ந்தது கூடுதல் வேகமாக

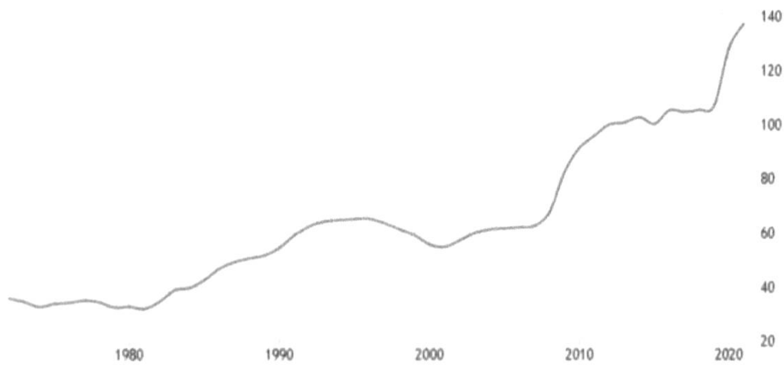


1970 முதல் 2020 வரையிலான 50 ஆண்டுகளில் அமெரிக்காவின் ஆண்டு உள்நாட்டு உற்பத்தி மதிப்பில் கடன் அளவு சதவீதம் (Debt to GDP).

இப்படிக் கொண்டுவந்த அமெரிக்க அதிபர்கள், ட்ருமென், ஐசனோவர், ஜான் கென்னடி, லிண்டன் ஜான்சன், நிக்சன், போர்ட் ஜிம்மி கார்ட்டர் போன்றோர். அதன் பிறகு வந்த ஜார்ஜ் புஷ்ஷும் ரொனால்ட் ரீகனும் வரிகளைக் குறைத்து, பற்றாக்குறை பட்ஜெட் போட்டு கடனை அதிகரித்திருக்கிறார்கள். பத்தே ஆண்டுகளில் ஓராண்டு மொத்த உற்பத்தி மதிப்பில் மொத்த கடன் அளவை 35%ல் இருந்து 60%க்கு பறக்க வைத்துவிட்டார்கள்.

பின்னர் பில் கிளிண்டன் வெற்றி பெற்று அதிபரானதும் கடன்களைக் கொஞ்சம் குறைத்தார். மீண்டும் புஷ் வந்தார், அதன் பிறகு ஒபாமா வந்தார். அவர்கள் இருவரும் பற்றாக்குறைக் பட்ஜெட்டுகள்தான் போட்டார்கள். அதிக செலவு, குறைவான வருமானம், பற்றாக்குறையை சமாளிக்கக் கடன்கள். இதன் உச்சம் 2010ம் ஆண்டு ஆகஸ்ட் மாதம் ஏற்பட்டது.

2010 ஆகஸ்டில் அமெரிக்க அரசாங்கம் வாங்கிய கடன் அளவு அதன் ஆண்டு ஜி.டி.பியில் முதம்முறையாக 95 சதவீதம் என்ற வரலாறு காணாத நிலையைத் தொட்டதும், அடித்தது அலாரம் அல்ல. அபாயச் சங்கு.

அமெரிக்காவில் ஒரு கட்டுப்பாடு வைத்திருக்கிறார்கள். என்ன ஆனாலும் ஜி.டி.பியில் 95 சதவீதத்துக்கு மேல் கடன் வாங்கக் கூடாது. அப்படி வாங்கும் அதிகாரம் அரசுக்கு இல்லை. 2008 பொருளாதாரப் பிரச்னையாலும் அதன்பிறகு அமெரிக்க அரசு (ஒபாமா) அறிவித்த குவாண்டிடேட்டிவ் ஈஸிங் (QED) திட்டங்களாலும் அரசின் கடன் சுமை ஒரேயடியாக அதிகமாகிவிட்டது.

ஒரு பக்கம் மேலும் கடன் வாங்க முடியாத சூழ்நிலை. மறுபக்கமோ, அரசு தொடர்ந்து செய்தாக வேண்டிய செலவுகள். செலவுகள் என்றால் அரசு ஊழியர்களின் ஊதியம், பென்ஷன், அரசின் நலத் திட்டங்கள், அரசு கட்ட வேண்டிய வட்டி எல்லாம் அதில் அடங்கும். பணம் போதாமல் அரசே (அதுவும் அமெரிக்க அரசே) தவித்தால், கடனுக்கான வட்டியை, தவணையை கட்ட முடியாது போனால் அது எப்படிப்பட்ட விளைவுகளை,உலக நாடுகள் மத்தியில் பொருளாதார பூகம்பங்களை, ஏற்படுத்தும் என்று சொல்லவும் வேண்டுமா?

இதனால் அதிபர் ஒபாமா சில நாட்கள் தூங்கவேயில்லையாம்.

காரணம், அதிலிருந்து தப்பிக்க இருந்த ஒரே வழி 95 சதவீதத்துக்கு மேலும் வாங்கலாம் என்று விதியை மாற்றுவதுதான். ஆனால் அதற்கு நாடாளுமன்ற ஒப்புதல் வேண்டும். எதிர்க்கட்சிகளின் ஒத்துழைப்பு இல்லாமல் அதைச் செய்ய முடியாது. அவருக்கு இருந்த பெரும்பான்மை அவ்வளவுதான் (மன்மோக சிங்கைப்போல!) அது கிடைக்குமா என்று தெரியாத நிலை. ஒபாமா, 'இது என் தனிப்பட்ட அல்லது என் கட்சிப் பிரச்னை இல்லை. அமெரிக்காவின் மதிப்பு' என்றெல்லாம் பேசினார். ஒரு வழியாக ஒப்புதல் கிடைத்தது. நிம்மதிப் பெருமூச்சு விட்டு, கடன் வாங்கினார்கள்!

ஒப்புதல் சும்மா வரவில்லை. ஒரு நிபந்தனையோடு வந்தது. 'இப்போதைக்கு இப்படி சமாளியுங்கள். ஆனால் 2013 முதல் அரசு சிக்கன நடவடிக்கைகளில் ஈடுபடவேண்டும். ஆண்டுக்கு சுமார் 600 பில்லியன் டாலர் அளவுக்குச் செலவைக் குறைக்க வேண்டும். வரிச்சலுகைகளைக் குறைக்க வேண்டும்' என்பதே அந்த நிபந்தனை. இதன் பெயர் ஃபிஸ்கல் கிளிஃப்.

நவம்பர் 2012ல் அதிபர் தேர்தல். யார் ஜெயிக்கிறார்களோ அவர்கள் இதைச் செய்ய வேண்டியிருக்கும்; அப்போது பார்த்துக் கொள்ளலாம் என்று நினைத்து ஆளும் கட்சி மற்றும் எதிர்க்கட்சி ஆகிய இருவருமே இதற்கு ஒப்புக்கொண்டார்கள். 2012 அதிபர்

தேர்தலில் ஒபாமா மீண்டும் வென்று ஆட்சியை தக்கவைத்துக் கொண்டார். கடன்களை சமாளித்தார். 2016ல் டிரம்ப் அதிபரானார்... 2021ல் பைடன் ஜெயித்து அதிபரானார். யார் வந்து என்ன! 2021லும் Debt to GDP ratio குறைந்தபாடில்லை – 132%. காரணம், இடையில்வந்த கொரோனா, ஊரடங்கு.

அமெரிக்கா மட்டும் அல்ல பல ஐரோப்பிய யூனியன் நாடுகளின் கடன் அளவுகளும் இப்படித்தான். கிரீஸ் நாட்டின் கடன் அளவு, அதன் ஆண்டு ஜி.டி.பியில், 117 சதவீதம்... கடன் அளவு கடல் அளவு. ஜப்பான், இங்கிலாந்து, பிரான்ஸ், ஸ்பெயின் எல்லாமும் மோசம். கொரோனா கொடுத்த கொடை!

## கடனை ஏன் ஜி.டி.பியோடு ஒப்பிடுகிறார்கள்?

எவ்வளவு கடன் என்று சொல்லாமல் எதனால், அதை ஜி.டி.பி யுடன் ஒப்பிட்டு, ஜி.டி.பியின் சதவீதமாக சொல்கிறார்கள் என்கிற சந்தேகம் வரலாம்.

ஒரு மனிதருக்கு லட்ச ரூபாய் கடன் இருக்கிறது. இன்னொருவருக்கு ஐம்பதாயிரம் கடன் இருக்கிறது. யார் மோசமான நிலையில் இருக்கிறார் என்று கேட்டால் எப்படிப் பதில் சொல்வோம்? லட்ச ரூபாய் கடன் இருப்பவர் என்றா? மேலோட்டமாகப் பார்க்கும்போது அப்படித் தோன்றினாலும், அந்த விடை தவறாகிவிடும் ஆபத்து இருக்கிறது அல்லவா?

காரணம், லட்ச ரூபாய் கடன் இருப்பவரின் ஆண்டு வருமானம் 10 லட்சம் ரூபாய். ஆனால் 50 ஆயிரம் கடன் இருப்பவர் பணி ஓய்வு பெற்றவர். அவரது மாத பென்ஷன் தொகை 1000 ரூபாய்தான். ஆண்டு வருமானம் 12 ஆயிரம் ரூபாய். அப்படியானால், இரண்டாமவர்தானே மோசமான நிலையில் இருக்கிறார்?

முதல் நபரின் கடன் அளவு, அவரது ஆண்டு வருமானத்தில் 10% மட்டுமே. அவரால் கடனை சாதாரணமாகத் திருப்பிக்கொடுக்க முடியும். அது மட்டுமல்ல, கடனுக்குக் கொடுக்கும் வட்டி அவரைப் பெரிதாகப் பாதித்துவிடாது. ஆனால் இரண்டாவது நபரின் கடன், அவரது ஆண்டு வருமானத்தை விடப் பெரியது. நாலு மடங்கு. அவர் எந்த ஆண்டில் கடனைத் திருப்பப் போகிறார்? அவ்வளவு பணத்துக்கு வட்டிகட்டும் அளவு அவருக்கு வருமானம் இல்லையே. அவர் கடனில் மூழ்கிப் போய்விடும் ஆபத்து இருக்கிறதல்லவா?

அதேதான் இங்கேயும். தேசத்தின் ஆண்டு ஜி.டி.பிதான் அதன் ஆண்டு சம்பாத்தியம். கிரீஸ் நாட்டுக்கு ஆண்டு பொருளீட்டும் மதிப்பைப் (ஜி.டி.பியை) போல 117% கடன் இருக்கிறது.

ஆகா! இப்படி ஒரு கணக்கு இருக்கிறதா? அப்படியென்றால் நம் நாட்டின் கதை இந்த விஷயத்தில் எந்த அளவில் இருக்கிறது என்று தெரிந்துகொள்ள ஆர்வம் வருமே.

2020ல் 51.4% ஆக இருந்தது. கொரோனா விளைவுகளால் இந்திய நடுவண் அரசின் கடன் அளவு, 2022 ஆண்டு, ஜி.டி.பி.யில் 58 சதவீதமாக உயர்ந்தது. தமிழக அரசின் கடன் அளவு (2022-23 பட்ஜெட் மதிப்பின்படி) மாநில ஜி.டி.பியில் 26.29% ஆக இருக்கிறது. இந்த விதத்தில் தமிழ்நாட்டைவிட மோசமாக இருப்பவை பஞ்சாப் (53.3%), ராஜஸ்தான் (39.8%), மேற்கு வங்காளம் (38.8%), கேரளா (38.3%), ஆந்திரா (37.6%) ஆகிய மாநிலங்கள்.

தமிழக அரசின் கடனில், மின்சார வாரியம், போக்குவரத்துக் கழகங்களின் கடன்களும் அடக்கம். 'TNEB' தமிழ்நாடு மின்சார வாரியத்துக்கு மட்டும் 2022 நிலவரப்படி, ஒரு லட்சத்து 66 ஆயிரம் கோடி ரூபாய் கடன் இருக்கிறதாம். இதுதவிர, மற்ற நிறுவனங்களுக்கு மின்வாரியம் கொடுக்க வேண்டிய பணம், இன்னொரு 21 ஆயிரம் கோடி ரூபாயாம்.

அரசு கடன் வாங்கி செலவு செய்வதை Deficit Financing என்கிறார்கள் பற்றாக்குறை பட்ஜெட்கள். நாட்டின் ஜி.டி.பி வளர்ச்சி அடைந்தால், அரசுக்கு வருமானம் அதிகரிக்கும். வருவாய் தொடர்ந்து அதிகரிக்கும் பட்சத்தில், வாங்குகிற கடனை அரசால் சமாளிக்க முடியும். இல்லாவிட்டால் பிரச்னைதான். அதுதான் சில ஐரோப்பிய நாடுகளில் நடந்திருக்கிறது. கடன் சுமை அதிகமாகி, வட்டிகட்ட முடியாமலும், குறிப்பிட்ட காலத்தில் கடனைத் திருப்பிச் செலுத்த முடியாமலும் போய்விடுகிறது. அப்படிச் சிக்கலில் தவிக்கும் நாடுகளில் முதன்மையானது கிரீஸ். முன்பு கிரீஸ் கிரேக்கமாக இருந்தது. சரித்திரப் பாடத்தில் படித்திருப்போம் – கிரேக்கம் நாகரிகத்தின் பிறப்பிடம் என்று. 2008 பொருளாதார மாற்றத்துக்குப் பிறகு அந்த நாட்டின் மொத்தக் கடன் அளவு 340 பில்லியன் டாலர். பின்பு, ஐரோப்பிய யூனியனில் (17 நாடுகளின் கூட்டமைப்பு) பேசி, வங்கிக் கடன்களில் பாதியை தள்ளுபடி செய்து, பிறகு 240

பில்லியன் கடனாக அது குறைத்தது. 2022ல் மீண்டும் 388 பில்லியன் அமெரிக்க டாலர் கடன்.

நிலைமை மேலும் மோசம் அடையும்போலத்தான் தெரிகிறது. காரணம், அவர்கள் நாட்டின் ஜி.டி.பி. வளரவில்லை. மாறாகக் குறைகிறது. 2020 டிசம்பரில் ஜி.டி.பி வளர்ச்சி மைனஸ் 15 சதவீதம்! முன்பு பார்த்த கணக்குதான். கடன் அதிகரித்தால் பிரச்னை. அதேநேரம் வருமானம் கூடினால் பிரச்னை குறைவு. கிரீஸ் நாட்டின் நிலை, மத்தளத்துக்கு இரண்டு பக்கமும் இடி போலத்தான். கடன் அதிகரிப்பது ஒருபக்கமிருக்க, அந்நாட்டின் ஜி.டி.பியும் குறைகிறது.

இந்தியாவின் நிலைமை அப்படியில்லை. 2021-22ல் ஜி.டி.பி வளர்ச்சி கிட்டத்தட்ட 9 சதவீதம். வளர்ச்சி விகிதத்தில் உலக நாடுகள் பட்டியலில் முதலிடம். முன்பெல்லாம் சீனாதான் ஜி.டி.பி வளர்ச்சியில் உலகில் நம்பர் 1. தமிழகத்தின் ஜி.டி.பி வளர்ச்சி 2010களில் ஆண்டுக்கு 8 சதவீதம். 2022-23ல் 14 சதவீதம்.

ஆனால் கடனுக்குக் கணக்குப் பார்க்கையில் வளர்ச்சி வேகத்தை விட மொத்த அளவைப் பார்க்கவேண்டும். அவை பெரிய பெரிய எண்களாக இருக்கும். அதுதான் சதவீதம் என்ன என்று பார்த்தாகி விட்டதே. போதும். சரி, இனி முன்பு விட்ட இடத்தில் இருந்து தொடருவோம். விஷயம் இதுதான். நடுவண் பட்ஜெட்டில் திட்டம் சாரா செலவுகளில் வட்டி, பெரும்பகுதியை எடுத்துக் கொள்கிறது.

வாங்கிய கடனுக்குவட்டி கொடுக்காமல் இருக்கமுடியாது. அதனால் அதைப் பார்ப்பதைவிட ஏன் கடன் வாங்க நேரிடுகிறது, கடன் வாங்கி அரசு அப்படி என்ன செலவுகள் செய்கிறது என்று பார்ப்பது உபயோகமானதாக இருக்கும்.

செலவுகளில் அடுத்த அளவில் இருப்பது மானியங்கள்தான். எவற்றுக்கெல்லாம் மானியம் கொடுக்கிறார்கள்? மானியங்களின் பலன்களை அடைபவர்கள் யார்? மானியமாக எவ்வளவு கொடுக்கிறார்கள்? ஏன் அவ்வளவு கொடுக்கிறார்கள்? அதன் நோக்கம், பலன்கள், மானியங்களால் ஏற்படும் விளைவுகள் என்ன?

பார்த்துவிடலாம்...

# 4

## அதென்ன மானியம்?

**ப**ட்ஜெட் நேரத்தில் மட்டும் அதிகம் பேசப்படும். சப்சிடி (Subsidy) என்று ஆங்கிலத்திலும் மானியம் என்று தமிழிலும் அழைக்கப்படும் இந்த மிகப் பெரிய செலவைப் பற்றித் தெரிந்து கொள்ளாமல், இந்தியப் பொருளா தாரத்தைப் புரிந்துகொள்ள முடியாது.

சென்ட்ரல் சப்சிடி என்றால் சலுகை விலைகளில் சில பொருள்கள் மக்களுக்குக் கிடைப்பதற்காக நடுவண் அரசு செலவு செய்கிற பணம்.

சப்சிடி என்பது பட்ஜெட்தொடர்பானது மட்டுமல்ல. தொழிற்சாலை கேண்டீன்களில் ஊழியர்களுக்கு வழங்கப் படும் உணவுகளின் விலைகள் சப்சிடைஸ்டு என்பார்கள். திருச்சி பெல் நிறுவனத்தில் சாப்பாட்டின் விலை ஐந்து ரூபாய். ஐந்து ரூபாய்க்கு சில ஊர்களில் சாப்பிட வாழைஇலைகூட வாங்க முடியாதுதான். எல்லாச் செலவுகளையும் சேர்த்து ஒரு சாப்பாட்டுக்கு எவ்வளவு

ஆகிறது என்று கணக்குப் போட்டால், அடக்கவிலை மட்டுமே, லாபம் இல்லாமல் மூப்பது, நாற்பது ரூபாய் கூடவரலாம். ஆனால், ஊழியர்களுக்கு வேலை நேரத்தில் ஐந்து ரூபாய்க்கு சாப்பாடு கொடுக்கப்படும்.

செலவு முப்பது ரூபாய். ஊழியர்களிடம் வாங்குவது ஐந்து ரூபாய் தான். அப்படியென்றால் மீதம் ரூ. 25 ரூபாயை யார் தருகிறார்கள்? வேறு யார்? அந்த நிறுவனம்தான். அப்படி நிறுவனம் ஒவ்வொரு சாப்பாட்டுக்கும் செலவுசெய்கிற பணத்துக்குப் பெயர்தான் சப்சிடி. ஐந்து ரூபாய் என்பது சாப்பாட்டின் விலை. அது சப்சிடைஸ்டு ரேட் மானிய விலை.

யாருக்குக் கொடுக்கிறோம்? நமது ஊழியர்களுக்குத்தானே. நமது நிறுவனத்துக்காக வேலை செய்கிறார்கள். தாராளமாகச் செய்துவிட்டுப் போகலாம் என்று தெரிந்துதான் செய்கிறார்கள். பெல் ஆலையில் மட்டுமல்ல; பொதுத்துறை நிறுவனங்களில் மட்டுமல்ல; பல பணியிடங்களில் இப்படிக் குறைந்த விலையில் தருவது உண்டு. நிறுவனத்தின் பட்ஜெட்டில் உணவக சப்சிடி என்பதற்காக ஒரு தொகையை ஒதுக்குவார்கள்.

தபால் ஆபீசுகளில் கிடைக்கும் போஸ்ட் கார்டு என்ன விலை? 50 காசுகள்.இது கூட சப்சிடைஸ்டு ரேட்தான்.போஸ்ட் கார்டு அச்சடிக்க ஆகிற செலவு, அதை விநியோகிக்க ஆகிற செலவு, பின்பு போஸ்ட் செய்யப்படுகிற கார்டுகளை நாட்டின் எந்தக் கடைக்கோடி ஆனாலும் சரியான முகவரிக்கு எடுத்துச் சென்று டெலிவரி செய்கிற செலவெல்லாம் கணக்குப் போட்டுப் பார்த்தால், அதன் விலை முன்பு பார்த்த ஐந்து ரூபாய் சாப்பாடு விலை போல பல மடங்கு அதிகமாக இருக்கும். ஆனாலும் அரசு இன்னமும் 50 காசுக்கு அந்த சேவையை (ஆமாம் பிறகு என்ன சேவையேதான்) செய்து கொண்டிருக்கிறது. (சென்னையில் இருந்து வெளியூருக்கு ஒரு குரியர் தபால் அனுப்ப 60 ரூபாய்!)

நாட்டில் இன்னமும் எவ்வளவோ வறியவர்கள் இருக்கிறார்கள். அவர்களும் கடிதம் எழுத வேண்டும், அவர்களுக்கும் தகவல்கள் தெரிவிக்க வேண்டிய தேவைகள் இருக்கும். அவர்களால் கொடுக்க முடிகிற விலையில் விற்போம் என்று தெரிந்தே, அவர்களைப் போன்ற வசதி இல்லாதவர்களுக்காக சப்சிடைஸ்டு விலையில் நடுவண் அரசின் தபால் துறை விலை வைத்திருக்கிறது.

அப்படிப்பட்ட நோக்கம் கொண்ட ஒன்றை, அரசுக்குப் பெரும் செலவை ஏற்படுத்தும் ஒன்றைப் பலரும் வேடிக்கை விளையாட்டுகள் மற்றும் பொழுதுபோக்குகளுக்கும் பயன்படுத்த ஆரம்பித்தார்கள். பத்திரிகைகள், தொலைக்காட்சி மற்றும் வானொலி சேனல்கள் நடத்தும் போட்டிகளில் சரியான விடை எழுதுவது போன்றவற்றுக்கு போஸ்ட் கார்டைப் பயன்படுத்தினார்கள். இதற்கெல்லாம் போஸ்ட் கார்டு கூடாது என்று நல்லவேளையாக விதியை மாற்றியது தபால் துறை. இப்படி எல்லாம் செய்துமே 2022-23ல் தபால் துறைக்காக பட்ஜெட்டில் ரூ. 36,395 கோடி ஒதுக்கியிருக்கிறது நடுவண் அரசு. இதுவும் மானியம் போன்றதுதான்.

ரயிலில் சாதாரண இரண்டாம் வகுப்பு டிக்கெட்டுகளின் கட்டணங்கள் மட்டும் ஏற்றப்படமாட்டாது என்பது, கடந்த சில ஆண்டுகளாக (குறிப்பாக லல்லு பிரசாத் ரயில்வே அமைச்சராகி ரயில்வே பட்ஜெட் போட ஆரம்பித்த பிறகு) நடைமுறையில் இருந்தது. உயர்கிற விலைவாசியில் எல்லா ரயில் கட்டணங்களையும் கொஞ்சமேனும் உயர்த்தலாம்தான். அதற்கு முகாந்திரங்கள் இருக்கின்றன. ஆனாலும் சாதாரண, ஏ.சி. இல்லாத இரண்டாம் வகுப்பு கட்டணங்களை மட்டும் உயர்த்தாமல் பத்து ஆண்டுகளாக அப்படியே வைத்திருந்தனர். அப்படியென்றால், அது சப்சிடைஸ்டு போலத்தான். ரயில்வே நிர்வாகம் அதன் பட்ஜெட்டில் இந்த மானியத்தை ஏற்றுக் கொள்கிறது. ரயில்வேக்கு ஆகும் கூடுதல் செலவுகளை நடுவண் அரசுதான் அதன் பட்ஜெட்டில் இருந்து கொடுக்கவேண்டும்.

இப்படி, ஆகிற செலவைவிடக் குறைந்த விலை அல்லது கட்டணத்துக்குப் பொருள் அல்லது சேவையை வழங்குவது. அதில் ஏற்படும் வருவாய் இழப்பை அரசு ஏற்றுக் கொள்ளுவதற்குப் பெயர்தான், மானியம் (சப்சிடி).

## இன்குளூசிவ் குரோத்

இதை முழுமையாகத் தேவையற்ற, திட்டம் சாரா செலவாக ஒதுக்கிவிட முடியாது. காரணம், மானியங்களில் பலவகை உண்டு. சில அத்தியாவசியமானவைதான். அவையும் நாட்டின் வளர்ச்சிக்குத் தேவை. என்ன என்ன மானியங்கள் என்று ஒரு பட்டியல் பார்த்தபின், அவற்றின் நல்லது கெட்டது பற்றிப் பார்க்கலாம்.

**உர மானியம்**

முதலில் உர மானியம். நாட்டில் விவசாயப் பொருள்களின் விலை கட்டுப்பாட்டுக்குள் இருக்க வேண்டும். இல்லாவிட்டால் விலைவாசி அதிகரித்து மக்கள், அதிலும் குறிப்பாக சாதாரண மக்கள் அவதிக்குள்ளாவார்கள்.

விவசாயிகளுக்கு தண்ணீர் வேண்டும். மின்சாரம் வேண்டும். விதைகள் வேண்டும். இவை தவிர, உரம் வேண்டும். இவை எல்லாம் இருந்தால் அவர்கள் உழைத்து உற்பத்தியைப் பெருக்குவார்கள். அவர்களின் விவசாய உற்பத்திப் பொருள் களுக்கு அதிக விலை கொடுக்க முடியாத காரணத்தால், விலையுயர்ந்த உரத்தை, விவசாயிகளுக்குக் குறைந்த விலைக்கு அரசு கொடுக்கிறது. அதனால்தான் மானியம்.

நடுவண் அரசின் உரக்கொள்கை பற்றி பல்வேறுவிதமான கருத்துகள் உண்டு. தவிர, அந்த மானியம் யாரைச் சென்றடைகிறது, அவர்கள் தேவையுள்ளவர்கள்தானா என்பது போல விநியோகம் பற்றிய கேள்விகளும் பல உண்டு.

Leakage - Wastage என்பார்கள். தவறாகப் பயன்படுத்துதலும், கெட்டுப் போதலும். இவற்றைக் குறைத்தாலே மிகப் பெரிய அளவு மிச்சம் செய்யலாம் என்பாரும் உண்டு. உர மானியம் என்பது விவசாயிகள் சார்ந்தது என்பதால் இதைப் பற்றி விவாதிப்பதே சற்று உணர்வுபூர்வமாகப் பார்க்கப்படும். இதில் கணிசமான தொகை ஒவ்வொரு ஆண்டும் செலவழிக்கப்படுகிறது என்பது உண்மை. அப்படிச் செலவு செய்யவேண்டிய தொகைக்காக, அரசு கடன் வாங்குகிறது. வட்டி கட்டுகிறது.

நம் நாட்டைத் தொடர்ந்து விவசாய நாடு என்றுதான் அழைக்க வேண்டும். காரணம், விவசாயத்தின் மூலம் வருகிற பொருளாதார மதிப்பு, நாட்டின் மொத்த ஜி.டி.பியில், 20 சதவீதத்துக்கும் குறைவு என்றாலும்கூட, முந்தைய கணக்கெடுப்புகளின்படி 58 சதவீத மக்கள் விவசாயத் துறையில்தான் இருக்கிறார்கள்.

அதனால் மட்டுமல்ல, அரசு செய்யும் செலவுகளில் கணிசமான அளவு விவசாயத்துக்கு என்பதாலும், இந்த உர மானியம் பற்றி அனைவரும் கொஞ்சமேனும் தெரிந்துகொள்ள வேண்டும்.

உரங்களை இரண்டு பெரும் பிரிவுகளாகப் பிரிக்கிறார்கள். ஒன்று யூரியா வகை உரங்கள். பயன்படுத்தப்படும் உரங்களில் 58 சதவீதம்

இந்த வகைதான். மற்றவை பாஸ்பாட்டிக் மற்றும் காம்ப்ளெக்ஸ் வகையைச் சேர்ந்தவை.

இந்த இரண்டு வகை உரங்களுமே அரசின் விலைக் கட்டுப் பாட்டில்தான் 2010 வரை இருந்தன. இவற்றின் விலையைக் கட்டுக்குள் வைத்திருப்பதற்காக, உரம் தயாரிக்கும் நிறுவனங் களுக்கு நடுவண் அரசு மானியம் வழங்கி வந்தது. 2010 பிப்ரவரி மாதம், இரண்டாம் வகை (பார்ஸ்பாட்டிக் மற்றும் காம்ப்ளெக்ஸ்) உரத்தை இந்த விலைக் கட்டுப்பாட்டில் இருந்து விடுவித்தது (அதற்கு பதில் நூட்ரியண்ட் அடிப்படையில் மானியம் என்றது. இப்போதைக்கு அதை விட்டுவிடுவோம்).

ஆனாலும் யூரியாவகை உரங்களின் விலையைத் தொடர்ந்து ஏறாமல் பார்த்துக் கொண்டது. 2000 ஆவது ஆண்டுக்குப் பிறகு 10 ஆண்டுகள் கழித்து 2010ல்தான் யூரியா வகை உரங்களின் விலையை சற்று உயர்த்தியது. 2012 மே மாதம் டன் ஒன்றின் விலை ரூ. 5,313. (கிலோ 5 ரூ. 31 காசு).

2022 ஆண்டும் அதன் விலை அதே தான். 50 கிலோ யூரியா 268 ரூபாய் மட்டுமே. விலை உயர்த்தப்படவில்லை. விவசாயிகளுக்கு அதே விலையில்தான் பல ஆண்டுகளாக யூரியா உரம் விற்கப் படுகிறது. எவ்வளவு உரம் விற்பனையாகிறதோ அந்த அளவுக்கு உரம் உற்பத்தி செய்து அரசு நிர்ணயத்திருக்கும் விலையில் விற்கும் நிறுவனங்களுக்கு மானியம் வழங்கப்படுகிறது. அதிகவிலையில் இறக்குமதி செய்தும் அரசு, கட்டுப்பாட்டு விலையில் விவசாயிகளுக்கு உரம் கிடைக்கச் செய்கிறது.

மேலும் மத்திய அரசு 2020ம் ஆண்டுவரை யூரியாவுக்கான மானியம் தொடரும் என்றும் இதே விலையில் விற்கப்படும் என்றும் முடிவெடுத்தது. தொடர்ந்து யூரியா விலை கட்டுப்பாட்டிலேயே இருப்பதால், யூரியா தயாரிப்பு நிறுவனங்களுக்கு விரிவாக்கம் செய்து உற்பத்தியைப் பெருக்கும் எண்ணம் சுத்தமாக மறைந்து போய், விலை அதிகரிக்காத காரணத்தால், பயன்பாடும் கட்டுப்பாடின்றி அதிகரிக்க, உற்பத்திக்கும் தேவைக்கும் இடைவெளி அதிகரித்து, அரசு மொத்த யூரியா தேவையில் 30 சதவீதத்தை வெளிநாடுகளில் இருந்து அதிக விலையில் இறக்குமதி செய்யும் நிலைக்கு ஆளாகியிருக்கிறது. இதனாலும் அரசுக்கு அதிக செலவு. உரத்துக்காகக் கொடுக்கும் மானியம் அதிகரித்திருக்கிறது.

2021-22ம் ஆண்டில் மத்திய அரசு உரமானியத்துக்காக ஒதுக்கிய தொகை ரூ. 1 லட்சத்து 62 ஆயிரம் கோடி. 2022-23ல் 2 லட்சம் கோடியைத் தொடலாம்.

இந்தத் தொகை இரு காரணங்களால் இந்த மட்டில் இருக்கிறது. இதைப்போல இரு மடங்கு ஆகும் ஆபத்து இதற்கு உண்டு. முதல் காரணம் உலக அளவில் யூரியாவின் விலை கடந்த ஆண்டுகளில் உயரவில்லை. அதனால் இந்தியா இறக்குமதி செய்துகொள்ளும் யூரியாவுக்காகக் கொடுக்கும் தொகை அதிகரிக்கவில்லை.

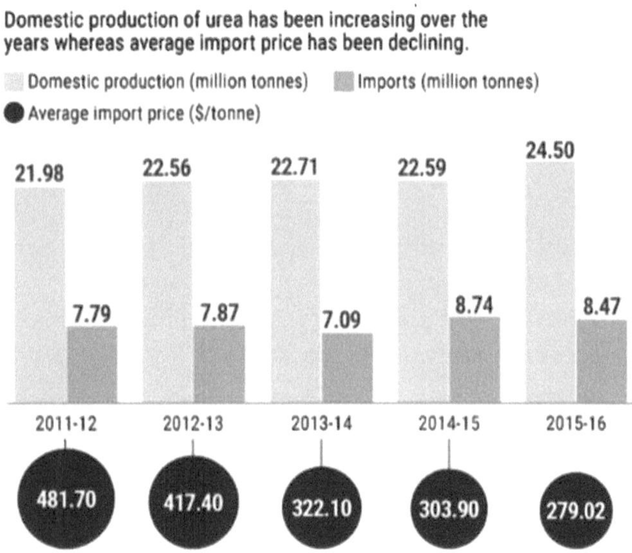


**மேலே இருக்கும் படத்தைப் பார்த்தால் விவரம் தெரியவரும்.**

- உயரமாக வெளிர் நிறத்தில் இருக்கும் 'பார்'கள் இந்தியாவின் யூரியா உற்பத்தி, பத்து லட்சம் (மில்லியன்) டன்களில்.
- உயரம் குறைவாக கரு நிறத்தில் இருக்கும் 'பார்'கள் இந்தியா செய்துகொள்ளும் சராசரி யூரியா இறக்குமதி அதுவும் பத்து லட்சம் (மில்லியன்) டன்களில்.
- மூன்றாவதாக 'பார்'களுக்கு கீழே வட்டங்களில் கொடுக்கப் பட்டிருப்பது டன் ஒன்றுக்கான சராசரி விலை அமெரிக்க டாலர்களில்.

உர மானியம் எப்பொழுதும் ஆகக்கூடியதைக் காட்டிலும் குறைவாக இருக்க மற்றொரு காரணம், மானியம் வழங்கும் முறையில் மத்திய அரசு செய்திருக்கும் மாறுதல்கள்.

அரசு, 2018 முதல் உர மானியத்தையும் ஏனைய பல மானியங் களைப் போல 'நேரடி பண வினியோகம்', 'டைரக்ட் கேஷ் டிரான்ஸ்பர்' செய்கிறது. இந்த நேரடி பண வினியோகம், உரம் உற்பத்தி செய்து விற்பனை செய்த நிறுவனத்துக்குப் போகிறது. நடுவில் எவரும் இல்லை.இதனால் 2017-18ம் ஆண்டில் ஒதுக்கியிருந்த தொகையைக் காட்டிலும் 7 சதவிகிதம் குறைவாக பட்டுவாடா செய்யமுடிந்தது.

இவ்வளவு கட்டுப்பாடுகளுக்குப் பிறகும் உரத்தை வாங்கிப் பதுக்குவது, கள்ளச் சந்தையில் விற்பது, வாங்கிய உரத்தில் வேறு சிலவற்றைக் கலந்து விற்பது என மானியத்தை சிலர் தவறாக பயன்படுத்துகிறார்கள். இவற்றைத் தவிர்த்தால் சுமார் 1000 கோடி ரூபாய் மானியம் குறையும் என்கிறது நடுவண் அரசு. இதற்காக'பெர்டிலைஸர் பிளையிங் ஸ்குவாட்' என்ற உரம் சார்ந்த பறக்கும் படை ஒன்றை உருவாக்கி உர வினியோகத்தைக் கண்காணிக்கிறது.

மக்களின் வரிப்பணம் அல்லவா. விவசாயிகளுக்கு சரி. வேறு எவரும் ஏன் அதை பெறவேண்டும்?

**பெட்ரோல் மானியம்**

மற்றொரு மானியம் நம் எல்லோரையும் ஏதோ ஒருவிதத்தில் தினமும் தொட்டுச் செல்கிற மானியம். அது பெட்ரோலிய பொருள்கள் சார்ந்த மானியம். இந்த மானியமும் பலவிதங்களில் முக்கியமான,முறையாக, சரியாகப் புரிந்துகொள்ளப்பட வேண்டிய ஒன்றுதான். GST நடைமுறைகள் உருவாவதற்கு முன்பு ஒவ்வொரு ஆண்டும் மத்திய பட்ஜெட் அறிவிக்கப்படும்போது மேலும், இதைப் பற்றிய பயமும், பட்ஜெட்டால் விலை அதிகரித்தால் அதற்கு எதிர்ப்பும் கிளம்புவது வழக்கம்.

கச்சா எண்ணெய் என்ற இந்த வகையறாவில், என்னென்ன இருக்கின்றன என்று முதலில் பார்த்துவிடுவோம்.

பெட்ரோல், டீசல், மண்ணெண்ணெய், சமையல் எரிவாயு ஆகியவை இந்த வகையறாவில் வரும். இவையெல்லாமே

எரிவாயு தவிர, ஒரே ஒரு மூலப்பொருளில் இருந்து வருகிறது. அந்த மூலப்பொருள், கச்சா எண்ணெய். 'க்ரூடு ஆயில்' என்பதைத்தான் தமிழில் கச்சா எண்ணெய் என்று சொல்கிறோம்.

பூமிக்கு வெகு அடியில் சில நூறு அடிகள் முதல் 20 ஆயிரம் அடி வரையிலான ஆழத்தில் இருந்து அதிநவீன தொழில்நுட்பம் கொண்டு எடுக்கப்படும், இன்றைய உலகுக்கு மிக இன்றியமையாதது ஆகிவிட்ட, ஒரு பொருள் இது. இது இயற்கையாகக் கிடைக்க வேண்டும்.

கச்சா எண்ணையை மனிதர்கள் உருவாக்கவோ, நாடுகள் உற்பத்தி செய்துகொள்ளவோ முடியாது. காரணம், இது ஒரு இயற்கை வளம். நீர், நிலம், கனிமம் போன்றது. இந்த வளம் எண்ணெய் வள நாடுகள்' என்று அழைக்கப்படும் வளைகுடா நாடுகளிலும் ரஷ்யா, அமெரிக்கா, ஈரான், ஈராக் போன்ற சில நாடுகளிலும் கணிசமான அளவுகளில் கிடைக்கிறது.

இந்தியாவில் கிடைக்காமல் இல்லை. பாம்பே ஹை, கோதாவரி பேசின் (ஆற்றுப்படுகை) போன்ற இடங்களிலும் நன்றாகவே கிடைக்கிறது. ஆனால், நம் நாட்டின் தேவை மிக அதிகம். அதனுடன் ஒப்பிடுகையில் கிடைப்பது, கடவாய்க்கு காணாது!

இதை பீப்பாய்களாகத்தான் கணக்கிடுவார்கள். ஒரு பீப்பாய் என்றால் அது 42 கேலன் அளவு. லிட்டர் அளவில் 159 லிட்டர். மிகச் சரியாகச் சொல்லுவதென்றால் 158.9873 லிட்டர். இந்தியாவில் இப்போது கிடைக்கும் கச்சா எண்ணெயின் அளவு நாள் ஒன்றுக்கு சுமார் 10 லட்சம் பீப்பாய்கள். தேவையோ நாள் ஒன்றுக்கு 44 லட்சம் PPD (பேரல்ஸ் பெர் டே). தினசரி பற்றாக்குறை சுமார் 34 லட்சம் பேரல்கள். உற்பத்தியில் உலகளவில் 20வது இடம். நுகர்வில் உலக அளவில் 3வது இடம்!

கணக்கு இடிக்கவில்லையா? லேசாகவா இடிக்கிறது! இடியாக அல்லவா தாக்குகிறது. அதனால் என்ன? பற்றாக்குறை மொத்தமும் சந்தோஷமாக இறக்குமதி செய்யப்படுகிறது. 2021-22ம் ஆண்டு இந்தியா செய்த கச்சா எண்ணெய் இறக்குமதி 212 மில்லியன் டன்கள்.

இதுதான் இந்தியா செய்து கொள்ளும் இறக்குமதிகளில் இரண்டாவது பெரிய தொகைக்கானது. 2021-22ம் ஆண்டு மட்டும்

119.2 பில்லியன் டாலர்களுக்கு (9.4 லட்சம் கோடி ரூபாய்) இறக்குமதி செய்திருக்கிறோம்.

நாட்டின் மொத்த தேவையில் 82%க்கும் அதிகமான அளவு, இறக்குமதிதான் செய்யப்படுகிறது. அதாவது, நாம் நமது வண்டிக்கு ஒரு நேரம் பத்து லிட்டர் பெட்ரோல் போட்டால், அதில் சுமார் 8.2 லிட்டர் அளவு இறக்குமதி மூலம்தான் கிடைக்கிறது.

**இந்தியாவின் கச்சா எண்ணை உற்பத்தி**

'ஆயில் எக்ஸ்ப்ளோரேஷன்' – பூமிக்கு அடியில் கச்சா எண்ணெய் எங்கே கிடைக்கும் என்பதைக் கண்டறிவது, பின்பு நவீனத் தொழில்நுட்பத்தைப் பயன்படுத்தி வெளியே கொண்டு வருவது. இதை நாட்டின் விடுதலைக்குப்பின் பல ஆண்டுகளுக்கு அரசு நிறுவனங்கள் மட்டுமே செய்ய முடியும் என்ற நிலை இருந்தது.

ONGC (ஆயில் அண்ட் நேச்சுரல் கேஸ் கார்ப்பரேஷன்) மற்றும் IPCL (இந்தியன் பெட்ரோ கெமிக்கல் கார்ப்பரேஷன் லிமிடெட்) முதலியவை எண்ணெய் கண்டுபிடிப்பு வேலைகளைச் செய்து வந்தன.

இந்தியாவில் கச்சா எண்ணைய்யை முறைப்படி தோண்டி எடுப்பது 1866ல் ஒரு பிரிட்டிஷ் நிறுவனம் மூலம் தொடங்கியதாக ஒரு இணையதளத் தகவல் தெரிவிக்கிறது.

1921 வாக்கில் ஆண்டு ஒன்றுக்கு இரண்டரை லட்சம் டன் உற்பத்தி செய்திருக்கிறார்கள். 1955ல் நடுவண் அரசு, பொதுத்துறையில், ஆயில் அண்ட் நேச்சுரல் கேஸ் டைரக்ட்டரேட் (ஓ.என்.ஜி.டி) என்கிற இயக்குனரகத்தைத் தொடங்கியது. 1956ல் அதையே, கமிஷனாக உயர்த்தியிருக்கிறார்கள் (ஓ.என்.ஜி.சி). 1959ல் பாராளுமன்றத்தின் ஒரு சட்டத்தின் மூலம் ஒரு சட்டப்பூர்வ அமைப்பாக மாற்றப்பட்டது. இது ஓ.என்.ஜி.சியின் அதிகாரங்களை மேலும் மேம்படுத்தியது.

நாட்டின் பல பகுதிகளிலும் கண்டுபிடிப்பு வேலைகளைச் செய்துவந்த ஓ.என்.ஜி.சி, 1964ல் தமிழ்நாட்டிலும் வேலைகளை ஆரம்பித்தது. 1972-73ல் பாம்பே ஹையில் கணிசமான அளவு எண்ணை வளம் இருப்பது கண்டுபிடிக்கப்பட்டது. 1980களின் மத்தியில் காவிரி, கோதாவரி படுகைகளிலும் கண்டுபிடிக்கப்

பட்டது. அதன் பிறகு வெளிநாடுகளிலும் எண்ணெய் வயல்களை விலைக்கு வாங்கி, அதிலிருந்தும் நாட்டின் தேவைகளுக்கு கச்சா எண்ணெய், இயற்கை எரிவாயு போன்றவற்றைக் கொண்டு வருவதற்காக ஓ.என்.ஜி.சி விதேஷ் லிட் என்ற புதிய நிறுவனத்தை நடுவண் அரசு உருவாக்கியது.

1981ல் ஆயில் இந்தியாவின் பங்குகளை எல்லாம் வாங்கி, அதை முழுதும் அரசுக்குச் சொந்தமான நிறுவனம் ஆக்கியது அரசு. 1991ல் உருவான தாராளமயமாக்கல், தனியார் மயமாக்கல் பொருளாதார கொள்கைகளின்படி, ஓ.என்.ஜி.சி நிறுவனம், 1994ல் பப்ளிக் லிட்., நிறுவனமாக மாற்றப்பட்டு, தனியார்களுக்கும் ஓ.என்.ஜி.சி. நிறுவனப் பங்குகள் விற்கப்பட்டன.

1995ல் 'சுந்தர்ராஜன் கமிட்டி' என்று அரசால் அமைக்கப்பட்டகுழு, ஒரே தவணையில் எண்ணெய் கண்டுபிடிப்புகளைத் தனியார் வசம் கொடுக்க பரிந்துரைத்தாலும், அப்போதைய பெட்ரோலியத் துறை செயலர் டாக்டர் விஜய் கெல்கர் தலைமையில் இயங்கிய கீ குரூப், படிப்படியாக தனியார் வசம் கொடுக்கும் அணுகு முறையையே பரிந்துரைத்தது.

1997. நடுவண் அரசு, எண்ணெய் கண்டுபிடிப்பு மற்றும் உற்பத்தி வேலைகளைத் துரிதப்படுத்தி, இறக்குமதியின் மீது அதிகம் சாராமல் இருக்கவும், எண்ணைத் துரப்பணப் பணிகளைச் செய்யத் தனியார் நிறுவனங்களையும் அனுமதிக்கும், புதிய கொள்கை ஒன்றை என்.இ.எல்.பி (New Exploration Licencing Policy) என்ற பெயரில் அறிவித்தது. 1999 முதல் இதுவரை இந்த முறையின் கீழ்தான் எண்ணெய் கண்டுபிடிக்க இடங்கள் (ஆயில் பிளாக்ஸ்) ஒதுக்கப்படுகின்றன.

1997-98ம் ஆண்டு பட்ஜெட்டில் அறிவிக்கப்பட்ட என்.இ.எல்.பி அவ்வளவு சுலபமாக நடைமுறைக்கு வரமுடியவில்லை. காரணம், அதிக முதலீடுகள் தேவைப்படும் துறைக்கு தொழில் நுட்பம் தெரிந்த வெளிநாட்டு நிறுவனங்களை ஈர்ப்பதற்காகத் தெரிவிக்கப்பட்ட யோசனைகளை ஏற்க நிதி அமைச்சகம் தயங்கியதுதான்.

என்.இ.எல்.பி மூலம் வருகிற நிறுவனங்களுக்குக் குறைந்தபட்ச மாற்று வரி (MAT) கிடையாது மற்றும் உள்நாட்டு நிறுவனங் களுக்கு உரிய அதே அளவு கார்பரேட் வருமான வரிதான் போன்ற

பரிந்துரைகளால் அரசுக்கு வருமான இழப்பு ஏற்படும் என்று நினைத்ததே காரணம்.

2012ல் பிளாக்குகள் கொடுக்கப்பட்டது 9வது என்.இ.எல்.பி ஏலத்தில். அதுவரை நடந்துள்ள எட்டு என்.இ.எல்.பி ஏலங்கள் மூலமாக மொத்தம் 256 பிளாக்குகள் பல்வேறு நிறுவனங்களுக்குக் கொடுக்கப்பட்டிருந்தன. இவற்றில் ரிலையன்ஸ் இண்டஸ்டிரீஸ், கிரைன் இண்டியா, ஹிந்துஸ்தான் ஆயில் எக்ஸ்ப்ளோரேஷன் போன்ற தனியார் நிறுவனங்களும் அடக்கம்.

2018ல் மத்திய அரசு Hydrocarbon Exploration and Licensing Policy (HELP) என்ற புதிய முறைப்படி முதல் ஏலத்தை நடத்த ஆரம்பித்தது. இந்த முறைப்படி, நிறுவனங்களே, இதுவரை எக்ஸ்புளோர் செய்யப்படாத இடங்களில் இருந்து ஏதாவது ஒரு இடத்தில் துரப்பணப் பணி (எக்ஸ்புளோரேஷன்) செய்வது என்று முடிவு செய்யலாம். பிறகு ஏலத்தில் ஏனைய போட்டி நிறுவனங்களுடன் சேர்ந்து கலந்துகொள்ளலாம். இடத்தைத் தேர்வு செய்த காரணத்தினால் ஏலத்தில் அந்த நிறுவனத்துக்கு 5 மதிப்பெண்கள் அனுகூலம் கொடுக்கப்படும். இந்தப் புதிய முறையின் மூலம் சுமார் 28 லட்சம் கோடி சதுர கி.மீ இடம் ஆய்வுக்குள் வரும்.

**சுத்திகரிப்பு**

கிடைக்கும் கச்சா எண்ணெயை அப்படியே பயன்படுத்த முடியாது. அவற்றை சுத்திகரிப்பு செய்ய வேண்டும். அந்நிறுவனங் களுக்குப் பெயர் ஆயில் ரிஃபைனரீஸ்.

இந்தியாவின் ரிஃபைனரி அளவு (கெப்பாசிட்டி), ஆண்டுக்கு 248.9 மில்லியன் மெட்ரிக் டன்கள் (MMTPA). உலக அளவில் கச்சா எண்ணெய் சுத்திகரிப்பு செய்யும் ரிஃபைனரிகளின் சக்தியில் (கெப்பாசிட்டியில்) இந்தியா நான்காவது இடத்தில் இருக்கிறது. முதல் மூன்று இடங்களில் இருப்பது அமெரிக்கா, சீனா, ரஷ்யா.

2022ம் ஆண்டின் கணக்குப்படி இந்தியாவில் மொத்தம் 23 ரிஃபைனரிகள் இருக்கின்றன. அவற்றில் 18 ரிஃபைனரிகள் பொதுத்துறை சார்ந்தவை. மூன்று ரிஃபைனரிகள், பொதுத்துறை மற்றும் தனியார் நிறுவனங்கள் சேர்ந்து நடத்தும் ஜாயின்ட் வென்ச்சர்கள் (ஜே.வி). மூன்று ரிஃபைனரிகள் தனியாரிடம் உள்ளது.

2010 மற்றும் 2021ம் ஆண்டுகளில்
அதிக கச்சா எண்ணெயை உற்பத்தி செய்யும் நாடுகளின் வரிசை
(நாள் ஒன்றுக்கு 1000 பீபாய்கள் கணக்கில்)

| நாடு | 2021 | 2010 |
|---|---|---|
| அமெரிக்கா | 17941 | 17136 |
| சீனா | 16990 | 12323 |
| ரஷ்யா | 6861 | 5563 |
| இந்தியா | 5018 | 3703 |
| தென்கொரியா | 3572 | 2774 |
| சௌதி அரேபியா | 2905 | 2109 |
| இரான் | 2508 | 1860 |
| பிரேஸில் | 1303 | 1992 |
| ஜெர்மனி | 2121 | 2091 |
| கனடா | 1954 | 1913 |

**இந்தியாவில் இருக்கும் முக்கிய எண்ணை சுத்திகரிப்பு நிலையங்கள்**

| சுத்திகரிப்பு நிலையம் | துறை | மாநிலம் |
|---|---|---|
| ஜாம்நகர் ரிஃபைனரி | தனியார் | ரிலையன்ஸ் |
| வாடினார் ரிஃபைனரி | தனியார் | நயாரா |
| கொச்சி ரிஃபைனரி | பொதுத்துறை | BPCL |
| மங்களூர் ரிஃபைனரி | பொதுத்துறை | ONGC |
| பாராடிப் ரிஃபைனரி | பொதுத்துறை | ONGC |
| பானிப்பட் ரிஃபைனரி | பொதுத்துறை | IOC |
| குஜராத் ரிஃபைனரி | பொதுத்துறை | IOC |
| மும்பை ரிஃபைனரி | பொதுத்துறை | BPCL |
| மணலி ரிஃபைனரி | பொதுத்துறை | சென்னை பெட்ரோலியம் |
| வைசாக் ரிஃபைனரி | பொதுத்துறை | HPCL |
| நாகப்பட்டினம் ரிஃபைனரி | பொதுத்துறை | சென்னை பெட்ரோலியம் |
| டிக்பாய் ரிஃபைனரி (அசாம்) | பொதுத்துறை | IOC |

இவற்றில் இந்தியன் ஆயில் கார்பரேஷன்தான் (IOC) நாட்டின் மிகப் பெரிய ரிஃபைனரி.

## பெட்ரோலியப் பொருள்கள் விற்பனை

தொடர்ந்து ‘ஆயில்’ கண்டுபிடிக்கப்பட்டு, உறிஞ்சி எடுக்கப்பட்டு பைப்புகள், கண்டெயினர்கள் மூலமாக எல்லாம் ரிஃபைனரி களுக்கு அனுப்பப்படும். பற்றாக்குறையைச் சமாளிக்க பெருமளவு இறக்குமதி செய்யப்பட்டு அவையும் ரிஃபைனரி களுக்குப் போகும்.

அங்கே கச்சா எண்ணெய் பல்வேறு பொருள்களாகப் பிரிக்கப் படும். தென்னை மரத்தில் கிடைக்கும் ஒரு காயில் இருந்து தேங்காய் மட்டை, தேங்காய் துருவல், எண்ணெய், புண்ணாக்கு என்று பலவும் எடுக்கப்படுவது போல, கச்சா எண்ணெயும் பல்வேறு பொருள்களாகப் பிரிக்கப்படும். அதிலிருந்து கிடைப்பதுதான் பெட்ரோல், டீசல் மற்றும் மண்ணெண்ணெய் போன்றவை. கூடவே ரோடு போட பயன்படும் தார் போன்ற வேறு பல பொருள்களும்கூடக் கிடைக்கும்.

சுத்திகரிப்பு என்பது சாதாரண வேலையல்ல. தொழில்நுட்பம் நிறைந்த வேலை. ஒரு பீப்பாய் சுத்திகரிப்பு செய்ய சராசரியாக என்ன செலவு ஆகிறது என்று பார்க்கிற ஒரு வழக்கம் உண்டு. தனியார் நிறுவனங்கள் தொடர்ந்து இந்தச் செலவைக் குறைத்துக் கொண்டே வருகின்றன.

இவற்றை அந்த நிறுவனங்கள் விலைக்கு விற்றுவிடும். அவற்றை விற்கிற நிறுவனங்களுக்குப் பெயர் ஆயில் மார்க்கெட்டிங் கம்பெனிகள். இதில் பொதுத்துறை ரிஃபைனரிகள் எல்லாம் உண்டு. IOC, HPCL, BPCL, Oil India Ltd போன்றவை. தவிர ரிலையன்ஸ், எஸ்ஸார் ஆயில் போன்ற தனியார் நிறுவனங்களும் ஒரு நேரத்தில் ஆயில் மார்க்கெட்டிங் நிறுவனங்களாகவும் இயங்கின. அரசு அனுமதித்தது. ஆனால், அவற்றால் தொடர்ந்து அரசு நிர்ணயிக்கிற (மானிய) விலைக்குக் கொடுக்க முடியாததால், விநியோக வியாபாரத்தை இடையில் நிறுத்திக் கொண்டன. பின்பு பெட்ரோல் மற்றும் டீசல் விலைகளை ஆயில் மார்கெட்டிங் நிறுவனங்களே நிர்ணயித்துக்கொள்ளலாம் என்றானவுடன் மீண்டும் அவற்றின் கடைகளைத் திறந்துள்ளன.

இதுவரை தெரிவித்தது எல்லாம் சரி. அடிக்கடிப் பேசப்படும் ஒரு முக்கியமான பொருளாதார விஷயத்தில் என்ன, எப்படி நடக்கிறது என்பதைச் சரியாகத் தெரிந்து கொள்ள இந்தத் தகவல்கள் உதவும் என்பதும் கூடச் சரிதான். இதில் இதுவரை இன்னும் வராதது,

மானியமும் அதைத் தருகிற அரசும் இல்லையா? (பாயிண்டுக்கு வருவமில்ல!)

இனி அவற்றைப் பற்றிப் பார்க்கத்தான் போகிறோம். ஆனால் அதற்குமுன் மற்றொரு முக்கிய விஷயத்தைப் பற்றியும் சொல்ல வேண்டியிருக்கிறது. அதையும் தெரிந்துகொண்டால்தான் பெட்ரோல் மானியம் பற்றி முழுதும் புரிந்துகொள்ளமுடியும்.

## பொருளாதாரச் சீர்திருத்தங்கள், ரீபார்ம்ஸ்

பங்குச் சந்தையில் பங்குகள் விலை ஏறாததற்குக் காரணம் 'ரிஃபார்ம்ஸ்' போதவில்லை அல்லது ஏதுமில்லை என்று ஊடகங்களில் சில சமயம் பேசப்படுவதைக் கேட்டிருக்கலாம். அல்லது காங்கிரஸ் கட்சியும் பி.ஜே.பி கட்சியும், அவர்களது விவாதங்களில் ரிஃபார்ம்ஸ் பற்றிக் காரசாரமாகப் பேசிக் கொள்வதைக் கேட்டிருக்கலாம். அதேபோல கம்யூனிஸ்ட், திரிணாமுல் காங்கிரஸ் போன்ற கட்சிகள் ரிஃபார்ம்ஸ் தேவையேயில்லை என்று அடித்தொண்டையில் இருந்து கத்துவதையும் கேட்டிருக்கலாம். ரிபார்ம்ஸ் என்றால் தமிழில், சீர்திருத்தங்கள்.

நம் நாட்டில் 'ரிஃபார்ம்ஸ்' என்பது முழு வேகத்தில் தொடங்கியது 1991ல் என்று சொல்லலாம். தொடங்கி வைத்தவர் முன்னாள் பிரதமர் நரசிம்மராவ். உடன் இருந்து நடத்தியவர் அப்போதைய நிதியமைச்சரும் பின்னாளில் பிரதமர் பதவிவகித்தவருமான மன்மோகன் சிங். அவர் மந்திரி சபையில் வர்த்தக அமைச்சராக இருந்தவர் ப.சிதம்பரம்.

இது ஏன் நடந்தது என்பதைப் பின்னால் விளக்குவோம். இப்போதைக்கு இது நிகழ்ந்தது என்பதை மட்டும் விவாதத்துக்கு எடுத்துக் கொள்வோம். ஆமாம், எது நிகழ்ந்தது? இந்தியாவின் பொருளாதார திரைக்கதையில் நடந்த முக்கியத் திருப்பம் அது. வெளிநாட்டில் இருந்து பொருள்களை இறக்குமதி செய்தால் அதற்கு டாலரில் பணம் கொடுக்க வேண்டும். அந்தக் கையிருப்பு (அந்நிய செலாவணி) வெகுவாகக் குறைந்து, 1991ல் இந்தியா சிரமத்துக்குள்ளாகும் நிலை ஏற்பட்டது. அதனால், நடுவண் அரசு, ரிசர்வ் வங்கி வசமிருந்த ரிசர்வ் தங்கத்தில் 25 டன்னை (25 ஆயிரம் கிலோ) அடகுவைத்து, உலக வங்கியிடமிருந்து 200 மில்லியன் அமெரிக்க டாலர் பணம் கடன் வாங்கியது.

அது ஒரு மிகவும் இக்கட்டான, அரசாங்கத்தைச் சிந்திக்க வைத்த சூழ்நிலை. அப்போது எடுக்கப்பட்ட முடிவுதான் இந்த ரிஃபார்ம்ஸ். ரிஃபார்ம் என்பதன் பொருள், மறுசீரமைப்பு அல்லவா. அதுவரையிலிருந்த பொருளாதாரக் கொள்கைகள் ஒருகுறிப்பிட்ட விதமானவை. அவற்றை 'கண்ட்ரோல் ராஜ்', 'லைசென்ஸ் ராஜ்' என்றெல்லாம் குறிப்பிடுவார்கள். உற்பத்தி, வினியோகம் போன்றவற்றில் பெரும்பாலானவற்றை அரசுதான் செய்யும். தனியார் செய்ய அனுமதி குறைவு. அதனால் அதன் பெயர் 'கட்டுப்பாடுகள் ஆட்சி' கண்ட்ரோல் ராஜ். வேறு சிலவற்றைத் தனியார் செய்யலாம். ஆனால், அதற்கு அரசு அனுமதி வேண்டும். அனுமதிக்குப் பெயர் லைசென்ஸ். 'இம் என்றால் கண்ட்ரோல்; ஏன் என்றால் லைசென்ஸ்' என்றிருந்ததால் அரசின் அப்படிப்பட்ட அணுகுமுறைகளுக்குப் பெயர் லைசென்ஸ் ராஜ்(யம்) (சிலர் பிரமாதமாக சம்பாதித்தார்கள்)

லைசென்ஸ் பெறுவதற்கு விண்ணப்பிப்பவர்கள் பல படிவங்களை நிறைவு செய்ய வேண்டும். பின்பு காத்திருக்க வேண்டும். மாதக்கணக்கில், சமயத்தில் ஆண்டுக்கணக்கில்கூட. அப்படி காத்துக் கிடந்த ஒருவர் சொன்ன தகவல் இது.

இதனால் நாட்டில் புதிய தொழில் வியாபாரம் தொடங்கி, தொடர்ந்து செய்வது, விரிவாக்கம் செய்வது எல்லாம் மிகவும் சிரமமான வேலையாக இருந்தது. அப்படிப்பட்ட கட்டுப் பாடுகளைத் தளர்த்துவது 'லிபரலைசேஷன்' என்று அழைக்கப் பட்டது. இதுவரை அரசு மட்டுமே செய்து வந்தவற்றைத் இனி தனியாரும் செய்யலாம் என்று அனுமதிப்பதற்குப் பெயர் 'பிரைவேட்டைசேஷன்'. நம் நாட்டவர்கள் வெளிநாடுகளுக்குச் சென்று வியாபாரம் செய்யலாம்; வெளிநாட்டவரும் நம் நாட்டில் வியாபாரம் செய்யலாம் என்று அனுமதித்ததற்குப் பெயர் 'குளோபலைசேஷன்'. இவை மூன்றையும் சேர்த்து சுருக்கமாக LPG என்றழைத்தார்கள் (ஆங்கிலச் சொற்களின் முதல் மூன்று எழுத்துகள்). இப்படியெல்லாம் செய்வதற்குப் பெயர் ரிஃபார்ம்ஸ்.

கடந்த காலங்களில் 'மல்டிபிராண்ட் ரீடெயில்' வியாபாரத்தில் அந்நிய நேரடி முதலீடுகளை (FDI) 49 சதவீதம் வரை அனுமதிக்கலாம் என்று நடுவண் அரசுப் பொறுப்பிலிருந்த காங்கிரஸ் தலைமையிலான UPA அரசு கொண்டு வந்தது. அதேபோல இன்சூரன்ஸ் துறையிலும் 49 சதவீதம் வரை அந்நிய

முதலீடுகளை அனுமதிக்கலாம் என்று முடிவெடுத்திருந்தது. இவையெல்லாம் 'ரிஃபார்ம்கள்' என்று அழைக்கப்படுகின்றன.

பின்னர் அவையெல்லாம் மேலும் அதிகரிகப்பட்டு இன்சூரன்ஸ் நிறுவனங்கள் 74% வளர அன்னிய முதலீடு (FDI) அனுமதிக்கப்படுகிறது. சிங்கிள் பிராண்ட் ரீடெயிலில் 100% FDI. இதே அரசு யோசித்து வந்த அப்போதெல்லாம் செய்திகளில் அடிபட்ட மற்றொரு ரிஃபார்ம், 'டீசல் பிரைஸ் டி-கண்ட்ரோல்' டி-கண்ட்ரோல் என்றால் கண்ட்ரோலுக்கு அதாவது, கட்டுப்பாடுகளுக்கு எதிர்ப்பதம். அது நடந்துவிட்டால், டீசல் விலையை அரசு கட்டுப்படுத்த முடியாது. உலகச் சந்தையில் நடைபெறும் கச்சா எண்ணெய் விலையை ஒட்டி நம் நாட்டிலும் டீசல் விலை அடிக்கடி மாறும். அதன் பிறகு டீசலுக்காக அரசு செலவழிக்கும் மானியம் குறையும் (அரசுக்கு குறையும் சரி. மக்களுக்கு?)

ஆக, அரசின் ரிஃபார்ம்ஸில் முக்கியமான ஒன்று டி-கண்ட்ரோல் – பொருள்களின் விலையை அரசின் செயற்கையான கட்டுப்பாட்டில் இருந்து விடுவிப்பது. சில தசமங்களுக்கு முன்பு சிமெண்ட், சர்க்கரை போன்றவற்றையும் மத்திய அரசு கண்ட்ரோல் செய்தது.

**பெட்ரோல் மானியம்**

2010ம் ஆண்டு வரை பெட்ரோல் விலை என்பது அரசின் கட்டுப்பாட்டில் இருந்தது. அரசு முடிவெடுக்காமல் பெட்ரோல் விலை உயராது. அரசு முடிவெடுத்தால்தான் விலை உயர்த்தப்படும். அதனால் என்ன என்று கேட்கக் கூடாது. அதனால் பல விளைவுகள் வரமுடியும் என்பது இந்நேரம் புரிந்திருக்கும். காரணம், முன்பு பார்த்ததுதான்.

பெட்ரோல் கிடைப்பது கச்சா எண்ணெயில் இருந்து. கச்சா எண்ணெய் உள்நாட்டில் கிடைப்பது, தேவையை ஒப்பிடும்போது மிகவும் குறைவு. தவிர, கச்சா எண்ணெய் எடுக்கும் பணி செய்வது தனியாரும்தான். அரசு மட்டுமல்ல.

உள்நாட்டு உற்பத்தி போதாமல் பெருமளவு கச்சா எண்ணெய் இறக்குமதி செய்யப்படுகிறது. கச்சா எண்ணெய் விலை மற்ற எந்தப் பொருளையும் போலவே சந்தையில் மாறிக் கொண்டேயிருக்கும். 2004 முதல் அதிகரிக்கத் தொடங்கி, ஒரு கட்டத்தில் (2008ல்) பீப்பாய் 144 டாலர் ஆனது.

அதற்கு எவ்வளவோ காரணங்கள். சில தவிர்க்க முடியாதவை. வேறு சில ஆன்லைன் வர்த்தகத்தில் உலக அளவில் பெரும் வர்த்தகர்களால் செயற்கையாக உண்டாக்கப்பட்டவை. எது எப்படியோ, ஆயில் மார்க்கெட்டிங் நிறுவனங்களின் பெட்ரோல் அடக்க விலை மிகவும் அதிகமாகிக்கொண்டே போனது. ஆனால், எந்த விலைக்கு விற்கலாம் என்பதை நடுவண் அரசு மட்டுமே முடிவு செய்யும் நிலை இருந்து வந்தது.

கச்சா எண்ணெய் விலை எவ்வளவு உயர்ந்தாலும் பெட்ரோல் விலையை அவ்வளவு சாதாரணமாக அரசால் உயர்த்திவிட முடியவில்லை. காரணம், எதிர்க்கட்சிகளும் மக்களும் கடுமையாக எதிர்த்தார்கள். ஏன் எதிர்த்தார்கள்? மக்களால் அவ்வளவு விலை கொடுத்து வாங்க முடியவில்லை.

ஒரு பக்கம் உற்பத்தி செய்து விற்பவர்களுக்கு அடக்க விலை உயர்கிறது. மறுபக்கம், சந்தையில் விற்பனை விலையை உயர்த்த முடியாத நிலை. இரண்டுக்கும் இடையில் கணிசமான நஷ்டம். கடைத் தேங்காயை எடுத்து வழிப் பிள்ளையாருக்கு உடைப்பது என்பார்களில்லையா? அப்படித்தான் இருந்தது அரசின் நிலை.

'என்ன விலை ஆனாலும் கச்சா எண்ணையை வெளிநாட்டில் இருந்து வாங்கி சுத்திகரிப்பு செய். ஆனால், சந்தையில் விற்பனை விலையை ஏற்றாதே' என்று ஆயில் மார்கெட்டிங் நிறுவனங்களிடம் சொல்லிக் கொண்டிருந்தது அரசு. இப்படிச் செய்யப்போக, ஆயில் மார்கெட்டிங் நிறுவனங்களின் லாபம் குறைய ஆரம்பித்து பின் ஒரு நேரம் நஷ்டம் ஏற்பட்டது. நஷ்டம் தொடர்ந்தது. அது சமயம், அரசு சொல்லியது, 'தொடர்ந்து அதே விலைக்கு விற்பனை செய்யுங்கள், நஷ்டத்தை நாங்கள் ஈடுகட்டுகிறோம்'.

இதன் பெயர்தான் பெட்ரோல் மானியம். மக்கள் நலனுக்காக அரசு ஏற்றுக்கொள்ளும் செலவு. இதில் வருவன மூன்று பொருள்கள்: ஹை ஸ்பீடு டீசல், வீட்டு உபயோக எல்.பி.ஜி (சமையல் கேஸ்) மற்றும் பொதுவிநியோக மண்ணெண்ணெய்.

இவற்றை அரசு குறைந்த விலையில் விற்கச் சொல்வதால் ஆயில் மார்கெட்டிங் கம்பெனிகளுக்குக் கிடைக்க வேண்டிய வருவாய் குறைந்தது. அதை 'அண்டர் ரெக்கவரீஸ்' என்றார்கள். அதனால் எங்களுக்கு நஷ்டம் என்று அந்த நிறுவனங்கள் அடிக்கடி பெருங்குரலெடுத்து முறையிட்டன. அந்த வருவாய் இழப்பை சரி செய்வதற்கு அரசு இரண்டு வழிகளைக் கையாண்டது.

முதல் வழி, பிற அரசு நிறுவனங்களான எண்ணெய் கண்டுபிடிப்பு நிறுவனங்களிடம் இருந்து நீங்கள் கச்சா எண்ணெய் போன்ற வற்றை வாங்கும்போது கொஞ்சம் சலுகை விலையில் தரச் சொல்கிறோம் என்பது. அந்த நிறுவனங்களுக்குக் கூட்டாக ஒரு அடையாளப் பெயர் உண்டு. அது, அப் ஸ்டிரீம் கம்பெனிகள். அதில்தான் முன்பு பார்த்த ஆயில் இந்தியா, ஓ.என்.ஜி.சி. மற்றும் கெயில் இந்தியா போன்றவை வரும்.

கச்சா எண்ணெயைக் கண்டுபிடிப்பது, சுத்திகரிப்பது, பெட்ரோல் டீசல் முதலியவைகளாக விற்பனை செய்வது ஆகிய எல்லாம் சேர்ந்து ஒரு வியாபார சங்கிலி என்றால், அதில் மேல் பகுதியான எண்ணெய் கண்டுபிடிப்பு சுத்திகரிப்பு முதலியன மட்டும் 'அப் ஸ்டிரீம்' (மேல் பகுதி) கம்பெனிகள். சங்கிலியின் கீழ் பகுதியில் இருக்கும், விற்பனை மற்றும் விநியோகம் செய்யும் ஆயில் மார்கெட்டிங் கம்பெனிகளுக்குப் பெயர் 'டவுன் ஸ்டிரீம்' கம்பெனிகள்.

'அப் ஸ்டிரீம்' கம்பெனிகளை, மானிய விலையால் ஏற்படும் நஷ்டத்தில் கொஞ்சம் பங்கு எடுத்துக்கொள்ளச் சொல்லுவது தவிர, அரசு அவ்வப்போது தானே அதன் பட்ஜெட்டில் இருந்து நேரடியாக 'கேஷ் சப்சிடி'யும் டவுன் ஸ்டிரீம் கம்பெனிகளுக்குக் கொடுத்தது.

யார் எவ்வளவு தாங்கிக் கொண்டாலும் அதற்கு ஆகும் பணம் அரசிடம் இல்லை. அதற்காக 'ஆயில் பாண்ட்'கள் என்று தனிவகை கடன் பத்திரங்கள் வெளியிட்டு பணம் திரட்டியது. அவை குறித்த விவரம் 2ம் பாகத்தில் 'இந்தியா எப்படி இருக்கிறது?' என்ற அத்தியாயத்தில் கொடுக்கப்பட்டிருக்கிறது.

உதாரணம் சொல்வதென்றால், 2010-11ம் ஆண்டில் நடுவண் அரசு நேரடியாக மானியத்துக்கு செலவு செய்த தொகை, ரூ. 43 ஆயிரத்து 905 கோடி 'அப் ஸ்டிரீம் கம்பெனிகள் ஏற்றுக் கொண்டது, ரூ. 30 ஆயிரத்து 297 கோடி. 'ஆயில் மார்க்கெட்டிங் கம்பெனிகள் ஏற்றுக்கொண்டது, ரூ. 6,893 கோடி.

முழுக்க முழுக்க தனியார் நிறுவனங்களாக இருக்கிற ரிலையன்ஸ், எஸ்ஸார் போன்ற நிறுவனங்களுக்கு இந்தச் செலவுகள் இல்லை. ஆனால் அரசு அதிகமாக பங்குகள் வைத்திருக்கிற, ஆயில் இந்தியா, எச்.பி.சி.எல், பி.பி.சி.எல் போன்ற நிறுவனங் களுக்குத்தான் பிரச்னை. அவை கெயில் இந்தியா பங்குகளில்

54.43% மட்டுமே அரசு வசம். அப்படியானால் தனியார் வசம் 45.57%.

**டிஸின்வெஸ்ட்மெண்ட்**

முழுமையாக அரசாங்க நிறுவனங்களாக இருந்தாலும் அவற்றின் பங்குகளில் குறிப்பிட்ட அளவை தனியாருக்கு கொடுத்திருக்கிறது அரசு. அதன் பெயர் டிஸின்வெஸ்ட்மெண்ட். (நடுவண் அரசின் பட்ஜெட் வாகிக்கும்பேது அதிகம் கவனிக்கப்படும் மற்றொரு வார்த்தை.)

2022 நிலவரப்படி, ஓ.என்.ஜி.சியின் பங்குகளில் 58.91% அரசு வசம் இருந்தது. பாக்கி 41.09% பங்குகள் தனியார் வசம் இருந்தன. இதில், அந்நிய முதலீட்டு நிறுவனங்களும் (FII) அடக்கம். அவர்களிடம் 10% ஓ.என்.ஜி.சியின் பங்குகள் இருக்கின்றன.

ஆயில் இந்தியா நிறுவனத்தின் 56.66% பங்குகள் நடுவண் அரசு வசமும் (குடியரசுத் தலைவர்தான் மக்களின் சார்பாக பங்குதாரர்) மீதம் எல்லாம் தனியார் வசமும் இருக்கின்றன.

கெயில் இந்தியா பங்குகளில் 51.52% மட்டுமே அரசு வசம் இருக்கின்றன. தனியாரிடம் இருக்கும் 48.48% பங்குகளில் 19.78% பங்குகள் அந்நிய நாட்டு முதலீட்டாளர்களான FIIகளிடம் உள்ளன.

அரசின் செலவில் ஒரு சிறு பகுதியாக தொடங்கிய இந்த மானியம், கச்சா எண்ணெய் விலை உயர உயர, அதிகரித்துக் கொண்டே போனது. ஒரு நேரம் அரசாலேயே தாங்க முடியாத அளவையும் தொட்டது.

அரசுக்கு மட்டும் பணம் மரத்திலா காய்க்கிறது? அரசின் வரவு செலவு பற்றி முன்பே பார்த்தோம். அரசு கடன் வாங்கித்தான் இந்த மானியம் மற்றும் ஏனைய செலவுகளையும் செய்து வந்தது. ஒரு கட்டத்தில் இதெல்லாம் அதிக நாள்களுக்குத் தாங்காது என்று யோசித்து, முடிவெடுத்தார்கள். அதுதான் பெட்ரோல் பிரைஸ் டி-கண்ட்ரோல்.

இவ்வளவு முக்கியமான நிறுவனங்களுக்கு அரசே முழுமையான முதலாளியாக இருந்தால் நட்டப்படவிடலாம். ஆனால் மேலே பார்த்ததுபோல ஒவ்வொரு நிறுவனத்திலும் தனியார் முதலாளிகள் பங்குகள் வாங்கிவிட்டார்கள் (கொடுக்கப்பட்டது. அல்லது கொடுக்க வைத்தார்கள்). அதனால் அந்நிறுவனங்கள்

அவர்களுக்கு சொந்தம். அவர்கள் நட்டப்பட சம்மதிக்க மாட்டார்கள். அதிலும் கெயில் இண்டியா நிறுவனமெல்லாம் பெயருக்குத்தான் அரசு நிறுவனம் போல. தனியார் வசம் (சிறு முதலீட்டார்களையும் சேர்த்துதான்) 48.55% பங்குகள் இருக்கின்றன. அதனால் பெட்ரோல் டீசல் விலைகளை கட்டுப்பாட்டுக்குள் வைப்பதில் சிரமங்கள் வந்தன.

அதனால் இனி எண்ணெய் நிறுவனங்களே பெட்ரோல், டீசல் விலைகளை நிர்ணயம் செய்யலாம் என்று அறிவித்தது அரசு.

**பெட்ரோல் பிரைஸ் டி-கண்ட்ரோல்**

தொடக்கத்தில் ஆயில் மார்க்கெட்டிங் நிறுவனங்கள் மூன்று மாதத்துக்கு ஒருமுறை கூடி, கச்சா எண்ணெய் விலைகளை ஆராய்ந்து, என்ன விலைக்கு பெட்ரோல் விற்கலாம் என்று முடிவெடுத்துக்கொள்ள அனுமதிக்கப்பட்டன. ஆனால், அரசுக்குத் தெரிவித்துவிட்டு பின் அனுமதி பெற்று நடைமுறைப்படுத்தலாம் என்பதுபோல அதை மாற்றியது அரசு.

டி-கண்ட்ரோல்தான். ஆனாலும், முழுவதும் அவிழ்த்துவிட்டது போலில்லை. இந்த நிலை பின்னால் மாறலாம். நல்ல வேளையாக, கச்சா எண்ணெய் விலையும் 2008 அமெரிக்க சப்-பிரைம் பிரச்னைக்குப் பிறகு இறங்கி, ஒரு கட்டத்தில் பீப்பாய் ஒன்று 24 டாலருக்கே வீழ்ந்து, பின் உயர்ந்து 2012ம் ஆண்டு சுமார் 95 டாலரில் இருந்தது. பின்பு 2016ல் 36 டாலருக்கு வந்தது. மிண்டும் உயர்ந்து 2019ல் 56 டாலர் போய் 2020ல் பீப்பாய் 39 டாலர் ஆனது (கொரோனா தாக்கம்). அதன்பின் உயர்ந்து 2022 ஜூன் மாதம் 122 டாலரைத் தொட்டு 100 டாலருக்குக்கீழ் இறங்கிவந்துள்ளது. (இந்தியாவில் பெட்ரோலின் விலை 2022ல் முதல் முறையாக லிட்டர் ஒன்று ரூ.100க்கு மேல்போய் சதமடித்தது.)

உலகின் மக்கள் தொகையில் 2011 கணக்குபடி 17% இருக்கும் இந்தியர்கள், உலகின் எரிசக்தி (எனர்ஜி) செலவழிப்பில் 6.1% மட்டுமே இருக்கிறோம். இது வரும் ஆண்டுகளில் கணிசமாக உயருமாம். இதனால், இந்தியாவின் கச்சா எண்ணெய் இறக்குமதி குறைவதற்கு வாய்ப்பில்லை. அதிகரிக்கவே செய்யும். பெட்ரோல் விலையை டி-கண்ட்ரோல் செய்த அரசு முதலில் மற்ற பெட்ரோலியப் பொருள்களான டீசல், மண்ணெண்ணெய், சமையல் எரிவாயு விலைகளை அதன் கட்டுப்பாட்டுக்குள்ளேயே தொடர்ந்து வைத்திருந்தது.

**டீசல் பிரைஸ் கண்ட்ரோல் / மானியம்**

எதனால் இந்த வேறுபாடு என்று சிலருக்குத் தெரியாமல் இருக்கலாம். பெட்ரோல் என்பது கார், இரு சக்கர வாகனங்கள் போன்றவற்றுக்குப் பயன்படுத்தப்படுவது. ஆனால் டீசல் என்பது பேருந்துகளுக்கும் லாரிகளுக்கும் பயன்படுத்தப்படுவது. லாரி என்றால் பொருள்களை நாடு முழுவதும் ஏற்றிச்செல்வது. அதற்குப் பயன்படும் டீசல் விலையை உயர அனுமதித்தால், மக்கள் அன்றாடம் பயன்படுத்தும் அத்தியாவசிய காய்கறி, மளிகை, பால் போன்ற பொருள்களின் விலைகள் உயரும். அது சாதாரண மக்களைப் பெரிதும் பாதிக்கும். அதனால், டீசல் விலை தொடர்ந்து அரசின் கட்டுப்பாட்டில்.

ஆனாலும் உலக அளவில் வர்த்தகம் ஆகும், 82% இறக்குமதி செய்யப்படும் ஒரு பொருளின் விலையை அரசால் தொடர்ந்து குறைவாகவே வைத்திருக்க முடியவில்லை. ஆண்டு வரவு செலவில் டீசல் மானியம் கணிசமான பகுதியாக இருந்தது. அதனால், 2013ம் ஆண்டு மன்மோகன் சிங் தலைமையிலான யு.பி.ஏ. அரசு ஒரு முடிவு எடுத்தது. அந்த முடிவின்படி கணிசமான மானிய விலையில் விற்கப்பட்டுவந்த டீசல் முதல்முறையாக மாதம் 50 காசுவீதம் ஒவ்வொரு மாதமும் தொடர்ந்து, விலை உயர்த்தப்பட்டது.

இப்படி மெல்ல மெல்ல விலையை உயர்த்தினால், நுகர்வோருக்குச் சுமை தெரியாது என்று இப்படிச் செய்தார்கள். விலை மெல்ல மெல்லக் கூடியது. மானியம் மெல்ல மெல்ல குறைந்தது. பெட்ரோல் விலைக்கும் டீசல் விலைக்கும் இடையே இருந்த பெரிய இடைவெளியும் குறைய ஆரம்பித்தது.

அக்டோபர் 2104ல் பி.ஜே.பி. அரசு, இனி OMCs என்று சுருக்கமாக அழைக்கப்படும் ஆயில் மார்கெட்டிங் நிறுவனங்களே (இந்தியன் ஆயில், எச்.பி.சி.எல் மற்றும் பி.பி.சிஎல்) பெட்ரோல் மற்றும் டீசல் விலைகளை முடிவு செய்து கொள்ளலாம் என்று அறிவித்தது.

அதன்பின் டீசல் மற்றும் பெட்ரோல் விலைகள் தினசரி மாறுகின்றன. முடிவு செய்பவர்கள் ஆயில் மார்கெட்டிங் கம்பெனிகள். அரசுக்கு இப்பொழுதெல்லாம் இதில் ஒரு வேலையும் அதாவது, மானியம் தரவேண்டிய அவசியமும் இல்லை.

முன்பெல்லாம் மானியம் காரணமாக, டீசல் விலை எப்போதுமே பெட்ரோல் விலையைவிடக் குறைவாகவே இருந்தது. அதனால் பலரும் டீசல் கார்களையே வாங்கிப் பயன்படுத்தினார்கள்.

அரசு உத்தேசித்து டீசலுக்குக் கொடுத்த மானியம் லாரிகளுக்காக மற்றும் அரசு நடத்தும் பேருந்துகள் மற்றும் ரயில்களுக்காக. ஆனால், அது போடப்பட்டதோ பல லட்சம் டீசல் கார்களுக்கும் சேர்த்துதான். அது தவிர, பலரும் தங்கள் டீசல் ஜெனரேட்டர் களுக்கும்கூடப் பல தொழிற்சாலைகளில் டீசலை பயன் படுத்தினர்கள். விநியோக முறையில் வேறுபடுத்தப்படாத காரணத்தால், அரசு டீசலுக்குக் கொடுக்கிற மானியம் சாதாரண மக்கள் தவிர வசதியானவர்களுக்கும் போய்ச் சேர்ந்து கொண்டிருந்தது.

இதை வேறுவிதமாகச் சரி செய்யலாம் என்று யோசித்த அரசு, டீசல் கார்களுக்கு மட்டும் கூடுதல் கலால் வரி போடலாம் என்று யோசித்திருக்கும்போல.

இப்போது அப்படிப்பட்ட தேவையே இல்லாமல் போய் விட்டது. வேறுபாடு குறைந்து, பெட்ரோல் விலைக்கு நெருக்க மாகவே வந்துவிட்டது டீசல் விலை. பாவம் பொதுமக்கள்.

**சமையல் எரி வாயு மானியம்**

அரசு தொடர்ந்து கொடுக்கும் மானியம் சமையல் எரி வாயுவுக்கும், மண்ணெண்ணெய்க்கும்தான். அரசு வழங்கும் சமையல் எரிவாயு சிலிண்டர்கள் மானிய விலையிலேயே வழங்கப்பட்டு வந்தன. அதைப் பெறுகிற கோடிக்கணக்கான குடும்பங்களில் ஒரு பகுதியினருக்கு அடிப்படைப் பொருளாதார வசதிகள்கூட இல்லை. வேறு ஒரு பகுதியினருக்கு நல்ல பொருளாதார வசதி இருக்கிறது.

அப்படியிருக்கையில் ஏன் அனைவருக்கும் குறைந்த விலையில் எரிவாயு சிலிண்டர் கொடுத்து, அரசு செலவை ஏற்க வேண்டும்? மானியம் கொடுக்கும் இடத்தில் அப்படிப்பட்ட வேறு பாடுகளைக் கண்டுபிடிப்பதும் சிரமம். அதனால், கொடுக்கும் போது அனைவருக்கும் மானியம் இல்லாத சந்தை விலையிலேயே கொடுப்போம். வருமானம் குறைவாக இருக்கிற குடும்பங் களுக்கு, அவர் சந்தை விலையில் எரிவாயு சிலிண்டர் வாங்கியதும், அவர்கள் வங்கிக்கணக்கில் மானியப் பணத்தைப் போட்டுவிடலாம் என்று முடிவு செய்தது பா.ஜ.க. அரசு.

அந்தத் திட்டம் சிறப்பாகவே வேலை செய்கிறது. தேவையான வர்களுக்கு மட்டும் அரசு கொடுக்கும் மானியம். வருமானம் நன்றாக இருப்பவர்களுக்கு மானியம் இல்லை. (இதிலும் சிலர் தகுதியில்லாமலேயே மானியம் பெறுகிறார்கள் என்பது வேறுகதை)

இதுபோக, இந்தத் திட்டம் தொடங்கும்போதே, எவரெல்லாம் உங்களுக்கு வசதி இருக்கிறது என்ற காரணத்தால் மானியம் தேவையில்லை என்று நினைக்கிறீர்களோ, அவர்கள் எல்லாம் 'விட்டுக்கொடுக்கிறேன்' என்று எழுதிக்கொடுங்கள் என்று மத்திய அரசு, குறிப்பாக பிரதமர் மோதி கேட்டார். அதன் பெயர், 'ஐ கிவ் இட் அப்'.

அதுவரை பயன்படுத்திக்கொண்டிருந்த சுமார் 20 கோடி குடும்பங்களில், ஒரு கோடி குடும்பங்கள், தாமாக முன்வந்து மானியம் வேண்டாம் என்று விட்டுக்கொடுத்தார்கள். (அது தான் இந்தியா) அதனால், அரசுக்கு அதுவரை ஆகிக்கொண்டிருந்த எரிவாயு மானிய செலவு கணிசமாகக் குறைந்தது.

மேலும் பயனாளிக் குடும்பங்களுக்கு அவர்களது வங்கிக் கணக்கில் நேரடியாக மானியத் தொகை செலுத்தப் படுவதால், அதுவரை மானிய விலை சிலிண்டர்களை வாங்கி வியாபாரத்துக்கும், கூடுதல் விலைக்கு விற்பதற்கும் பயன் படுத்திவந்தவர்களால் அப்படிச்செய்யமுடியவில்லை. காரணம், நேரடி ரொக்கப் பணத்தை வங்கிக்கணக்கில்தான் பெறமுடியும். அதற்கு ஆதார் எண் கொடுக்கவேண்டும். ஆதார் எண் மூலம் அவர்களது வருமான வரி கணக்கு ஆராயப்பட்டு, வருமானம் கூடுதலாக இருந்தால் மானியம் வழங்கப்படமாட்டாது. (மிகத் தாமதமாகத்தான் ஆதார் பான்கார்டு எண்கள் இணைப்பு நடைபெற்றிருக்கின்றன.)

ஒருவர் பெயரிலேயே பல சிலிண்டர்கள், ஒரு குடும்பத்துக்கே பல ஊர்களில் பல சிலிண்டர்கள், வியாபார நிறுவனங்களுக்கு சிலிண்டர்கள், ஒரே ஆண்டில் அடிக்கடி வாங்கும் சிலிண்டர்கள் என்று பல ஆண்டுகளாக ஒரு பெருங்கூட்டம் அரசின் பணத்தை அதாவது மக்களின் பணத்தைச் சாப்பிட்டு வந்தது இந்த நடவடிக்கைகளால் நின்றுபோனது. அதிகபட்சம் ஆண்டுக்கு 12 சிலிண்டர்கள்தான். அதுவும் வருவாய் குறைவாக இருப்பவர் களுக்கு மட்டுமே. அதுவும் அவர்களுக்கு ஆதார் எண்

இருந்தால்தான் அவர்கள் வங்கிக்கணக்கில் நேரடியாக மானியம் என்றாகியிருக்கிறது. இதுவும் அரசின் செலவைக் குறைத்திருக்கிறது.

**ஆகஸ்ட் 2022 நிலவரம்**

நாட்டில் பெரும்பாலான மக்கள் விறகு, கரி, வறட்டி மற்றும் மண்ணெண்ணெய் போன்ற பொருட்களை பயன்படுத்தி சமையல் செய்ய சிரமப்பட்டு கொண்டிருப்பதை மாற்றும் நோக்கத்துடன் 2016ஆம் ஆண்டு, மத்திய அரசு, 'பிரதான் மந்திரி உஜ்வாலா யோஜனா' என்கிற ஒரு திட்டத்தை நடைமுறைப் படுத்தியது. அதன் நோக்கம் வறுமைக் கோட்டுக்கு கீழ் இருக்கும் மக்களுக்கு மானிய விலையில் சமையல் எரிவாயு - எல்.பி.ஜி - இணைப்பு கொடுப்பது.

2016ஆம் ஆண்டு முதல் தொடர்ந்து அதை செய்து, தற்போது 2022ஆம் ஆண்டு, Petroleum Planning & Analysis Cell (PPAC) கொடுக்கும் தகவலின்படி இந்தியாவில் உஜ்வாலா திட்ட இணைப்பு பெற்றவர்கள் 9 கோடி பேர்.

உஜ்வாலா திட்டம் என்பது 18 வயது ஆன பெண்கள் பெயரில் வழங்கப்படும் எல்.பி.ஜி. இணைப்பு. ஒரு குடும்பத்தில் ஒருவருக்கு மட்டும், அதே குடும்பத்தில் வேறு எந்த நிறுவனத்தின் எல்.பி.ஜி இணைப்பும் பெற்றிருக்காமல் இருந்து குடும்பம் வறுமைக்கோட்டிற்கு கீழ் இருக்கிறார்கள் என்கிற சான்றிதழ் வைத்திருப்பவர்களுக்கு வழங்கப்படுவது.

உஜ்வாலா திட்டத்தின் கீழ் இல்லாதவர்களுக்கும் எல்.பி.ஜி இணைப்புகள் வழங்கப்படுகின்றன. அப்படி இணைப்பு பெற்றிருப்பவர்கள் எண்ணிக்கை சுமார் 21.5 கோடி. இப்படியாக இந்தியாவில் சுமார் 99.8 சதவீத குடும்பங்களுக்கு எல்.பி.ஜி இணைப்புகள் வழங்கப்பட்டிருக்கின்றன.

**நின்று போன மானியம்**

கொரோனா காலகட்டமான 2019-20ஆம் ஆண்டுகளில் மட்டும் உஜ்வாலா திட்டத்தில் இணைப்பு பெற்றவர்களுக்கு சுமார் ஒரு கோடி இலவச கேஸ் சிலிண்டர்கள் கொடுத்திருப்பதாக அரசுத் தரப்பு தெரிவிக்கிறது.

மானியம் காரணமாக, விலை, சிலிண்டர் ஒன்றுக்கு சுமார் 200 ரூபாய் குறைந்தாலும், உஜ்வாலா திட்டத்தின் கீழ் வரும் பல

குடும்பங்களால் காசு கொடுத்து எல்.பி.ஜி வாங்க முடியவில்லை என்பதை புள்ளி விவரங்கள் காட்டுகின்றன. 90 லட்சம் பேர் அதன் பின் சிலிண்டரே வாங்கவில்லை. மற்றொரு 1 கோடியே 8 லட்சம் பேர் ஓர் ஆண்டு முழுக்க வாங்கியது, மேலும் ஒரே ஒரு சிலிண்டர்.

ஜூலை 2019க்குப் பிறகு உஜ்வாலா திட்டத்தில் இல்லாத மற்றவர்கள் வாங்கும் கேஸ் சிலிண்டர்களுக்கு மானியம் அவர்கள் வங்கி கணக்குகளுக்கு வரவில்லை என்கிறார்கள் பொது மக்கள். அப்படியென்றால் 'வேறு எவருக்கும் மானியம் இல்லையா? நிறுத்திவிட்டீர்களா?' என்று பாராளுமன்றத்தில் கேள்வி எழுப்பியபோது பெட்ரோலியத்துறை அமைச்சர், 'அவ்வப்போது நிலவுகிற சர்வதேச விலைகளைப் பொருத்து முடிவு எடுக்கப் படும்' என்றார். அப்படியென்றால் சர்வதேச அளவில் அதன் விலை மிக அதிகம் உயரும்போது மட்டும் மானியம் கொடுக்கப் படுமோ!

**மண்ணெண்ணெய் மானியம்**

மண்ணெண் ணெய் மிகவும் எளிய மக்களுக்காக வழங்கப்படுகிற ஒரு பொருள் என்று சொல்லத் தேவையில்லை. அதிலும் குறிப்பாக மண்ணெண்ணெய் என்பது இன்னமும் பல கிராமங்களில் சமைக்க இல்லாவிட்டாலும் விளக்கு எரிக்கப் தேவைப்படுகிறது. மின்சாரம் இல்லாத கிராமங்கள் இந்தியாவில் நிறைய இருக்கின்றன. ஆகவே அதில் கைவைக்க வேண்டாம். மானியம் போனால் போகட்டும், குறைக்கப்பட்ட விலையிலேயே மக்களுக்குக் கிடைக்கட்டும் என்று நினைக்கிறது அரசு.

**மொத்த செலவில் மானியங்கள் எவ்வளவு?**

இந்தியா, மக்கள் தொகை, கல்வி அறிவு, வசதிகள், சுகாதாரம், கட்டமைப்புகள் என்று பலவகைகளிலும் வளர்ந்துவரும் நாடு. அரசின் செலவுகள் மட்டுமல்ல, அரசின் வருமானமும் தொடர்ந்து அதிகரித்துக்கொண்டுதான் வருகிறது. அந்த வகையில் வெறுமனே மானியங்கள் அதிகரித்துக்கொண்டே போகின்றன என்று சொல்வது சரியல்ல.

மொத்த செலவில் மானியங்கள் எத்தனை சதவிகிதம் என்று பார்ப்பது ஒருவகையில் சரியாக இருக்கும். அப்படிப் பார்த்தால், 2014ம் ஆண்டு முதல் அந்த சதவிகிதம் குறைந்துகொண்டே

வருவது தெரியும். கொடுக்கப்பட்டிருக்கும் படத்தில் 1998-99 முதல் 2018-19 வரையிலான நிதி ஆண்டுகளில், மத்திய அரசின் பட்ஜெட் செலவுகளில் மானியங்களுக்குச் செலவாகியிருக்கும் தொகையின் அளவு சதவீதங்களில் கொடுக்கப்பட்டிருக்கிறது.

மானியங்களுக்குச் செலவாகியிருக்கும் தொகை (சதவீதங்களில்)

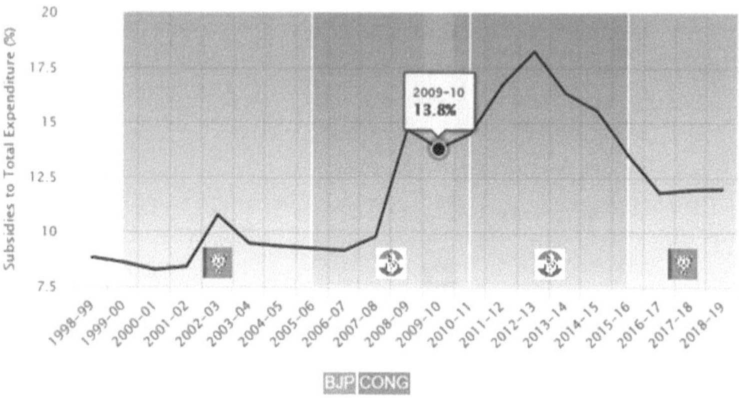


2007-08 நிதி ஆண்டில் சுமார் 14%க்கு அருகில் இருந்த மானியங்களின் அளவு 2012-13 நிதி ஆண்டில் 17.5% அளவுக்கு உயர்ந்துபோனது. பின்னர் 2013-14 நிதி ஆண்டு முதல் தொடர்ச்சியாகக் குறைந்து 2018-19 நிதி ஆண்டில் 10%கும் குறைவான அளவில் நின்றது.

2020-21ம் ஆண்டில் மத்திய அரசு செலவழித்த மொத்த மானியத்தொகை 3.17 லட்சம் கோடி ரூபாய்கள். 2022-23க்கு பட்ஜெட் போட்டிருக்கிற மானியத்தொகை 4.33 லட்சம் கோடி ரூபாய்கள். தொகை அளவில் இவை கூடுதல் என்றாலும் மொத்த செலவு தொகையில் சதவீதமாக பார்த்தால் குறைவுதான்.

வரிப்பணம் மற்றும் கடன் வாங்கிக் கொடுக்கிற மானியங்கள் தேவையானவர்களுக்கு ஒழுங்காகப் போய்ச் சேர்ந்தால் பரவாயில்லை. அதில் நெல்லுக்கு இறைத்த நீர் புல்லுக்கும் பொசிகிறது! வசதி இருக்கும் பலரும் விடாமல் மானியவிலைப் பொருள்களைப் பயன்படுத்துகிறார்கள் என்பது ஒருபுறம். அதுகூட பரவாயில்லை. மானிய விலைக்குக் கிடைக்கும் பல பொருள்களையும் தேவையே இல்லாதவர்களும் வாங்கி அல்லது

தேவையைவிடக் கூடுதலாக வாங்கி, லாபத்துக்கு விற்கிறார்கள். இதில் வருவன மண்ணெண்ணெய், பருப்பு, சர்க்கரை, உரம், சமையல் கேஸ் சிலிண்டர்கள் போன்றவை).

## எதிர்க்கட்சிகளின் குற்றச்சாட்டு

கச்சா எண்ணெய் விலை உயர்வால், அரசு மானியச் செலவு உயர்கிறது என்பது ஒருபார்வை. அதேசமயம் பல அரசியல் கட்சிகளும், 'இருந்தாலும் பெட்ரோல் விலையை அரசு உயர்த்த (அனுமதிக்க) வேண்டியதில்லை. அரசு டி-கண்ட்ரோல் செய்தது சரியில்லை' என்று சொல்வதையும் கேட்க முடிகிறது.

அவர்கள் ஏன் அப்படிச் சொல்கிறார்கள். அதற்கு என்ன முகாந்திரம்? அவர்கள் சொல்லும் காரணங்கள் என்ன?

நாம் பெட்ரோலுக்கும் டீசலுக்கும் கொடுக்கிற விலை என்பதில் என்னென்ன இருக்கின்றன. அந்த விலை மொத்தமுமே, கச்சா எண்ணெய் விலை, சுத்திகரிப்பு செலவு மற்றும் எண்ணெய் நிறுவனங்களின் லாபம் மட்டும்தானா என்ற கேள்விகளுக்குப் பதில் கண்டுபிடித்தால் மேலே இருக்கும் கேள்விகளுக்கான பதில்கள் கிடைத்துவிடும்.

### பெட்ரோல் டீசல் விலைகளுக்குள் அரசு வரி

நாம் முன்பு பார்த்த அரசின் வரி வருமானத்தின் கணிசமான ஒரு பகுதி பெட்ரோல் டீசல் விலைகளில் இருக்கிறது என்பதுதான் அந்த ரகசியம். நடுவண் அரசு மட்டுமல்ல, மாநில அரசுகளின் வருமானங்களும் பெட்ரோல் டீசல் விலைகளின் உள்ளே மறைந்து இருக்கின்றன.

நடுவண் அரசு கச்சா எண்ணெய் இறக்குமதியின் மீது, கஸ்டம்ஸ் டூட்டி விதிக்கிறது. அடுத்து அதன் சுத்திகரிப்பின் மீது, எக்ஸைஸ் டூட்டி போடுகிறது. அதன் பிறகு அவை சந்தையில் விற்கப் படும்போது, அந்த அந்த மாநில அரசுகளோ, யூனியன் பிரதேசங் களோ விற்பனை வரி விதிக்கின்றன. இதில் மாநிலத்துக்கு மாநிலம் வேறுபாடு உண்டு. அதனால்தான், தமிழ்நாட்டைவிட பாண்டிச்சேரியில் (இன்னமும்) பெட்ரோல் விலை குறைவு.

உதாரணத்துக்கு புது தில்லி யூனியன் பிரதேசத்தில் ஏப்ரல் 2022ல் ஒரு லிட்டர் பெட்ரோல் விலை சுமார் ரூ.105.41ம், டீசல் ரூ.96.67ம் விற்றபோது அதற்குள் எவையெல்லாம் (வரிகள்) இருந்தன (இருக்கின்றன) என்பதைப் பார்க்கலாம்.

| விலைக்குள் அடக்கம் | பெட்ரோல் | டீசல் |
|---|---|---|
| அடக்கவிலை | 56.32 | 57.94 |
| போக்குவரத்து | 0.20 | 0.22 |
| டீலர் விலை | 56.52 | 58.16 |
| மத்திய அரசின் கலால் வரி | 27.90 | 21.80 |
| டீலர் கமிஷன் | 3.86 | 2.59 |
| மாநில அரசின் வாட் வரி | 17.13 | 14.12 |
| **விற்பனை விலை** | **105.41** | **96.67** |

### லிட்டர் 100 ரூபாய் பெட்ரோலில் எவ்வளவு வரி?

மார்ச் 2022 நிலவரப்படி, ஒவ்வொரு மாநிலத்திலும் பெட்ரோல், ரூ.100 விலை இருந்தால் வரிகள் எவ்வளவு என்பதைக்காட்டும் படம்

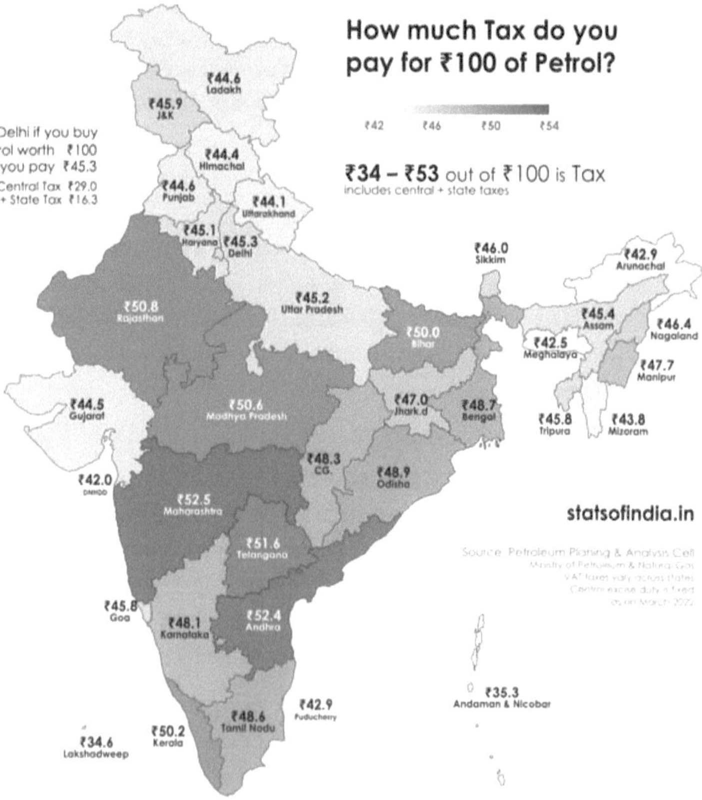

பெட்ரோல் விலை லிட்டர் ரூபாய் 100 இருக்கும்போது, அதில் இரண்டு அரசுகளுக்கும் போகும் மொத்த வரி எவ்வளவு என்று ஒரு கணக்குப் போட்டுப் பார்த்திருக்கிறார்கள். மத்திய அரசு போடும் வரி எல்லா மாநிலங்களுக்கும் ஒரே போலதான். ஆனால் மாநிலங்களிலும் யூனியன் பிரதேசங்களிலும் வெவ்வேறு கட்சிகளின் ஆட்சிகள் நடக்கின்றன. தவிர ஒரே கட்சியின் ஆட்சியாக இருந்தாலும் வெவ்வேறு மாநில அரசுகளின் வரி விதிப்புகள் வெவ்வேறுவிதமாக இருக்கின்றன.

நாட்டிலேயே குறைந்தபட்சமாக, லட்சத்தீவில் ரூ.34.60; பாண்டிச்சேரியில் ரூ.42.90 – அவையெல்லாம் யூனியன் பிரதேசங்கள். மாநிலம் என்று பார்த்தால், அருணாசல பிரதேசத்தில் ரூ.42.90. அதிகபட்சமாக, மகாராஷ்ட்ராவில் ரூ.52.50. தமிழ்நாட்டில் ரூ.48.60.

**சமையல் கேஸ் சிலிண்டருக்கு வரி இல்லை**

சமையல் கேஸ் சிலிண்டர் மீதுமட்டும் எந்த வரியும் இல்லை. மண்ணெண்ணெய் மீது நடுவண் அரசு வரி போடவில்லை. மற்றபடி பெட்ரோல் டீசல் விலைகளில் வரிகள் இருக்கவே செய்கிறது. இதைத்தான் எதிர்க்கட்சிகள் சுட்டிக்காட்டுகின்றன. எந்தக் கட்சி எதிர்க்கட்சியாக இருந்தாலும் இப்படித்தான் என்பது வேறு விஷயம். அரசு ஏன் அதன் வரி வருவாயை கச்சா எண்ணெய் விலை உயர்ந்துவிட்ட சமயங்களிலாவது குறைத்துக் கொள்ளக்கூடாது என்று கேட்கின்றனர். இந்தக் கேள்வி சரிதானா?

இதோடு மற்றொரு கேள்வியும் உண்டு. எதிர்க்கட்சிகள் மட்டுமல்ல, பொதுமக்களும் கேட்கிற கேள்வி. ஜி.எஸ்.டிக்குள் அத்தனையையும் கொண்டுவந்த நீங்கள், பெட்ரோல் டீசல் விலைகளையும் கொண்டுவந்திருக்கலாமில்லையா? செய்தால் அவற்றின் விலை கணிசமாகக் குறையுமாமே! ஏன் செய்ய மறுக்கிறீர்கள்?

இந்தப் பகுதியை எழுதும்வரை அரசு பெட்ரோலியப் பொருள்களை ஜி.எஸ்.டி வரிக்குள் கொண்டுவரவில்லை. பின்னால் ஒருவேளை கொண்டுவரலாம். ஆனால் இதுவரை கொண்டுவராததற்கும், கொண்டுவரத் தயங்குவதற்குமான காரணம் எளிமையானது. ஜி.எஸ்.டிக்குள் கொண்டுவந்தால் அதிகபட்சம் 28%தான் வரி போட முடியும். ஆனால் பெட்ரோல் டீசல் மூலம் மத்திய மாநில அரசுகளுக்கு இப்போது கிடைக்கும் வரி வருவாய், 28% மட்டுமே போட்டால் கிடைக்காது.

அரசுகளுக்கு இதனால் பெரிய அளவுகளில் வருமானம் குறைந்துவிடும். பட்ஜெட் பற்றாக்குறை அதிகரிக்கும். அதனால் நலத்திட்டங்கள் குறையும். அல்லது கடன் சுமை அதிகரிக்கும். அதைத் தவிர்க்க சிகரெட் போன்ற சில பொருள்கள் மீது ஜி.எஸ்.டி போகக் கூடுதலாக விதிக்கப்படும் 'சின் டேக்ஸ்' போல, 28%க்கு மேல் ஏதாவது சதவிகிதம் போட்டு கூடுதல் வரி வசூலிக்கலாம். எப்படி மாநில அரசுகளுடன் பங்குபோடுவது? அப்படிச் செய்தால் பெட்ரோல் டீசல் விலைகள் முன்போலதானே இருக்கும்? குறையாதே! பிறகு ஏன் அதைக்கொண்டுபோய் சேர்த்துக் கொண்டு? அதே விலைக்கு விற்கவா மக்கள், பெட்ரோல் டீசலை ஜி.எஸ்.டிக்குள் கொண்டுவரக் கேட்கிறார்கள்?

### அரசின் நிலை என்ன? அரசு ஏன் செய்யத் தயங்குகிறது?

அரசு ஏன் இப்படிச் செய்கிறது. அதன் தரப்புக் காரணங்களையும் (வாதங்களையும்) கொஞ்சம் பார்த்துவிடலாம். நாம் ஏன் ஒரு சார்பு நிலை எடுக்கவேண்டும்? நமது நோக்கம் உண்மை நிலையைப் புரிந்து கொள்வதுதானே.

அரசு ஓர் ஆண்டுக்கான வரவு செலவு பட்ஜெட் போடுகிறது. அந்த பட்ஜெட்டின்படி வரவு செலவை நடத்துவது அரசின் பொறுப்பு. யாரோ ஒருவருடைய குடும்ப பட்ஜெட்டா அது! 139 கோடி மக்களுக்கான பட்ஜெட். இந்தியப் பேரரசின் ஆண்டு வரவு செலவுத் திட்டம். அதில் சிரமங்கள், தொந்தரவுகள் வந்துவிடக் கூடாது. வந்தால் எல்லாம் குழப்பமாகிவிடும். உள்நாட்டு மற்றும் வெளிநாட்டு அமைப்புகளுக்கும் நிறுவனங்களுக்கும் நம்பிக்கை போய்விடுவது மட்டுமல்ல; அதன் தாக்கம் நாட்டின் வருங்காலத்தையும் வளர்ச்சியையும் கடுமையாகப் பாதிக்கும். இலங்கைக்கு மற்றும் இலங்கையில் நடந்ததுபோல் ஏதும் ஆகிவிடக்கூடாது.

முடிந்தால் உபரி பட்ஜெட் (செலவை விட வரவு அதிகம்) போட வேண்டும். அதற்கு இப்போதைக்கு இந்தியாவில் சாத்தியமே இல்லை. நிலைமையும் தேவைகளும் அப்படி. அடுத்த முயற்சி, வரவுக்கும் செலவுக்கும் சரியாகப் போவது போல, பிரேக் ஈவன் பட்ஜெட் போட வேண்டும். அதுவும் முடியாது என்பதுதான் நிலை. அதற்கும் அடுத்தது, குறைந்தபட்சம் பற்றாக்குறையை (டெஃபிசிட்டை) கட்டுக்குள் வைப்பது போலாவது பட்ஜெட் போட வேண்டும் இல்லையா?

இதற்காகவே அரசு ஒரு சட்டம் இயற்றி இருக்கிறது. அதன் பெயர், ஃபிஸ்கல் ரெஸ்பான்சிபிளிட்டி பட்ஜெட் மேனேஜ்மென்ட் சட்டம், 2003. இதன்படி, நடுவண் அரசின் பட்ஜெட் பற்றாக்குறை குறிப்பிட்ட அளவுக்குள் இருக்க வேண்டும். குறிப்பிட்ட அளவு என்றால், குறிப்பிட்ட சதவிகிதம் இருக்க வேண்டும்.

வருமானத்துக்கு ஏற்ப கடன் வாங்கலாம் என்பதுபோல, நாட்டின் பொருளாதார நிலைமையைக் காட்டும் ஜி.டி.பியின் அளவாக அதை வைத்திருக்கிறார்கள். 2003ல் சட்டம் இயற்றிய போது, பற்றாக்குறை 2008ஆம் ஆண்டுக்குள் ஜி.டி.பியில் 3%க்குள் இருக்க வேண்டும் என்று முடிவு செய்தார்கள். ஆனால், எதிர்பாராத விதமாக 2008ம் ஆண்டு, உலகைத் தாக்கிய பொருளாதாரப் பிரச்னை காரணமாக, 2009ம் ஆண்டே அந்தச் சட்டத்தில் இருக்கும் மேலே கண்ட இலக்குகளை ரத்து செய்துவிட்டார்கள்.

ஆனாலும், 5 ஆண்டு கால ஃபிஸ்கல் கன்சாலிடேஷன் பிளான் என்கிற திட்டப்படி, 2013-14ல் ஜி.டி.பியில் 4.8%க்குள்ளும், 2014-15ல் 4.2% ஆகவும், 2015-16ல் 3.6% ஆகவும் 2016-17ல் 3% ஆகவும் குறைக்கவேண்டும் என்று முடிவு செய்து வேலை செய்தார்கள்.

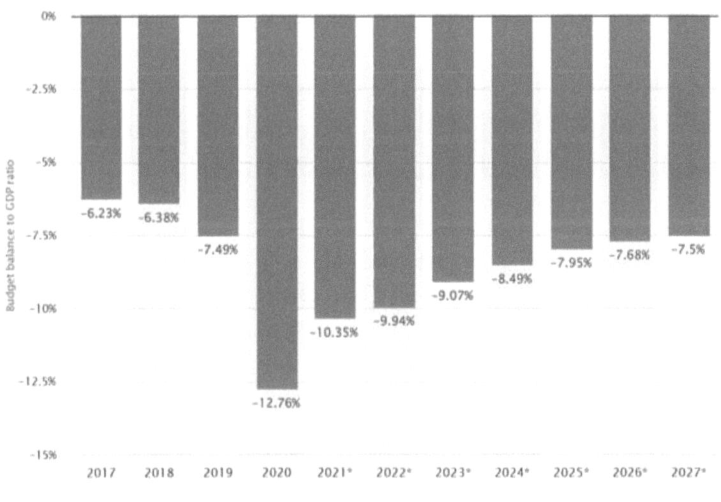


2017-2027ம் ஆண்டு வரையிலான ஃபிஸ்கல் டெஃபிசிட்

அதன்படி குறைக்கவும் செய்தார்கள். கொரோனா வரும் வரை. கொரோனா காலகட்டமான 2020, 2021 ஆண்டுகளில் ஊரடங்கு காரணமாக பொருளாதார நடவடிக்கைகள் குறைந்து அரசுக்கு வரி வருமானம் குறைந்தது. அதே சமயம் தடுப்பூசி, ஆக்சிஜென், மருந்துகள், உதவித் திட்டங்கள் என கூடுதல் செலவு. அதனால் நடுவண் அரசின் ஃபிஸ்கல் டெஃபிசிட் கடுமையாக உயர்ந்தது.

**பற்றாக்குறைகள் இரண்டு வகை**

முதல் வகையின் பெயர் ரெவென்யு டெஃபிசிட். குறிப்பிட்ட ஆண்டில் அரசுக்கு வருகிற வருமானங்களும், அதே ஆண்டில் அரசு செய்கிற செலவுகளும் ரெவின்யு பட்ஜெட்டில் வரும். அரசின் வரி வருமானங்கள், அரசுக்குக் கிடைக்கிற டிவிடெண்ட், வட்டி, கட்டணங்கள் போன்றவை ரெவென்யு இன்கம். அரசாங்க ஊழியர்களின் சம்பளம், ஓய்வூதியம், அந்த ஆண்டு கொடுக்க வேண்டிய கடனுக்கான வட்டி போன்றவை ரெவென்யு எக்ஸ்பென்செஸ்.

இரண்டுக்கும் இருக்கிற இடைவெளி, ரெவென்யு டெஃபிசிட்.

இது சரியில்லை. இருந்தால், வரவுக்கு மீறி செலவு செய்கிற குடும்பம் போன்றதுதான் நாடும். ஆனாலும் என்ன செய்ய? செலவு இருந்தால் செய்யத்தானே வேண்டும். தவிர, நாடு முன்னேறுவதற்காகப் போடப்படும் திட்டச் செலவுகளும் உண்டே அதற்கும் பணம் வேண்டுமே. பணம் ரெவென்யு மூலம் வந்தால் நல்லது. இல்லாவிட்டால் அதற்காக முக்கியச் செலவுகளைச் செய்யாமல் நிறுத்த முடியுமா என்ன? ஏதாவது செய்யத்தான் வேண்டும்.

**என்னவெல்லாம் செய்து சமாளிக்கலாம்?**

அரசு அதன் நிறுவனங்களில் சிலவற்றின் பங்குகளைத் தனியாருக்கு விற்று வருமானத்தை உருவாக்குகிறது. 2022-23ம் ஆண்டில் இப்படியாக 65 ஆயிரம் கோடி ரூபாய் திரட்டுவதாக திட்டம். பொதுத்துறை நிறுவனப் பங்குகளைத் தனியாருக்கு விற்று ஆண்டு செலவுக்கான பணத்தை உருவாக்குவது, பாரம்பரியமான குடும்பச் சொத்தை விற்றுச் சாப்பிடுவது போலத்தான்.

இப்படித் தனியாரிடம் டிஸின்வெஸ்ட்மெண்ட் செய்ததால் போனவைதான், ஆயில் இந்தியா, கெயில், ஓ.என்.ஜி.சி, SBI, BHEL, BEML, BEL, NTPC, இஞ்சினியர்ஸ் இந்தியா

போன்ற அரசு நிறுவனங்களின் குறிப்பிட்ட எண்ணிக்கையிலான பங்குகள். தனியார் என்ற வகையில் அந்நிய நாட்டு முதலீட்டு நிறுவனங்களும் (FIIS) நடுவண் அரசின் 'நவரத்னா' நிறுவனங்களின் பங்குகளை வாங்கி, குறிப்பிட்ட அளவுகளில் அந்நிறுவனங்களுக்கு முதலாளி ஆகியிருக்கிறார்கள்.

நடுவண் அரசிடம்தான் இந்நிறுவனங்களின் பெரும்பான்மையான பங்குகள் இருக்கின்றன. டிஸ்இன்வெஸ்டின் போது பெற்றதன் மூலம் குறைந்த அளவு பங்குகளை வைத்திருந்தாலும், பங்குதாரர் என்கிற முறையில், நிறுவனம் என்ன செய்யலாம் என்ன செய்யக்கூடாது என்று சொல்கிற உரிமை பங்குகள் வைத்திருக்கும் தனியார் வசம் இருக்கவே செய்கிறது. காரணம் அவர்களும் முதல் போட்டிருக்கிறார்கள்.

உதாரணத்துக்கு, கோல் இந்தியா என்கிற நடுவண் அரசின் நிலக்கரி நிறுவனப் பங்குகள். சில ஆண்டுகளுக்கு முன் அவை டிஸின்வெஸ்ட்மெண்ட் செய்யப்பட்டன. தற்சமயம் அதன் 10% பங்குகள் தனியாரிடம் இருக்கின்றன. அந்த 10%ல், பாதிக்கும் மேல் (5.52%) அந்நிய நாட்டு முதலீட்டு நிறுவனங்கள் வசம்.

நிலக்கரி விலை அதிகரிக்காமல் இருந்தால், மின் உற்பத்தி செலவு கட்டுப்பாட்டில் இருக்கும். அப்படி இருந்தால்தான் மக்களுக்கு மின்சாரத்தை விலை உயர்த்தாமல் கொடுக்கமுடியும் என்று அரசு நினைக்கலாம். நல்ல எண்ணம்தான். ஆனால், அரசு அதுமட்டுமே பணம் போட்டு நடத்துகிற நிறுவனங்களில் அப்படிச் செய்யமுடியும். டிஸின்வெஸ்ட்மெண்ட் மூலம், பங்குகளை விற்ற பிறகு, அரசு மட்டுமே முதலாளி அல்ல. அரசைவிடக் குறைவாக வைத்திருந்தாலும், பங்குகள் வைத்திருப்பவர்கள் பங்குதாரர்கள். கோல் இந்தியாவின் பங்குகளை வைத்திருக்கும் FIIகளில் ஒன்று, இங்கிலாந்தைச் சேர்ந்த 'த சில்ரன்ஸ் இன்வெஸ்ட்மெண்ட் பண்ட்'. இதனிடம் மட்டும் கோல் இந்தியாவின் மொத்தப் பங்குகளில் 1.02% இருக்கிறது. பங்குதாரர்களின் நலனுக்கு எதிராக, குறைந்த விலையில் நிலக்கரியை விற்கக்கூடாது. மீறினால் நீதிமன்றம் போவோம் என்று கோல் இந்தியா நிறுவனத் தலைவருக்கு இவர்கள் கடிதம் எழுதியிருக்கிறார்கள்.

**பற்றாக்குறைகள்**

திட்டமிட்டுக்கொண்ட வரவுக்கும் செலவுக்கும் இடையில் விழும் துண்டுக்குப் பெயர், ஃபிஸ்கல் டெஃபிசிட். அதைச் சரிக்கட்ட அரசு கடன் வாங்கும். இது தவிரவும் ஒரு டெஃபிசிட்

(பற்றாக்குறை) உண்டு. அதைப் பற்றிய விவரத்தைத்தான் இப்போது பார்க்க ஆரம்பித்திருக்கிறோம். அந்தத் தொந்தரவு வந்துவிடக் கூடாது என்றுதான் அரசுகள் அச்சப்படும். அதன் பெயர் ரெவென்யு டெஃபிசிட். ரெவென்யு என்றால் வரவு.

அரசு போடும் பட்ஜெட் என்பது அடுத்த ஆண்டுக்கானது. அதனால் அது, அனுமானங்களின் அடிப்படையில் தயாரிக்கப் படுவது.

என்ன அனுமானங்கள்?

அடுத்த ஆண்டு அரசுக்கு இந்த அளவு வருமானம் வரும். இந்த அளவு செலவு செய்வோம். இவை இரண்டும்தான் பெரிய, முக்கிய அனுமானங்கள். இதில் என்ன அனுமானம் இருக்கிறது? எல்லாம் புள்ளிவிபரங்கள் அடிப்படையில் செய்யப்படுவது தானே என்று கேட்கலாம்.

புள்ளிவிவரங்கள் கடந்தகாலம் பற்றியது. பட்ஜெட் வருங்காலம் பற்றியது. வரிவிகிதங்களை வேண்டுமானால் அரசு முடிவு செய்யலாம். எவ்வளவு உற்பத்தி செய்வது, எவ்வளவு சம்பாதிப்பது, எவ்வளவு செலவு செய்வது என்பதெல்லாம் யார் கையில் இருக்கிறது? பல கோடி மக்கள் செய்யும் முடிவுகள் அவை.

உண்மையில் அவை யார் கையிலும் இல்லை என்பதுதான் யதார்த்தம். பருவ மழை பொய்க்கலாம். உலக அளவில் பொருளாதாரச் சுணக்கம் வரலாம். விலைவாசி கடுமையாக உயரலாம். கொரோனா, ரஷ்யா யுக்ரேன் போர் போல திடீரென எதுவும் நடக்கலாம்.

நடந்தால்?

அரசின் வரவு செலவு அனுமானங்கள் சரி வராமல் போய்விடும். அரசு எதிர்பார்த்த வரவு வராமல் போகலாம் (கொரோனாவால் அப்படியானது). அல்லது கணித்ததைவிடச் செலவு அதிக மாகலாம் (ஆனது). அதனால் பற்றாக்குறை அதிகரிக்கலாம். பற்றாக்குறை 'அதிகரிக்கலாம்' என்று ஏன் சொல்கிறோம்? ஏற்கெனவேதிட்டமிட்டிருந்த ஃபிஸ்கல் பற்றாக்குறை ஒருபுறம். அதற்கு மேல் எதிர்பாராமல் வருகிற ரெவென்யு பற்றாக்குறை மற்றொரு புறம்.

எப்படி ஏற்பட்டாலும் பற்றாக்குறை என்றாலே சிக்கல்தான். அதைச் சரிக்கட்டாமல் இருக்க முடியாது. சரிக்கட்டாவிட்டால்,

முடிவு செய்தபடி செலவுகளைச் செய்ய முடியாது. ஆகவே பற்றாக்குறையைச் சமாளிக்க இருக்கும் ஒரே வழி, மேலும் வரி போடுவது.

நினைத்தபோதெல்லாம் வரி போட முடியுமா? மக்கள் அதைத் தாங்குவார்களா? அது நாட்டின் தொழில் வியாபார, பொருளாதார வளர்ச்சிகளுக்கு நல்லதா?

கண்டிப்பாக இல்லை.

**பிற வழிகள்**

அரசின் நிறுவனங்களின் பங்குகளை விற்பது, வரி விகிதங்களைக் கூட்டுவது போன்றவை தவிர, பற்றாக்குறையைச் சமாளிக்க அரசுக்கு இன்னொரு சுலபமான வழியும் இருக்கிறது. ஆமாம், கடன் வாங்குவதுதான் அந்த வழி. முன் அத்தியாயத்தில் பார்த்ததுதான். உள்நாட்டிலும் வெளிநாடுகளிலும் கடன்கள் வாங்குவது.

இப்படியே தொடர்ந்து பல ஆண்டுகளாகக் கடன் வாங்கி வருவதால், கடன் சுமையும் வட்டிச் சுமையும் தொடர்ந்து உயர்ந்துகொண்டே போகிறது. ஒன்றினால் ஒன்று என்று ஒரு வளையம் போல ஆகிவிடுவது. கடன் வாங்குவதால், வட்டிக்கே சம்பாதிக்கிற பணம் போய், முன்னேற்றத்துக்காகக் கணிசமாகச் செலவு செய்ய முடிவதில்லை. முன்னேற்றத்துக்கு வேண்டிய அளவுக்குச் செலவு செய்யாததால், வருமானம் குறைந்து மேலும் கடன் வாங்கும் நிலை ஏற்படுகிறது. இதுதான் விபரீத வளையம்.

இதில் மாட்டிக்கொண்டுவிடக்கூடாது. அதற்காகத்தான் அரசு முன் பார்த்த ஸ்டிமுலஸ் பேக்கேஜ் கொரோனா காலத்தில் செய்யப்பட்ட 'ஆத்ம நிர்பர் பாரத்' (தற்சார்பு பாரதம்) திட்டங்கள் போன்ற பல ஊக்க நடவடிக்கைகளை எடுக்கிறது. பற்றாக் குறையையும் கடன் சுமையையும் குறைக்க ஒரு நிச்சய வழி இருக்கிறது. அந்த வழி நாட்டின் பொருளாதார வளர்ச்சியை அதிகரிப்பதுதான்.

நம் நாட்டின் பொருளாதார வளர்ச்சி எப்படி இருக்கிறது; கணிசமாக வளர்கிறதா; அல்லது தேய்கிறதா; அதை எப்படி அளக்கிறார்கள்; அதன் பெயர் என்ன?

# 5

## ஜி.டி.பி

ஒரு நாட்டின் பொருளாதாரம் எப்படி இருக்கிறது என்று தெரிந்துகொள்ள அந்நாட்டின் ஜி.டி.பியைப் பார்ப்பது வழக்கம். குறிப்பிட்ட காலத்தில் (கால் ஆண்டோ, அரை ஆண்டோ அல்லது முழு ஆண்டோ) நாட்டில் உற்பத்தியான பொருள்கள் மற்றும் சேவைகளின் சந்தை மதிப்புதான் ஜி.டி.பி என்று சுருக்கமாக அழைக்கப்படுகிற கிராஸ் டொமெஸ்டிக் பிராடெக்ட்.

கூந்தல் இருக்கிற மகராசி அள்ளி முடியலாம் என்று ஒரு பழமொழி கேள்விப் பட்டிருப்பீர்கள். அதேதான் பொருளா தாரத்திலும். ஒரு நாடு எவ்வளவு வேண்டு மானாலும் கடன் வாங்கலாம், மக்களுக்கு எந்த அளவுக்கு வேண்டுமானாலும் மானியம் கொடுக்கலாம். அவ்வளவு ஏன், மக்களிடம் எதுவுமே வாங்காமல் இலவசங்களாகக்கூட அள்ளிவிடலாம். இவை எல்லாவற்றையும் சமாளிப்பதற்குத் அரசாங்கத்துக்கு தக்க வருமானம் / உற்பத்தி இருந்தால் சரிதான்.

## ஜி.டி.பி. தொகை

ஜி.டி.பி என்பதையே பலவிதங்களாகப் பார்க்கிறார்கள். முதலாவது ஒரு நாட்டின் மொத்த ஜி.டி.பி எவ்வளவு என்று டாலர் (அல்லது அந்தந்த நாட்டு கரன்சி) கணக்கில் சொல்வது. இது ஒரு நாட்டின் பொருளாதார பலத்தைக்காட்டும் எண். உதாரணத்துக்கு அமெரிக்காவின் 2021ம் ஆண்டு ஜி.டி.பி 22,996 பில்லியன் டாலர்கள்.

நாடுகளின் ஜி.டி.பி.யைப் பல அமைப்புகள் கணக்கிட்டு வெளியிடுகின்றன. UN, IMF, உலகவங்கி போன்றவை அதில் சில. கீழே கொடுக்கப்பட்டிருக்கும் பல்வேறு நாடுகளின் ஜி.டி.பி பற்றிய புள்ளிவிவரங்கள், ஐக்கிய நாடுகள் சபை வெளியிட்டிருப்பவை. உலக வங்கியின் இணையதள தகவல்படி, உலக நாடுகளின் 2021ம் ஆண்டு ஜி.டி.பியில், முதல் 15 இடங்களில் இருக்கும் நாடுகள் வருமாறு.

| இடம் | நாடு | ஜி.டி.பி (பில்லியன் அமெரிக்க டாலர்களில்) |
|---|---|---|
| 1 | அமெரிக்கா | 22,996 |
| | ஐரோப்பிய ஒன்றியம் | 17,277 |
| 2 | சீனா | 16,862 |
| 3 | ஜப்பான் | 5,10,311 |
| 4 | ஜெர்மனி | 4,23,017 |
| 5 | பிரிட்டன் | 3,10,842 |
| 6 | இந்தியா | 2,94,606 |
| 7 | பிரான்ஸ் | 2,94,043 |
| 8 | இத்தாலி | 2,12,023 |
| 9 | கனடா | 2,01,598 |
| 10 | தென் கொரியா | 1,82,385 |
| 11 | ரஷ்யா | 1,64,857 |
| 12 | பிரேஸில் | 1,64,584 |
| 13 | ஆஸ்திரேலியா | 1,61,056 |
| 14 | ஸ்பெயின் | 1,43,996 |
| 15 | மெக்ஸிகோ | 1,28,552 |

கொடுக்கப்பட்டிருக்கும் தொகைகள் பில்லியன் டாலர்களில். பில்லியன் என்பது 100 கோடி. 2022ல் டாலர் மதிப்பு 79 ரூபாய். அதனால் கொடுக்கப்பட்டிருக்கும் எண்களை 7900 கோடியால் பெருக்கினால் வரும் தொகைதான் அவர்களது ஓர் ஆண்டு ஜி.டி.பி தொகை, ரூபாய்களில்.

அந்த விதத்தில் இந்தியாவின் ஜி.டி.பி இரண்டு கோடியே, 32 லட்சத்து, 73 ஆயிரத்து, 874 கோடி ரூபாய்கள்.

## தனிநபர் ஜி.டி.பி

மொத்த ஜி.டி.பி என்பது ஒரு அளவு என்றால், தனிநபர் ஜி.டி.பி (Per capita GDP) என்பது மற்றொருவகை. ஒருவிதமாகக் கணக்கெடுத்துப் பார்த்தால் போதாதா! ஏன் வெவ்வேறு விதங்களாகப் பார்க்கவேண்டும் என்று சிலர் யோசிக்கலாம். காரணம் இருக்கிறது.

முன்பு பார்த்ததுபோலவே இதற்கும் ஓர் உதாரணம் பார்க்கலாம்.

ஒரு குடும்பம் மாதம் ஐம்பது ஆயிரம் ரூபாய் சம்பாதிக்கிறது. மற்றொரு குடும்பம் முப்பதாயிரம் சம்பாதிக்கிறது.இதில் எந்தக் குடும்பம் வசதியாக வாழும்?

முதல் குடும்பம்தான் என்று சொல்ல முடியாது. காரணம், அந்தக் குடும்பத்தில் மொத்தம் எத்தனை பேர் இருக்கிறார்கள் என்று பார்க்கவேண்டும். உதாரணத்துக்கு பத்து பேர் என்று வைத்துக் கொள்வோம். முப்பதாயிரம் சம்பாதிக்கும் குடும்பத்தில் கணவன் மனைவி இரண்டே பேர்தான். இரண்டாம் குடும்பம் தானே அதிக சுபிட்சமாக வாழும்? காரணம், முதல் குடும்பத்தில் வருமானம் தலைக்கு (வயிற்றுக்கு) ஐந்தாயிரம்தான். இரண்டாவதில் வருகிற பணம் தலைக்குப் பதினைந்தாயிரம் அல்லவா?

அதேதான் இங்கேயும். ஒரு நாட்டின் மொத்த ஜி.டி.பி தொகையை அந்நாட்டின் மக்கள் தொகையால் வகுத்தால் கிடைப்பது தனிநபர் ஜி.டி.பி. அப்படிப் பார்த்தால், தனி நபர் ஜி.டி.பியில் 136 கோடி மக்கள் தொகையுள்ள இந்தியா, எத்தனையாவது இடத்தில் இருக்கும்! ஒன்பதாவது இடம் கிடைக்குமா? தனி நபர் ஜி.டி.பி பற்றிய கணக்கு கிடைக்கிற சுமார் 183தேசங்களில், இந்தியா, அதிர்ச்சி ஆகிவிடாதீர்கள், 125வது இடத்தில் இருக்கிறது (2020ல்). அமெரிக்காவே 10வது இடத்தில்தான். ஜப்பானுக்கு 31வது இடம். (அடடா!)

தனி நபர் ஜி.டி.பி (2020ல்)

குறிப்பு : பட்டியலில் முதல் சில... இறுதி சில...

| | | | | | |
|---|---|---|---|---|---|
| 1. Luxembourg | - | 112557.3 | 44. Hungary | - | 31098.4 |
| 2. Singapore | - | 93397.05 | 45. Bahamas | - | 30846.58 |
| 3. Ireland | - | 90789.22 | 46. Slovakia | - | 30509.77 |
| 4. Qatar | - | 85290.45 | 47. Latvia | - | 30100.27 |
| 5. Bermuda | - | 76626.52 | 48. Oman | - | 29502.06 |
| 6. Switzerland | - | 68755.44 | 49. Romania | - | 28870.93 |
| 7. Norway | - | 63548 | 50. Turkey | - | 28393.47 |
| 8. UA Emirates | - | 63299.42 | ..... | | |
| 9. Brunei | - | 62200.88 | 121. Uzbekistan | - | 7331.86 |
| 10. USA | - | 59919.82 | 122. Morocco | - | 6986.28 |
| 11. Macao | - | 57728.99 | 123. Samoa | - | 6416.78 |
| 12. Hong Kong | - | 56153.97 | 124. Tonga | - | 6347 |
| 13. Denmark | - | 55819.91 | **125. India** | **-** | **6165.75** |
| 14. Netherlands | - | 54324.38 | 126. Belize | - | 6121.84 |
| 15. Iceland | - | 52375.68 | 127. Angola | - | 6110.27 |
| 16. Austria | - | 51857.69 | 128. Cape Verde | - | 6045.06 |
| 17. Germany | - | 51423.23 | 129. Djibouti | - | 5481.11 |
| 18. Sweden | - | 50923.11 | 130. Ghana | - | 5445.73 |
| 19. Belgium | - | 48769.73 | 131. Palestine | - | 5394.07 |
| 20. Australia | - | 48678.68 | 132. Nicaragua | - | 5280.1 |
| 21. Finland | - | 47154.43 | 133. Ivory Coast | - | 5181.31 |
| 22. Canada | - | 46064.25 | 134. Honduras | - | 5138.39 |
| 23. Kuwait | - | 44847.05 | 135. Mauritania | - | 5109.81 |
| 24. Saudi Arabia | - | 44328.18 | 136. Nigeria | - | 4916.72 |
| 25. Euro area | - | 43913.51 | 137. Bangladesh | - | 4871.45 |
| 26. New Zealand | - | 42774.69 | 138. Burma | - | 4857.39 |
| 27. UK | - | 42675.78 | 139. Kyrgyzstan | - | 4714.94 |
| 28. South Korea | - | 42335.87 | 140. Pakistan | - | 4562.62 |
| 29. France | - | 42320.52 | 141. Tuvalu | - | 4411 |
| 30. Bahrain | - | 41480.58 | 142. Kenya | - | 4339.86 |
| 31. Japan | - | 40232.21 | 143. Cambodia | - | 4191.57 |
| 32. Malta | - | 39979.7 | 144. Papua N.G. | - | 4063.73 |
| 33. Italy | - | 39073.41 | 145. S.T.&Principe | - | 4051.6 |
| 34. Israel | - | 39056.42 | 146. Sudan | - | 3927.04 |
| 35. Cyprus | - | 38816.09 | 147. Nepal | - | 3800.07 |
| 36. Czechia | - | 38511.27 | 148. Cameroon | - | 3666.41 |
| 37. Lithuania | - | 37107.06 | 149. Tajikistan | - | 3657.57 |
| 38. Slovenia | - | 37050.55 | 150. R. of Congo | - | 3433.96 |
| 39. Spain | - | 36210.88 | ... | | |
| 40. Estonia | - | 35257.16 | 180. Somalia | - | 1180.97 |
| 41. Puerto Rico | - | 32551.07 | 181. DR Congo | - | 1082.45 |
| 42. Poland | - | 32398.71 | 182. C.A. Republic | - | 936.29 |
| 43. Portugal | - | 31961.78 | 183. Burundi | - | 731.06 |

மொத்த ஜி.டி.பியில் 20வது இடத்தில் இருக்கும் சுவிட்சர்லாந்து தனி நபர் ஜி.டி.பியில்... மயக்கம் போட்டுவிடாதீர்கள். ஆண்டுக்கு 68 ஆயிரம் USD. ஆனாலும் அது முதல் இடத்தில் இல்லை. லக்ஸ்சம்பர்க்தான் முதல் இடத்தில். 2020ல் ஆண்டு ஒன்றுக்கு அந்நாட்டின் சராசரி தனிநபர் ஜி.டி.பி 1,12,557 USD. (இதற்கு மயக்கம் போடலாம்!)

நம் தேசத்தின் தனி நபர் ஜி.டி.பி எவ்வளவு என்று தெரிந்து கொள்ள ஆவலாக இருப்பது நியாயம்தான். 6,165 USD. அட! இருப்பதிலேயே நாம்தான் குறைவோ என்று வருத்தப்பட வேண்டாம். எவருக்கும் அடுத்த வீட்டுக்காரன் பற்றிதானே அதிக கவனம். பாகிஸ்தான் 4,562 USD . பங்ளாதேஷ் 4,871 USD . ஆனால், ஸ்ரீலங்கா 12,536 USD . (ஆனாலும் 2022ல் மக்களுக்கு சாப்பிட உணவு கிடைக்கவில்லை.) புருண்டிதான் பட்டியலில் கடைசி. ஆண்டுக்கு 731 USD மட்டுமே.

எந்த நாட்டில் தொழில் தொடங்கலாம்? எங்கே எந்த தேசத்தில் வேலைக்குக் குறைந்த ஊதியத்தில் ஆட்கள் கிடைப்பார்கள், எந்த நாட்டில் சுலபமாக அதிக எண்ணிக்கையில் விற்பனை செய்யலாம் என்றெல்லாம் பார்ப்பவர்கள், கவனிப்பது இந்த மொத்த ஜி.டி.பி அளவைத்தான். அந்த விதத்தில் இந்தியா, சீனா எல்லாம் அவர்கள் பார்வையில் வாய்ப்பு தரும் நாடுகள்.

இந்த இரண்டு தவிர மூன்றாவதாகவும் ஜி.டி.பி பற்றிய அளவுகோல் ஒன்று உண்டு. அதுதான் கூடுதல் பிரபலம். பத்திரிகைகளில் அதிகம் அடிபடுவது; பங்குச் சந்தை முதலீட்டாளர்களால் மரியாதையுடன் மட்டுமல்ல, சற்று அச்சத்துடனும் பார்க்கப்படுவது; 'எங்கள் ஆட்சியில்...' என்று பெருமையடித்துக்கொள்வது – அதை ஜி.டி.பி. வளர்ச்சி விகிதம் (GDP Growth rate) என்பார்கள்.

கடந்த காலத்துடன் ஒப்பிட்டுப் பார்த்தால் தற்சமயம் என்ன வளர்ச்சி என்று கணக்கிடுவதுதான் ஜி.டி.பி வளர்ச்சி விகிதம். 2021-22ல் இந்தியா சுமார் 8.7% பொருளாதார வளர்ச்சி கண்டது. மொத்த ஜி.டி.பியில் முன்னணியில் இருக்கும் பல நாடுகள், இந்த எண்க ளில் வரிசை மாறிவிடும்.

## ஜி.டி.பி வளர்ச்சி விகிதம்

எந்த நாடு மொத்த பொருளாதாரத்தில் வேகமாக வளர்கிறது என்பதைச் சுட்டுகிற எண் இதுதான். அதனால் இந்த எண்ணுக்கு

அதிக முக்கியத்துவம். முன்பெல்லாம் (முப்பத்து ஐந்து ஆண்டுகளுக்கு முன்) உலக நாடுகளை இரு வகையாகப் பிரிப்பார்கள். ஒன்று பொருளாதாரத்தில் வளர்ந்த நாடுகள் மற்றது வளர்ச்சியடையாத நாடுகள். சந்தேகத்துக்கு இந்தியா இரண்டாம் பகுதியில் இருந்தது. பின்பு இந்தியாவை வளரும் நாடு என்றார்கள். இந்தியா தொடர்ந்து வளர்ந்து வரும் நாடாக பல ஆண்டுகளுக்கு இருந்தது.

இந்தப் பகுப்பு போக, கிரேட் 7 நாடுகள் என்கிற பொருள்பட G7 நேஷன்ஸ் என்று ஒரு அமைப்பைத் தொடங்கினார்கள். அதில் தொழில் வளர்ச்சியடைந்த பிரிட்டன், யுஎஸ், ரஷ்யா, ஜெர்மனி, ஃபிரான்ஸ், ஜப்பான், கனடா ஆகிய நாடுகள் இடம் பெற்றன. G20 என்று மற்றொரு அமைப்பு தொடங்கினார்கள். அதில் இந்தியாவும் ஒன்று. அந்த அமைப்பின் மாநாடுகள் இப்போதும் நடக்கின்றன.

**இந்தியாவின் ஜி.டி.பி வளர்ச்சி – சுதந்திரம் பெற்றதிலிருந்து**

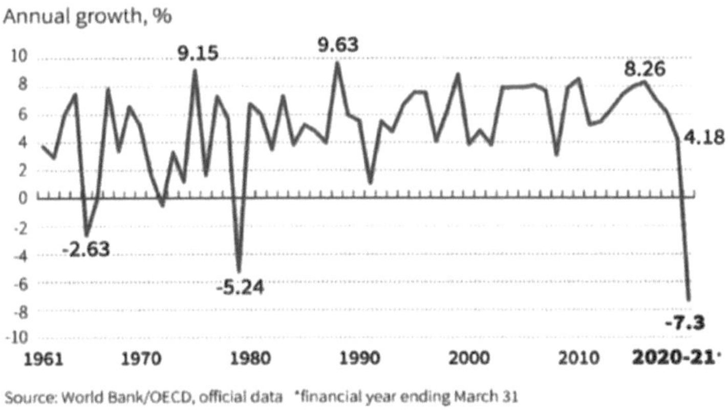


2000ம் ஆண்டில் இருந்து மற்றொரு குழுமமும் (குரூப்) அடையாளம் காணப்பட்டிருக்கிறது. அதன் பெயர் பிரிக்ஸ் நாடுகள். சில நாடுகளின் பெயர்களுடைய ஆங்கில முதல் எழுத்துகள் சேர்ந்ததுதான் அந்த அமைப்பின் பெயர். பிரேசில், ரஷ்யா, இந்தியா, சீனா, சவுத் ஆப்பிரிக்கா ஆகிய ஐந்து நாடுகளின் கூட்டமைப்பு BRICS. இவையெல்லாம்'எமர்ஜிங் எக்கானமீஸ்' (புதிதாய்) தோன்றுகிற பொருளாதார நாடுகள் என்றும்

சொல்கிறார்கள். அபரிமிதமான ஜி.டி.பி வளர்ச்சி காரணமாகத்தான் நாம் பிரிக்ஸ்-ல் இடம் பெற்றிருக்கிறோம்.

ஜி.டி.பி வளர்ச்சி என்பது பொதுவாக ஆண்டுக்கு எவ்வளவு என்பதைத்தான் சொல்வார்கள். ஆனால் காலாண்டுக்கு எவ்வளவு என்று பார்க்கிற வழக்கமும் இருக்கிறது. வளர்ச்சி விகிதத்தைப் பார்ப்பதற்கு ஒப்பிடக்கூடிய முந்தைய காலாண்டுடன் கணக்கிடுவார்கள். உதாரணத்துக்கு ஜனவரி, பிப்ரவரி, மார்ச் 2023 என்பதை 2022-23ம் ஆண்டின் Q4 என்பார்கள். Q4 2022-23 வளர்ச்சியை கணக்கிட, 2023ம் ஆண்டின் ஜனவரி, பிப்ரவரி, மார்ச் என்கிற Q4-ஐ, 2022ம் ஆண்டின் ஜனவரி, பிப்ரவரி, மார்ச் என்கிற Q4 உடன் ஒப்பிடுவார்கள். நிறுவனங்கள் தங்கள் வியாபாரம் லாப நஷ்டக் கணக்குகளை வெளியிடும்போதும் இப்படித்தான் கணக்கிடுகின்றன, இதை காலாண்டுக்கு காலாண்டு என பொருள்பட Q on Q என்பார்கள்.

இது தவிர சீக்வன்ஷியல் என்று பார்க்கிற முறையும் உண்டு. அது Q3 உடன் அதே ஆண்டின் Q4-ஐ ஒப்பிடுவது. வளர்ச்சி விகிதம் என்கிறோமே, எப்போதுமே வளர்ச்சிதானா இருக்கும் என்று கேட்டால், அது மிகச் சரியான கேள்விதான். அதெப்படி சாத்தியம்? பொருளாதாரச் செயல்பாடுகள் முன்பை விடக்குறை வாகவும் நடக்கலாம். அதை நெகட்டிவ் ஜி.டி.பி என்பார்கள். அமெரிக்காவே 2009ம் ஆண்டு தொடர்ந்து பல காலாண்டு களுக்கு நெகட்டிவ் ஜி.டி.பியில் இருந்தது. 2020ல் இந்தியாவின் ஜி.டி.பி -7.3%. (மைனஸ் 7.3% – 2019ம் ஆண்டுடன் ஒப்பிட்டால் மொத்த ஜி.டி.பி. 7.3% குறைவு என்று பொருள் – பக்கம் 133ல் உள்ள சார்ட்டில் பார்க்கலாம்.)

இந்த நெகட்டிவ் ஜி.டி.பிக்கு மற்றொரு முக்கியத்துவமும் உண்டு. அது, தொடர்ந்து ஏதாவது ஒரு நாட்டில் மூன்று காலாண்டுகளுக்கு நெகட்டிவில் இருந்தால் (தேய்ந்தால்) அது, பெருமந்தத்தின் (ரிசஷன்) அடையாளமாகப் பார்க்கப்படும். சில ஆண்டுகளுக்கு முன்பு அமெரிக்கா ரிசஷனில் விழுந்தது என்பதை நெகட்டிவ் ஜி.டி.பியை வைத்துதான் அறிவித்தார்கள். 2022ல் அமெரிக்க பொருளாதாரம் முதல் 2 காலாண்டுகளில் நெகட்டிவ் வளர்ச்சியில் இருந்தது.

2008-09ல் இந்தியாவில் நேர்ந்தது பெருமந்தம் அல்ல, சுணக்கம்தான் (Slow Down) என்பதை முன்பே பார்த்தோம்.

காரணம், ஜி.டி.பி வளர்ச்சி விகிதம் குறைந்ததே தவிர, அது மைனசுக்குப் போகவில்லை. 2020ல் போனது உடன் 2021ல் வீறு கொண்டு 8%க்கும் மேல் எழுந்துவிட்டது. தொடரவில்லை.

இந்தியாவின் வளர்ச்சி, விடுதலை பெற்று பல ஆண்டுகளுக்கு (லைசென்ஸ் ராஜ்யத்தில்) 4-5%களுக்கு குறைவாகவே இருந்தது. 1990களுக்குப் பின்புதான் வேகமெடுத்தது. 2008ல் 9%க்கும் அதிகமாகக்கூட இருந்திருக்கிறது.

ஒரு நாட்டின் வளர்ச்சியை – முன்னேற்றத்தை – அளக்க ஜி.டி.பியை பயன்படுத்துவது சரிதானா என்ற கேள்வி எழுப்பி இல்லை என்று காரணம் கூறியிருக்கிறேன், ‘அவசரம்’ என்ற என் புத்தகத்தில்.

ஜி.டி.பியின் வேகமான வளர்ச்சிக்குப் பல காரணங்கள் இருக்கின்றன. அவற்றில் ஒன்று ஏற்றுமதி தொடர்பானது. உள்நாட்டு பொருளாதார வளர்ச்சி வேகம் குறைவதற்கும் ஏற்றுமதி மற்றும் இறக்குமதி தொடர்பானவை காரணங்களாக அமைவது உண்டு. அதிலும் குறிப்பாக, செய்திகளில் அதிகம் அடிபடும் டாலருக்கு எதிரான இந்திய ரூபாயின் மதிப்பு.

ஒவ்வொரு நாட்டுக்கும் ஒவ்வொரு கரன்சி என்கிறார்கள். அடிக்கடி அதன் மதிப்பு மாறுவதாகவும் சொல்கிறார்கள். மற்ற நாட்டுப் பணத்துக்கு நம் நாட்டில் என்ன வேலை? அதன் மதிப்பு இறங்கினால் என்ன, உயர்ந்தால் எனக்கு என்ன? அதுவுமா நம்மை பாதிக்கும்?

இந்தக் கேள்விகளுக்கான பதில்கள்தான் அடுத்த அத்தியாயம்.

# 6

## தேவை வெளிநாட்டுப் பணம்!

**2022**ம் ஆண்டு ஜூலை மாதம் முக்கிய செய்திகளில் ஒன்றாக அமைந்தது, அமெரிக்க டாலருக்கு எதிரான இந்திய ரூபாய் மதிப்பு 'தொடர்ந்து சரிவு', 'வரலாறு காணாத அளவு வீழ்ச்சி' என்பது. ரூபாய் 80ஐத் தாண்டிவிடும் என்றெல்லாம் தொடர்ந்து யூகங்கள் தெரிவிக்கப்பட்டன.

ஜூலை மாதம் 15ம் தேதி ஒரு அமெரிக்க டாலர் 79.86 ரூபாய் என்கிற அளவையும் தாண்டியது. அமெரிக்க டாலருக்கு எதிராக இந்திய ரூபாயின் அதுவரையிலான அதிகபட்ச வீழ்ச்சி அதுதான். அதே யு.எஸ் டாலர், ஜனவரி 7ம் தேதி அன்று 74.41 ரூபாய் தான். ஒரு சில மாதங்களில் 5 ரூபாய் விலை உயர்வு. சதவிகிதக் கணக்கில் பார்த்தால் 6.63% சதவீதம் கூடுதல்.

நமக்கும் டாலர் மதிப்புக்கும் என்ன சம்பந்தம்! நாம் ஒன்றும் ஏற்றுமதி இறக்குமதி வியாபாரம் செய்ய

வில்லையே! என்று பலரும் நினைத்திருக்கலாம். தன்னை பாதிக்காத ஒரு செய்தியாக இந்தக் காதில் வாங்கி, அந்தக் காதின் வழியாக வெளியே விட்டுவிட்டு அடுத்த வேலையைப் பார்க்கப் போயிருக்கலாம். இந்த நினைப்பு சரிதானா?

கொஞ்சமும் சரியில்லை. இந்திய ரூபாய் மதிப்பு வீழ்ச்சியால் பாதிக்கப்படாத இந்தியர்களே இல்லை என்பதுதான் உண்மை. எப்படி என்பதை ஓரளவு ஊகித்து விட்டவர்களும் இருப்பீர்கள். ஆனால், அவர்களால்கூட அதன் பாதிப்பின் முழு வீச்சையும் வீரியத்தையும் பற்றி யோசித்திருக்க முடியாது. டாலரையே தங்கள் வாழ்நாளில் ஒருமுறைகூடப் பார்த்திராத பல கோடி இந்தியர்களையும் ஏதாவது ஒரு விதத்திலாவது இந்த மதிப்பு மாற்றங்கள் பாதிக்கிறது.

காற்றைப் போல, ஒளியைப் போல அமெரிக்க டாலர் உலகமெங்கும் நீக்கமற நிறைந்துவிட்டது. இந்தியாவில் மட்டுமல்ல, உலகத்தில் உள்ள அத்தனை நாடுகளிலும். உலகமயமாக்கலின் விளைவுகளில் இதுவும் ஒன்று. இந்தியாவில் ரூபாய், ஜப்பானில் யென், இங்கிலாந்தில் பவுண்ட், ரஷ்யாவில் ரூபிள், சவுதி அரேபியாவில் ரியால், அமெரிக்காவில் டாலர். டாலர் என்பது கூட பொதுப்பெயர்தான். அமெரிக்காவில் மட்டுமல்ல, ஆஸ்திரேலியா, கனடா, சிங்கப்பூர் போன்ற நாடுகளின் கரன்சிகளுக்கும் டாலர் என்பதுதான் பெயர். அதனால்தான் குறிப்பிடுகிறபோது, அமெரிக்க டாலர், சிங்கப்பூர் டாலர், கனடா டாலர் என்று நாட்டின் பெயரையும் சேர்த்துச் சொல்கிறார்கள்.

ஆனால் நகல் எடுப்பது என்ற பொதுவான விஷயத்தை 'ஜெராக்ஸ் எடுப்பது' என்று அந்த ஒரு நிறுவனத்தின் பெயரால் குறிப்பிடுகிறோமோ, அப்படித்தான் டாலர் என்றாலே அதன் உலகளாவிய புழக்கம் மற்றும் உயர் மதிப்பு காரணமாக, அமெரிக்க டாலர் என்றாகிவிட்டது. மற்ற நாடுகளின் டாலர்களைத்தான் நாட்டின் பெயருடன் குறிப்பிட்டுச் சொல்லவேண்டும். மற்றபடி வெறுமனே டாலர் என்றால் அமெரிக்க (யு.எஸ்.) டாலர்தான்.

தடையில்லா வர்த்தகத்தை அனுமதித்திருக்கும் சவுதி அரேபியா, சிங்கப்பூர் போன்ற பல நாடுகளிலும், அவர்கள் நாட்டு கரன்சியைப் போலவே, பலரும் அமெரிக்க டாலர்களையும்

சாதாரணமாகப் பயன்படுத்துகிறார்கள். வாங்குதல், விற்றல், கொடுக்கல், வாங்கல் டாலரிலும் நடைபெறுகிறது. அமெரிக்க டாலர் என்று நீட்டி முழக்கி எல்லாம் குறிப்பிட வேண்டாம். அதற்கு ஒரு அடையாளச் சின்னமும் உள்ளது. $ என்றோ USD என்றோ எழுதினால் போதும்.

£ போட்டால் பவுண்டு. € போட்டால் யூரோ. ¥ போட்டால் யென். 2002க்கு முன்பு வரை ஐரோப்பாவின் பல நாடுகளும், மற்ற நாடுகளைப் போலத் தனித்தனி கரன்சிகள் வைத்திருந்தன. ஃபிரான்ஸில் ஃபிராங்க், ஜெர்மனியில் டாய்ட்ச் மார்க். இவையெல்லாம் இப்போது இல்லாமல் போய்விட்டது. காரணம், இங்கிலாந்து தவிர்த்து, மற்ற 17 ஐரோப்பிய தேசங்கள் 1991ல் 'பணம்' (மானிடரி) விவகாரங்களில் ஒருங்கிணைவதாக முடிவெடுத்தன. அப்படிப் பிறந்ததுதான் ஐரோப்பிய யூனியன். (European Union, சுருக்கமாக EU). இந்த நாடுகளின் அரசியல் அமைப்புகள், கஜானாக்கள் வரவு செலவு எல்லாம் வேறு வேறுதான். ஆனால் EUவின் கரன்சி, ஒரே கரன்சி. அது, யூரோ.

இந்தக் கூட்டணியில் கிரீஸ், ஸ்பெயின், இத்தாலி போன்ற முன்பு பொருளாதாரச் சிக்கலில் சிக்கியிருந்த நாடுகளும் அடக்கம். அதனால்தான் 2015ல் யூரோ அதிகம் அடிவாங்கியது. கூட்டணியில் சேராத இங்கிலாந்தின் பவுண்ட் ஓரளவு வலுவாகவே இருக்கிறது.

## ரூபாயின் மதிப்பு

அமெரிக்க டாலருக்கு எதிராக இந்திய ரூபாய் மதிப்பு குறைந்தது என்றால் என்ன; இதற்கும் அதற்கும் ஏன் மதிப்புப் போட்டுப் பார்க்க வேண்டும் என்கிற கேள்விக்குப் பதிலைப் பார்ப்பதற்கு முன்னால் மற்றொரு அடிப்படை விஷயத்தைப் பார்த்து விடுவோம். உதவியாக இருக்கும்.

ரூபாயின் மதிப்பு என்றால் என்ன என்பதுதான் அந்த அடிப்படையான விஷயம். பத்து ஆண்டுகளுக்கு முன் நூறு ரூபாயைக் கடைக்கு எடுத்துப் போய் வாங்க முடிந்த அளவு பொருள்களை இப்போது வாங்க முடிகிறதா? அப்போது இருந்த விலைவாசியில் வாங்கிய அளவு பொருள்களை இப்போது விற்கும் விலைகளில் வாங்க முடியாது. விலைவாசி பன்மடங்கு கூடிவிட்டது. அதனால் அதே அளவு பணத்துக்குக் குறைந்த அளவு பொருள்களும் சேவைகளும்தான் கிடைக்கின்றன. முன்பு

வாங்கிய அதே அளவு பொருள்கள் வேண்டுமென்றால் அதிகப் பணம் கொடுக்க வேண்டும்.

ஆக, முன்பிருந்ததைவிட இப்போது ரூபாய் மதிப்பு குறைந்து விட்டது. சரிதானே! அரிசி, பருப்பு, எண்ணெய், பால், முட்டை, தங்கம், பெட்ரோல், வீட்டு வாடகை, போக்குவரத்துக் கட்டணங்கள், பள்ளிக் கட்டணங்கள், திரையரங்க டிக்கெட் கட்டணம் என்று எதை எடுத்துப் பார்த்தாலும் இந்த மதிப்பு மாற்றம் தெரியும்.

முன்பிருந்ததைவிட வருமானமும் கூடுவதால் இதை சமாளிக்க முடிகிறது என்பது வேறு விஷயம். ஆனால் 'பணத்தின்' மதிப்பு தொடர்ந்து குறைகிறது. அதனால்தான் முன்பு புழக்கத்தில் இருந்த, செம்பு தகட்டில் செய்யப்பட்ட ஒரு காசு (ஒரு நயா பைசா பார்த்திருக்கிறீர்களா?), அலுமினியத்தில் தயாரிக்கப்பட்ட இரண்டு காசு, மூன்று காசு, ஐந்து காசு, பத்து காசு, இருபது காசு, இருபத்து ஐந்து காசு எல்லாம் ரிசர்வ் வங்கியால் நிறுத்தப் பட்டுவிட்டன. இனி அவை செல்லாது. இப்போதெல்லாம் யாசகர்கள் கூட 50 காசை வாங்குவதில்லை. ஒரு ரூபாய் இரண்டு ரூபாய் நாணயங்கள் சாலைகளில் கிடப்பதைப் பார்த்தாலும் யாரும் குனிந்து அதை எடுப்பதில்லை!

அடுத்து ஒரு ரூபாய், 2 ரூபாய், 5 ரூபாய் தாள்கள் மறைந்து விட்டன. இதெல்லாம் ஒரே நாட்டுக்குள் நடப்பவை. நம் நாட்டில் மட்டுமல்ல, எல்லா நாடுகளிலும் இது நடந்திருக்கிறது. அமெரிக்கா, சிங்கப்பூர், சுவிட்சர்லாந்து போன்ற வளர்ந்த நாடுகள் உட்பட. அந்த அந்த நாட்டின் பணம் (கரன்சி) அந்தந்த நாட்டில்தான் செல்லுபடியாகும். வேறு நாட்டுக்குப் போய்ச் செலவு செய்வது என்றால், அந்த நாட்டின் பணத்தைத்தான் செலவு செய்ய முடியும்.

நாம் கடைக்குப் போயிருக்கிறோம். பொருள் வாங்கி விட்டுப் பணம் கொடுக்கிறோம். அப்போது ஒரு வெளிநாட்டுக்காரர் வருகிறார். அவர் வாங்கிய பொருள்களுக்கு அவருடைய நாட்டுப் பணத்தைக் கொடுக்கிறார். நம் ஊர் கடைக்காரர் அந்தப் பணத்தை வாங்குவாரா? என்ன நடக்கும் என்பது நமக்குத் தெரியும்.

வெளிநாடு போகிறவர்கள் அந்த நாட்டுப் பணமாக மாற்றி எடுத்துப்போகலாம். முன்பு இவற்றுக்குக் கடுமையான கட்டுப்பாடுகள் இருந்தன. இப்போதெல்லாம் அது பிரச்னையே

இல்லை. ரிசர்வ் வங்கியின் இப்போதைய விதிகளின்படி, நேபாளம், பூட்டான் தவிர மற்ற நாடுகளுக்குப் போகும்போது, ஆண்டு ஒன்றுக்கு 10,000 யு.எஸ் டாலர்வரை எடுத்துப் போகலாம்.

வேலைக்காகவோ, மேல் படிப்புக்காக 30,000, மருத்துவத்துக்கு 50,000 டாலர் வரை இந்தியாவில் இருந்து எடுத்துச் சென்று அங்கே செலவு செய்யலாம். மருத்துவ உதவிக்கு வருகிறவருக்கு மேலும் ஆண்டுக்கு 25 ஆயிரம் டாலர்வரை அனுமதி உண்டு. வியாபார நிமித்தம் போகிறவர்கள் ஆண்டுக்கு இரண்டரை லட்சம் யு.எஸ் டாலர் வரை கொண்டு செல்லலாம்.

நேபாளத்துக்கும் பூட்டானுக்கும் இந்திய ரூபாயே எடுத்துப் போகலாம். 100 அல்லது அதற்கும் குறைவான மதிப்புள்ள இந்திய ரூபாய் எவ்வளவு வேண்டுமானாலும் எடுத்துப் போகலாம். கட்டுப்பாடு இல்லை. இவையெல்லாம் Foreign Exchange Management Act, 1999 (FEMA) என்ற சட்டத்தின் கீழ் வருகின்றன.

வெளிநாட்டுக்குப் போகும்போது, அந்த நாட்டுப் பணமாகவோ அமெரிக்க டாலராகவோ மாற்றி எடுத்துச் செல்லலாம். எடுத்துச் செல்லும் அமெரிக்க டாலர் ஒன்றுக்கு என்னென்னவோ வாங்கலாம். அதே ஒரு ரூபாய்க்கு இந்தியாவில் என்னென்ன வெல்லாம் வாங்கலாம்?

அதுதான் விஷயம். அவ்வளவு மதிப்பிலிருக்கிற டாலரை ஒன்றுக்கு ஒன்று கொடுப்பார்களா? மாட்டார்கள்.

அதே முறைதான் மற்ற நாட்டுப் பணத்துக்கும். 2022 ஜூலை மாத நிலவரப்படி ஒரு சிங்கப்பூர் டாலருக்கு 59.90 இந்திய ரூபாய். ஒரு கனடா டாலருக்கு 60.90 இந்திய ரூபாய். ஒரு நேபாள ரூபாய்க்கு 63 காசுகள் (ரூபாய் அல்ல). ஒரு இலங்கை ரூபாய்க்கு 0.22 காசுகள். பாகிஸ்தான் ரூபாய்க்கு 38 காசுகள்.

ஆமாம் சில நாட்டு கரன்சிகளைவிட நம் பணத்தின் மதிப்பு அதிகம். (செல்வமல்ல...!)

இவையெல்லாம் 2022 ஜூலை 15ம் தேதி அன்று இருந்த நிலவரம். கரன்சி சந்தைகளில் தொடர்ந்து நடைபெறும் வாங்குதல் விற்றல்களால் இவற்றின் மதிப்புகள் மாறிக்கொண்டேயிருக்கும்.

பல்வேறு முக்கிய வெளிநாட்டு கரன்சிகளின்
இந்திய ரூபாய் மதிப்பு வருமாறு:

| **வெளிநாட்டுப் பணம்** (ஒரு) | **இணையாக இந்திய ரூபாய்** 7.8.2018 | 29.6.2022 |
|---|---|---|
| யு.எஸ் டாலர் | *68.63* | *78.89* |
| யூரோ | *79.60* | *83.00* |
| பிரிட்டிஷ் பவுண்ட் | *88.94* | *95.89* |
| ஆஸ்திரேலியன் டாலர் | *50.98* | *54.32* |
| கனடா டாலர் | *52.72* | *61.35* |
| சிங்கப்பூர் டாலர் | *50.33* | *56.77* |
| ஸ்விஸ் பிராங்க் | *69.01* | *82.79* |
| மலேஷியன் ரிங்கட் | *16.85* | *17.94* |
| ஜப்பானிய யென் | *0.61* | *0.57* |
| சீனாவின் யுவான் ரென்மின்பி | *10.04* | *11.79* |

சரி, விட்ட இடத்துக்கு வருவோம். திடீரென அமெரிக்க டாலர் மதிப்பு 79 ரூபாய்க்கும்மேல் போய், நேரடித் தொடர்பு இருக்கும் இறக்குமதியாளர்கள் அரண்டு போனார்கள். பல பக்கங்களில் இருந்தும் அதிர்ச்சி அலறல்கள். அரசு பதில் சொல்லியாக வேண்டுமே.

உலக அளவில் நிலவும் எதிர்மறையான சூழல் (நெகட்டிவ் குளோபல் கியூஸ்) மற்றும் 40 ஆண்டுகளில் இல்லாத அளவில் உயர்ந்திருக்கும் அமெரிக்க பணவீக்கம் Fed Rate உயர்வுகள்; தொடர்ந்து உயர்ந்துவரும் கச்சா எண்ணை விலை உயர்வு (பிரண்ட் குரூட் விலை பீப்பாய் 100 டாலர்). ரஷ்யா யுக்ரேன் மீது தொடுத்திருக்கும் போர்; அதனால் உலக அளவில் ஏற்பட்டிருக்கும் பொருளாதாரத் தடங்கல்கள் என்று பலவற்றையும் இந்திய ரூபாய்க்கு எதிரான அமெரிக்க டாலர் மதிப்பு உயர்வதற்குக் காரணங்களாகக் காட்டினார்கள்.

இந்த பதில் சரியானதுதானா? சொல்ல முடியாது. சரியா, சரியில்லையா என்று பார்ப்பதற்குப் பதில், அவர் சொன்னதில் உள்ள 'லாஜிக்' என்ன என்று பார்க்கலாம். அதைப் புரிந்து கொள்வதுதானே நமது நோக்கம்.

எல்லோரிடமும் பணம் இருக்கிறது. நாடுகளும் பெருமளவில் பணம் வைத்திருக்கின்றன.உபரிப் பணத்தைப் பெருக்குவதற்காக எல்லோருமே எதிலாவது முதலீடு செய்ய வேண்டியிருக்கிறது. எதில் முதலீடு செய்தால், கூடுதல் பெருக்கம் நடக்குமோ அதில் பணத்தைப் போடுவது இயல்பு. ஆனால், பெருக்கத்தையும், வருமானத்தையும் மட்டுமே பார்க்க முடியாது. போட்ட பணம் பாதுகாப்பாகவும் இருக்கவேண்டும். அப்படி உலகப் பணக்காரர்களும், பல்வேறு நாடுகளின் அரசாங்கங்களும் பெரிய அளவுகளில் முதலீடு செய்பவற்றுள் அமெரிக்க டாலரும் ஒன்று. அதுதான், அமெரிக்க டாலர் மதிப்பு தொடர்ந்து உயர்ந்துகொண்டே போகிறது! 'அசெட் கிளாஸ்' என்பார்கள். பங்குகள், தங்கம், பிற பண்டங்கள் (கமாடிட்டிஸ்) கடன் பத்திரங்கள், ரியல் எஸ்டேட் என்று வளர்ச்சி எதிர்பார்த்து பணத்தைப் போட்டு வைக்க பல விளைநிலங்கள் இருக்கின்றன.

நிலவுகிற சூழ்நிலைகளைப் பொறுத்து ஒவ்வொரு நேரம் ஒவ்வொன்றின் மதிப்பு உயரும். மற்றவற்றின் மதிப்பு குறையும். 2016ல் டிரம்ப் அமெரிக்க அதிபராக வந்தபின் பல அதிரடி நடவடிக்கைகள் எடுத்தார். அவற்றில் ஒன்று சீனப் பொருள்கள் மீது அதிக இறக்குமதி தீர்வை. அதற்குப் பதிலடியாகச் சீனாவும், அதன் நாட்டுக்குள் கொண்டுவரப்படும் அமெரிக்கப் பொருள்கள் மற்றும் சேவைகள் மீது கூடுதல் இறக்குமதி தீர்வை விதித்தது. இதனால் பல்வேறு முக்கியப் பொருள்களின் நகர்விலும் விலையிலும் பெரும் மாற்றங்கள் ஏற்பட்டன. அதனால் பொருளாதார தாக்கம் உண்டானது.

உலக நாடுகள் பலவும் இப்படிப்பட்ட குழப்பத்தில் ஆழ்ந்திருக்கையில் அடுத்து என்ன நடக்குமோ என்று யூகிக்க முடியாத சூழலில் உலகின் முதன்மைப் பொருளாதாரமான அமெரிக்காவின் டாலர்தான் முதலீட்டிற்கு ரிஸ்க் குறைவானது, பாதுகாப்பானது (Safe Haven) என்று பல முதலீட்டாளர்களும் நினைத்து அமெரிக்க டாலரில் முதலீடு செய்தார்கள்.

2019ல் கொரோனா, 2020ல் யுக்ரேன் மீது ரஷ்யா படையெடுப்பு. ரஷ்ய மீது பல பொருளாதாரத் தடைகள். ரஷ்ய கச்சா எண்ணெய், கோதுமை, சமையல் எண்ணெய் வித்துக்கள், உற்பத்திக்குத் தேவைப்படும் பல உலோகங்கள் போன்றவற்றை பல நாடுகள் வாங்க முடியாத நிலை. அதனால் 'சப்ளை செயின்' பாதிப்பு. அதனால் பல நாடுகளிலும் செமி கண்டெக்டர் தயாரிப்பு தடைபட்டது.

கொரோனா காலத்தில் பொருளாதாரத்தைச் சரி செய்ய அமெரிக்கா உள்ளிட்ட பல நாடுகளும் பல இலவசங்கள், பெரும் உதவித் தொகைகள் கொடுக்கப்போய் பணவீக்கம் அதிகரித்தது.

பங்குகளின் விலைகள், பணவீக்கம் தாறுமாறாக உயர்ந்தது என ஏகப்பட்ட குழப்பங்கள். பின்பு அவற்றைச் சரி செய்வதற்காக ஃபெடரல் ரிசர்வ் வட்டி விகிதங்களை உயர்த்த ஆரம்பிக்க, பல்வேறு நாடுகளிலும் சம்பாதிக்கப் போயிருந்த அமெரிக்காவினர் மீண்டும் அமெரிக்க திரும்ப எத்தனிக்க, டாலர் மதிப்பு கூடிவிட்டது.

பொருள் எதுவாக இருந்தாலும் வாங்குவோர் அதிகரித்து, விற்பவர் குறைந்தால், விலை ஏறவே செய்யும். யு.எஸ் டாலரிலும் அதுதான் நடக்கிறது என்பதுபோலக் கருத்துத் தெரிவித்தார்கள். நம் நாட்டின் நிலைதானே மற்ற நாடுகளுக்கும். இதே காலகட்டத்தில் அமெரிக்க டாலருக்கு எதிராக மற்ற நாட்டுக் கரன்சிகள் என்ன மதிப்பு மாற்றம் கண்டன என்று பார்க்கலாமே என்கிறீர்களா? மிகவும் உஷாரான ஆள்தான் நீங்கள்!

நம்மைவிட மிகச் சிறிய நாடான சிங்கப்பூரின் டாலர் மதிப்பு என்ன ஆகியிருக்கிறது என்று பார்த்தால், அமெரிக்க டாலருக்கு எதிராக சிங்கப்பூர் டாலர் மதிப்புக் குறைந்திருக்கிறது. 2022ன் முதல் 6 மாதங்களில் சற்று குறைந்திருக்கிறது. ஜனவரி 2022ல் ஒரு அமெரிக்க டாலருக்கு 1.36 சிங்கப்பூர் டாலர்கள் ஆக இருந்தது ஜூலை 2022ல் ஒரு அமெரிக்க டாலருக்கு 1.40 சிங்கப்பூர் டாலர்கள் கொடுக்க வேண்டும் என்கிற அளவுக்கு வந்தது.

நம்மை விட பெரிய நாடான (அமைப்பான) ஐரோப்பிய யூனியனின் பணம் யுரோ. அதே ஆறு மாத கால கட்டத்தில் மதிப்பு அதிகரித்திருக்கிறது. ஜனவரி 22ல் ஒரு அமெரிக்க டாலருக்கு 1.13 யுரோ என்ற நிலையில் இருபது ஜூலை 22ல் ஒரு அமெரிக்க டாலருக்கு 1 யுரோ என்று மதிப்பு உயர்ந்திருக்கிறது.

அதே ஆறு மாத காலத்தில் அமெரிக்கடாலருக்கு எதிராக இந்திய ரூபாயின் மதிப்பு 6% குறைந்தது. பல்வேறு உலகப் பிரச்னையால்தான் ரூபாய் மதிப்பு குறைகிறது என்றால், யூரோ மதிப்பையும் குறைத்திருக்க வேண்டுமே என்று கேட்கலாம். ஒரு நாட்டின் பொருளாதார வலிமையை அந்த நாட்டின் பணத்துக்கு உலக அரங்கில், சந்தையில் கிடைக்கும் மதிப்பையும் வைத்து எடை போடலாம். தவிர அந்தக் குறிப்பிட்ட வெளிநாட்டு பணத்துக்கு இந்தியாவில் தேவை அதிகரிக்கிறதா குறைகிறதா

(சப்ளை & டிமாண்ட்) என்பதை வைத்து முடிவு செய்யலாம். அந்த விதத்தில் பார்த்தால் இந்தக் குறிப்பிட்ட காலகட்டத்தில் நம் பொருளாதார வலிமை சற்றுக் குறைந்திருக்கிறது என்று சொல்லலாம். அதற்கு நிறையச் சான்றுகள் இருக்கின்றன.

டாலர் மதிப்பு ஏறவும் இறங்கவும், அதே போல இந்திய ரூபாய் மதிப்பு உயரவும் தாழவும் இதுபோல நிறையக் காரணங்கள் உண்டு. இப்படித்தான் என்று அறுதியிட்டுச் சொல்லிவிட முடியாது. ஆனால் அதன் ஏற்ற இறக்கங்கள் யாரையெல்லாம் எப்படியெல்லாம் பாதிக்கும் என்று சொல்லலாம்.

## இறக்குமதியாளர்கள்

வெளிநாடுகளில் இருந்து பல்வேறு பொருள்களை வாங்கி இந்தியாவுக்குள் கொண்டு வருபவர்கள் அதற்குக் கொடுக்கும் விலை டாலர் கணக்கில் முடிவு செய்யப்பட்டிருந்தால், இதன் பாதிப்பு அவர்களுக்கு அதிகம் என்பதை விளக்க வேண்டியிருக்காது.

உதாரணத்துக்கு ஒரு நிறுவனம், தொடர்ந்து ஒரு குறிப்பிட்ட வேதியியல் பொருளின் விலை லிட்டர் 5 டாலர் என்று ஒப்பந்தம் செய்துகொண்டு இறக்குமதி செய்கிறது. அந்தப் பொருளை தனது உற்பத்தியில் பயன்படுத்துகிறது. 5 டாலர் என்ற விலை மாற்றப்படாதபோதே, டாலர் மதிப்பு உயர்வால் அந்த நிறுவனம் நஷ்டம் அடையுமா இல்லையா? திடீரென டாலர் மதிப்பு 83ரூபாய் என்று உயர்ந்துவிட்டால், இறக்குமதியாளருக்கு ஒரு லிட்டருக்கு ரூ. 3 வீதம் (5 x 3) 15 ரூபாய் அடக்க விலையில் உயர்ந்துவிடும்.

இப்படி இந்தியாவில் ஏராளமான இறக்குமதியாளர்கள் இருக்கிறார்கள். இவர்கள் பல நாடுகளில் இருந்து பல பொருள்களை இறக்குமதி செய்பவர்கள். இவர்களில் ஏற்கெனவே லாபம் ஈட்டும் இறக்குமதியாளர்கள், இந்த விலை உயர்வைத் தாங்களே ஏற்றுக்கொண்டு தங்களின் லாபத்தைக் குறைத்துக்கொள்ளலாம். அல்லது, 'நான் என்ன செய்ய முடியும்' என்று அவர்கள் விற்கும் பொருள்களின் விலையை, அதே அளவுக்கு உயர்த்தி விடலாம். அப்படிச் செய்தால், அது அந்தப் பொருள்களை வாங்குபவர்கள் அனைவரையும் அந்த அளவில் டாலர் மதிப்பு மாற்றம் பாதிக்கும். விலையை உயர்த்தா விட்டால், குறைகிற லாபம் அல்லது அதிகரிக்கிற நட்டம் இறக்குமதியாளரைப் பாதிக்கும்.

அப்படிப்பட்ட இறக்குமதியாளர்களுள் முக்கியமானவர்கள் HPL, BPCL போன்ற ஆயில் மார்க்கெட்டிங் நிறுவனங்கள்.இறக்குமதி செய்யும் பொருள் கச்சா எண்ணெய். டாலர் மதிப்பு உயர்வால் அடக்கவிலை உயர்ந்து, அதன் தாக்கத்தை நுகர்வோர் மீது தள்ள முயற்சிப்பார்கள். அரசு அனுமதிக்காவிட்டால் அவர்கள் பாதிக்கப்படுவார்கள்.

கச்சா எண்ணை தவிர தங்கம், உற்பத்தி பொருள்கள், சில உணவுப் பொருள்கள் என ஏராளமானவை இறக்குமதி செய்யப்படுகின்றன.

## ஏற்றுமதியாளர்கள்

இவர்களுக்கு என்ன பாதிப்பு? இவர்களுக்கு லாபம்தானே என்று நினைக்கலாம். நினைப்பு பெரும்பாலும் சரிதான். முன்பு பார்த்த அதே உதாரணத்தை ஏற்றுமதியாளருக்கும் பொருத்திப் பார்க்கலாம். ஒருவர் கிலோ 5 டாலர் என்று ஒப்பந்தம் போட்டு, ஏதோ ஒரு பொருளை ஏற்றுமதி செய்கிறார். வாங்குகிற வெளிநாட்டவர் ஏதும் விலையேற்றம் தராமலேயே, நம்மவருக்கு டாலருக்கு ரூ.3 வீதம், கிலோவுக்கு ரூ.15 கூடுதலாகக் கிடைக்கிறது. லாபம்தானே! அவர் தன்னுடைய லாபத்தை அப்படியே எடுத்துக்கொள்ளலாம் அல்லது இவர் விற்கும் பொருளின் விலையைக்குறைக்கலாம். குறைத்தால், இவர் பொருளை வாங்குபவருக்கு லாபம். குறைக்காவிட்டால் இவருக்கு லாபம். இதில் எங்கிருந்து பாதிப்பு வருகிறது என்று வியப்பாக இருக்கிறதா?

இவர் விலையைக் குறைத்தால், வாடிக்கையாளருக்கு லாபம்தான். ஆனால் போட்டியாளருக்கு? இது ஒரு கோணம். அதே வியாபாரி தனக்குக் கிடைக்கும் அதீத எதிர்பாராத லாபத்தால், விற்பனை செய்யும் மற்ற பொருள்களின் விலையையும் (தற்காலிகமாகவேனும்) குறைத்து, போட்டியாளரை சிரமப்படுத்திப் பார்க்கலாம். தாங்கள் பொருள்கள் வாங்குகிற சந்தைகளில் அதிக பேரம் செய்து விலையைக் குறைக்கச் சொல்லிக் கேட்காமல், அள்ளிவிடலாம். இதனால் அங்கே விலையுயர்ந்து, மற்ற வாடிக்கையாளர்களை அது பாதிக்கலாம்.

டாலர் மதிப்பு உயர்வால் உங்களுக்கு அதே பொருளுக்குக் கூடுதல் பணம்கிடைக்கிறதே என்று, வெளிநாடுகளில் இறக்குமதி செய்பவர்கள் விலைக் குறைப்பு செய்யலாம். பலரும் ஏற்றுமதி செய்ய போட்டி போடுகிற நிலையில் இது நடக்கும். பின்னர்

டாலர் மதிப்புக் குறைந்தால், அதே அளவுக்கு உடனடியாகவும் விலை உயர்வு கிடைக்குமா என்பதும் சந்தேகம்தான். இது ஏற்றுமதியாளரைப் பாதிக்கும்.

## வெளிநாட்டில் வாழும் இந்தியர்கள் (NRI)

வெளிநாடுகளுக்குப் போய் வேலை செய்து சம்பாதித்துப் பணம் அனுப்புகிறவர்கள் ஏராளமானவர்கள் இருக்கிறார்கள். வெளிநாட்டில் வாழும் இந்தியர்கள் சுமார் இரண்டு கோடியே 70 லட்சம் பேர் இருக்கலாம். அவர்களுக்கும் இந்தியாவுக்குமான பணத் தொடர்பு போக்குவரத்துகள் அமெரிக்கடாலர் அடிப்படையிலும் பாதிப்புகளுக்கு உள்ளாகும். ஆண்டு ஒன்றுக்கு அவர்கள் அனுப்பும் ரிப்பாட்டியேஷன் தொகை கணிசமானது. கடந்த 2017-18ம் ஆண்டில் மட்டும் இந்தியாவுக்கு அனுப்பிய தொகை 80 பில்லியன் டாலர்கள் - 4 லட்சத்து 16 ஆயிரம் கோடி ரூபாய்கள். இதுவே 2010ம் ஆண்டில் 55 பில்லியன் டாலர்களாகதான் இருந்தது. இந்த விஷயத்தில் சீனாவை எப்போதோ நாம் முந்தியாயிற்று. உலகளவில் இந்தியர்கள்தான் வெளிநாட்டில் சம்பாதித்து, தாய்நாட்டுக்கு அதிகம் அனுப்புகிறார்கள். 2020-21ல் வெளிநாடுவாழ் இந்தியர்கள் அனுப்பியது 87 பில்லியன் டாலர்கள். ரூபாய் அளவில் டாலர் 79 வீதம், 6.87 லட்சம் கோடி ரூபாய்.

இப்படி அனுப்பியவர்களுக்கு டாலர் மதிப்பு மாற்றம் தாக்கம் கொடுக்கும். காரணம், அவர்கள் பணத்தை அமெரிக்க டாலர்களாக மாற்றி வங்கியில் டெபாசிட் செய்து வைத்திருக்கலாம். அல்லது அவ்வப்போது இந்தியாவுக்குப் பணமாக (ரூபாயாக மாற்றி) அனுப்பியிருக்கலாம். அப்படி ரூபாயாக மாற்றிவிட்டவர்கள் இந்திய ரூபாயின் திடீர் மற்றும் கடும் மதிப்பு வீழ்ச்சியால் வருத்தத்துக்கு உள்ளாகியிருப்பார்கள் அமெரிக்க டாலராக வைத்திருந்தால் மதிப்பு கூடியிருக்கும் என்று. மீண்டும் ஏதேனும் தேவைக்கு அவர்களோ அவர்கள் குடும்பத்தாரோ, ரூபாய் கொடுத்து டாலராக மாற்றுவது என்றால், அதிக ரூபாய் கொடுக்க வேண்டியிருக்கும்.

வெளிநாட்டுப் பயணம் செல்வோர் டாலரில் செலவு செய்ய வேண்டியதெல்லாமே அதிக செலவு பிடிப்பனவாகிவிடும். அமெரிக்காவோ அல்லது வேறு எந்த நாட்டுக்கோ இந்தியாவில் இருந்து பயணம் செல்பவர்கள் இந்திய ரூபாய் கொடுத்து, டாலர்

பெற்று பயணம் செல்பவர்கள் 2022 ஜனவரியில் செய்ததைவிட 2022 ஜூலையில் சுமார் 6.6% சதவீதம் அதிகம் செலவு செய்ய வேண்டும். அதே வசதிகளுக்கு, அதே நாட்களுக்கு.

இந்தியாவுக்கு வருபவர்களுக்குச் சாதகமான சூழ்நிலை. சுற்றுலா, மருத்துவ வசதிகள் போன்றவற்றுக்காக வரும் வெளிநாட்டுப் பயணிகளுக்கு டாலர் கணக்கில் செலவு குறையும். 1000 டாலர் கொடுத்தால் முன்பு 74000 கிடைத்தது. ஆறு மாதங்களில் 79,500 கிடைத்தது.

## FII

அமெரிக்க டாலர், இந்திய ரூபாய் மதிப்பு மாற்றத்தில் குறுகிய கால அடிப்படையில் அதிகத் தாக்கம் ஏற்படுத்துபவர்கள் (பெறுபவர்கள் மட்டுமல்ல...) இவர்கள்தான். ஃபாரின் இன்ஸ்டிடியூஷனல் இன்வெஸ்டார்ஸ், சுருக்கமாக FIIக்கள். இவர்கள் இந்தியாவில் முதலீடு செய்ய ரிசர்வ் வங்கியிடம் பதிவு செய்து கொண்டவர்கள்.

இவர்கள் இந்திய நிறுவனப் பங்குகளை வாங்கி வைத்துக் கொள்வார்கள். அதற்காக அவர்கள் பணத்தை டாலர்களில் கொண்டுவர வேண்டியவர்கள். 1750க்கும் அதிகமான எண்ணிக்கையில் இருக்கும் இந்த மாபெரும் முதலீட்டு நிறுவனங்கள் லாபம் பார்ப்பதற்காக, தேர்வு செய்த பங்குகளைப் பெரிய அளவுகளில் வாங்குவார்கள். லாபத்துக்காக விற்பார்கள். இந்தியப் பங்குச் சந்தைகளில் சாதாரணமாக நாள் ஒன்றுக்கு சில ஆயிரம் கோடி ரூபாய்களுக்கு வாங்குதல்-விற்றல் செய்வார்கள்.

அனுமதிக்கப்பட்ட ஆண்டிலிருந்து பார்த்தால், அவர்கள் இதுவரை செய்திருக்கும் முதலீடு பல லட்சம் கோடி ரூபாய். சில ஆண்டுகள் மிக அதிக அளவில் இந்தியாவுக்குள் டாலரைக் கொண்டு வருவார்கள். வேறு சில நேரங்களில் பங்குகளை வந்த விலைக்கு விற்றுவிட்டு, டாலர்களாக மாற்றி எடுத்துக்கொண்டு வெளியேறுவார்கள். உதாரணத்துக்கு 2008ம் ஆண்டு மட்டும் சுமார் 1.35லட்சம் கோடி ரூபாய் மதிப்பிலான டாலர்களை வெளியே கொண்டு சென்றிருக்கிறார்கள். 2009, 2010ல் மீண்டும் அதே அளவு பணத்தை உள்ளே கொண்டு வந்தார்கள். மீண்டும் 2012ம் ஆண்டு, லட்சத்து 15 ஆயிரம் கோடி ரூபாய் மதிப்பிலான 21 பில்லியன் டாலர்களை உள்ளே கொண்டுவந்திருக்கிறார்கள்.

அந்நிய நாட்டு நிறுவனங்கள் (FIIs)
பங்குச் சந்தையில் நிகர முதலீட்டு விவரங்கள்

| **ஆண்டு** | **இந்திய ரூபாய் (கோடி)** |
|---|---|
| *1998-1999* | *29825* |
| *1999-2000* | *10122* |
| *2000-2001* | *9933* |
| *2001-2002* | *8762* |
| *2002-2003* | *2689* |
| *2003-2004* | *45764* |
| *2004-2005* | *45881* |
| *2005-2006* | *41466* |
| *2006-2007* | *30840* |
| *2007-2008* | *66179* |
| *2008-2009* | *45811* |
| *2009-2010* | *142658* |
| *2010-2011* | *146438* |
| *2011-2012* | *93725* |
| *2012-2013* | *168367* |
| *2013-2014* | *51648* |
| *2014-2015* | *277459* |
| *2015-2016* | *-18175 (மைனஸ்)* |
| *2016-2017* | *48411* |
| *2017-2018* | *144680* |
| *2018-2019* | *38929* |
| *2019-2020* | *-27529 (மைனஸ்)* |
| *2020-2021* | *267099* |
| *2021-2022* | *-12239 (மைனஸ்)* |

*அதன் பின் 2022ல் விற்க ஆரம்பித்து ஜூன் மாதம் வரையில் மட்டும் 1,19,313 கோடி ரூபாய்க்கு விற்றிருக்கிறது (- மைனஸ் என்பவை நிகரமாக விற்று வெளியே எடுத்து போன பணம்)*

*அவர்கள் செய்வதற்குக் காரணங்கள் இல்லாமலா? அவர்களின் லாப அதிகரிப்பு, நட்டக் குறைப்பு, வேறு தேவைகளுக்குப் பணம் என எவ்வளவோ காரணம் இருக்கும். ஆனால் தண்ணீரில் மிதக்கும் சிறிய படகில் இருந்து எவராவது சிலர் திடீரென வெளியே குதித்தாலோ, படகின் உள்ளே குதித்தாலோ, அந்தச்*

செயலின் தாக்கத்தால் படகு தள்ளாடும். குதிக்கிறவர்களின் எடை அதிகமிருந்தால் படகு கவிழக்கூடச் செய்யும்.

FIIக்கள் குறுகிய காலத்தில் பெரிய அளவுகளில் டாலர்களைக் கொண்டு வந்து முதலீடுகளை அதிகரித்தாலும், குறைத்தாலும் கரன்சி மார்க்கெட்டில் அது பெரிய தாக்கத்தை ஏற்படுத்துகிறது. டாலர் மதிப்பு உயர்ந்தால், இவர்கள் குறிப்பிட்ட அளவு டாலர்களுக்குக் கூடுதல் எண்ணிக்கையில் பங்குகள் வாங்கலாம். மதிப்பு குறைந்தால், பங்குகள் எண்ணிக்கையும் குறையும். டாலர் 47 ரூபாய் இருக்கையில் 1000 டாலருக்கு 47,000 ரூபாய் அளவுக்குப் பங்குகள் வாங்கலாம். டாலர் மதிப்பு 79 ஆனபோது, அதே டாலருக்கு 79,000 ரூபாய் மதிப்புள்ள பங்குகளை வாங்கலாம்.

பங்குகள் தவிர FIIக்கள் கடன் பத்திரங்களை (குறிப்பிட்ட அளவு பணத்துக்கு) வாங்கலாம். முன்பக்கத்தில் உள்ள தொகைகள் அதில் செய்யப்பட்ட முதலீடுகளையும் சேர்த்துதான். டாலர் மதிப்பு உயருகிறபோது அவர்களுக்கு அதனால் நல்ல பலன்தான். ஆக, இவர்கள் தாக்கம் உண்டாக்குபவர்கள் மட்டுமல்ல. தாக்கத்துக்கு உள்ளாகிறவர்களும் கூட.

## FDI

எவரோ தொடங்கிய BHEL, SBI, இந்தியா சிமெண்ட்ஸ் போன்ற, பங்குச்சந்தையில் பட்டியலிடப்பட்டிருக்கும் நிறுவனப் பங்குகளை, FIIக்கள் வாங்கலாம், வைத்திருக்கலாம், விற்கலாம். அதிக எண்ணிக்கையில் பங்குகள் வைத்திருந்தால் நிர்வாக போர்டுக்குள் போகலாம். முடிவுகள் எடுக்கலாம். ஆனால் FIIக்கள் நேரடியாக நிறுவனத்தை நடத்த முடியாது.

அப்படிச் செய்ய வாய்ப்பிருக்கும் வசதிக்குப் பெயர் ஃபாரின் டைரக்ட் இன்வெஸ்ட்மெண்ட் (FDI). அரசு அனுமதிக்கும் தொழில், வியாபாரங்கள், வெளிநாட்டவர், வெளிநாட்டு நிறுவனங்கள் இந்தியாவில் புதிதாகத் தொடங்கலாம் (கிரீன் பீல்டு); ஏற்கெனவே தொடங்கி நடப்பனவற்றை வாங்கலாம் (பிரவுன் பீல்டு).

இப்படித் தொடங்கப்பட்டவைதான் பெப்ஸி, கோக், பைசர், கிளாஸ்கோ, பிராக்டர் அண்டு கேம்பிள், ஹிந்துஸ்தான் லீவர், ஜான்சன் அண்டு ஜான்சன் போன்ற நிறுவனங்கள். இந்த நிறுவனங்களுக்கு வரும் முதலீடுகள் நேரடியாகத் தொழிலுக்கே/

வியாபாரத்துக்கே போவதால், இவற்றுக்கு அந்நிய நேரடி முதலீடு (FDI) என்று பெயர். டாலர் மதிப்பு மாற்றம் நிச்சயம் தாக்கம் ஏற்படுத்தும் இடங்களில் இவர்களது கஜானாவும் ஒன்று.

கடந்த 10 ஆண்டுகளில் இந்தியாவிற்குள் வந்த
அந்நிய நேரடி முதலீடுகள் (FDI) – பில்லியன் அமெரிக்க டாலர்கள்

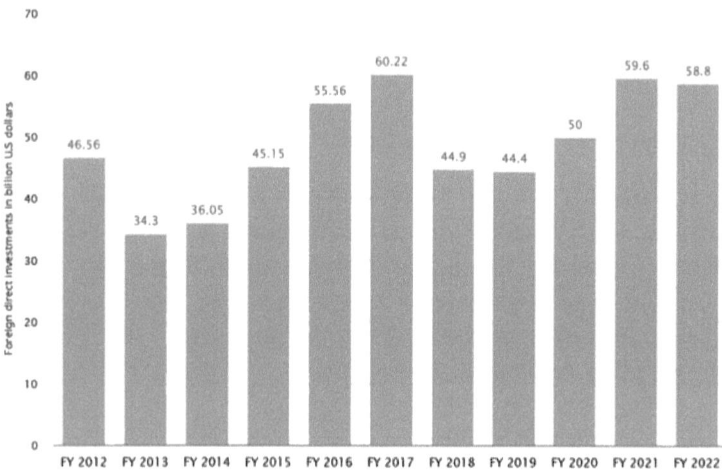


பாரின் போர்ட்போலியோ இன்வெஸ்டார்கள் (FII) கடந்த சில ஆண்டுகளில் இந்தியாவுக்குள் கொண்டு வந்த மற்றும் இந்தியாவில் இருந்து வெளியேற்றிய அந்நியச் செலாவணி.

| ஆண்டு | தொகை (ரூ. கோடிகளில்) |
|---|---|
| *2015-2016* | *18175.33* |
| *2016-2017* | *48411.03* |
| *2017-2018* | *144680.22* |
| *2018-2019* | *38929.46* |
| *2019-2020* | *27529.17* |
| *2020-2021* | *267099.99* |
| *2021-2022* | *122239.83* |
| *2022-2023* | *85587.99* |

## FCCB

உலகமயமாக்கலின் பல்வேறு அம்சங்களில் ஒன்று, பணம் தொடர்பானது. வெளிநாட்டவர் இந்தியாவில் முதலீடு செய்யலாம், தொழில் தொடங்கலாம், பங்குகள், பத்திரங்களில் முதலீடு செய்யலாம் என்பது போல நம் நாட்டவரும் வெளிநாடுகளில் இவற்றைச் செய்யலாம் என்று நமது ரிசர்வ் வங்கி சொல்லியாயிற்று. எந்த எந்த நாடுகள் அனுமதிக் கின்றனவோ அங்கே செய்து கொள்ளலாம்.

நம் நாட்டில் விலைவாசி தொடர்ந்து அதிகரிக்கும் காரணத்தால், பணவீக்கமும் வட்டி விகிதங்களும் சற்றுக் கூடுதலாகவே இருக்கும். ஆனால் அமெரிக்கா, ஜப்பான் மற்றும் பல ஐரோப்பிய நாடுகளின் நிலை (முன்பு) அப்படியில்லை. அதனால் அங்கே வட்டி விகிதங்களும் குறைவு. 1.75% முதல் 2% வரை என்பதுதான் அமெரிக்காவின் வட்டி அளவு. (நம் நாட்டு ரிசர்வ் வங்கி போன்ற ஃபெடரல் ரிசர்வின் வட்டி அளவு.) இதுவே 2012ல் எல்லாம் வெறும் 0-0.25% ஆக இருந்தது. 2022ல் தான் உயர்த்த ஆரம்பித்தார்கள்.

நம்மூர் நிறுவனங்களுக்குப் பணம் தேவைப்பட்டபோது, இங்கேயே கடன் வாங்கின. அதற்கு 10க்கு மேற்பட்ட சதவிகிதங்களில் வட்டி. அதே நேரம், இந்திய அரசு அனுமதித்து விட்ட வெளிநாட்டுப் பணத்தைக் கடனாக வாங்கினால் மிகக் குறைந்த (4-5% போன்ற) வட்டி.

பார்த்தார்கள், விடுவானேன் என்று பல நிறுவனங்கள் வெளிநாட்டில் பணம் திரட்டினார்கள். சில ஆண்டுகளுக்குப் பிறகு திருப்பிக் கொடுத்தால் போதும். இந்தியாவில் கொடுக்க வேண்டியதில் பாதி அளவே வட்டி. திருப்பிக்கொடுக்கும்போது பணமாகக் கூடக் கொடுக்க வேண்டாம். அதிக விலை வைத்து தங்கள் நிறுவனப் பங்குகளாகக் கொடுத்தால் போதும். இதன் பெயர் ஃபாரின் கரன்சி கன்வெர்சிபிள் பாண்ட்ஸ் (FCCB). முதலாக மாற்றக்கூடிய வெளிநாட்டுக் கடன் பாண்டு.

டாலரில் கடன் வாங்கும்போது இருந்த நிலை வேறு. அப்போது டாலர் மதிப்பு அமெரிக்க சப்பிரைம் பிரச்னை காரணமாகக் குறைந்திருந்தது. வாங்கிவிட்டார்கள். கொஞ்ச காலம் லாபமும் அனுபவித்தார்கள். (வழக்கம்போல) காலம் மாறியது.

உதாரணத்துக்கு ஒருவர், டாலர் மதிப்பு ரூ. 40 இருந்தபோது லட்சம் டாலர் கடன் வாங்கியிருந்தால், அது ரூ. 40 லட்சம் கடன் வாங்கியதுபோல. அவர் நிறுவனத்துக்கு 40 லட்சம் ரூபாய் கடன். அதற்கு வட்டி (உதாரணத்துக்கு) 5% என்றால், ஆண்டுக்கு இரண்டு லட்சம் ரூபாய். பின்னர் டாலர் மதிப்பு 40ல் இருந்து 50 ஆனபோது, கடன் தொகை (திருப்பிக் கட்ட வேண்டிய கஷ்ட காலத்தில்) அதுவாக ரூ. 50 லட்சம் ஆகிவிட்டது. போதாததற்கு வட்டியும் இரண்டு லட்சத்துக்கு பதில், டாலர் மதிப்பு உயர்வால் இரண்டரை லட்சம் ஆக உயர்ந்துவிட்டது. முழி பிதுங்கி விட்டார்கள் பாவம்.

ரிலையன்ஸ் கம்யூனிகேஷன்ஸ், சின்டெக்ஸ் (வாட்டர் டேங்க் நிறுவனம்தான்), கெயின் இரிகேஷன் போன்ற நிறுவனங்கள் FCCBல் மாட்டித் தவித்த நிறுவனங்களில் சில. சொற்ப லாபம் பார்க்கப் போய் அதிக நட்டம்.

## பொதுமக்கள்

டாலர் மதிப்பு உயர்வு, அரசையும் நிறுவனங்களையும் மட்டுமல்ல, வியாபாரத் தொடர்பில்லாத சாதாரண மக்களையும் பாதிக்கிற நிகழ்வுதான். பெட்ரோல் போன்ற பொருள்கள் கூட வண்டி வைத்திருக்கும் மக்களைத்தான் பாதிக்கின்றன. ஆனால் அவற்றையும் தாண்டி தங்கம், வெள்ளி, டீ, காபி, சர்க்கரை, பருத்தி போன்ற பொருள்களின் விலைகளின் மீதும் தாக்கம் தரவல்லது டாலர் மதிப்பு.

காரணம், இவையெல்லாம் சர்வதேச நுகர் பொருள்கள். பல நாடுகளிலும் பயன்படுத்தப்படுபவை. சர்வசாதாரணமாக ஏற்றுமதி, இறக்குமதி செய்து கொள்ளப்படுபவை. மற்ற நாடுகளில் நம் நாட்டின் விலையைவிடக் குறைவாக இருந்தால், இங்கே இறக்குமதி ஆகும். வெளிநாடுகளில், நம் சந்தைகளில் கிடைப்பதைவிட அதிக விலை கிடைக்கும் என்றால், ஏற்றுமதி ஆகும். தேடிக்கண்டுபிடித்து நம்மவர்கள் ஏற்றுமதி செய்வார்கள்.

இதுவரை சரிதான். ஓரளவுக்கு நியாயம்தான். உற்பத்தியாளர், நுகர்வோர் இருவருக்கும் உலக சந்தையை ஒட்டி சரியான விலை கிடைக்கும். நமக்குத்தான் தெரியுமே, தேச எல்லைகள் கடந்து நடக்கும் கொடுக்கல் வாங்கல் எல்லாம் வெளிநாட்டு கரன்சி கணக்கில் என்று. இங்கேதான் டாலர் மதிப்பு மாற்றம் அதன் வேலையைச் செய்கிறது.

ஏதோ ஒரு வெளிநாட்டில் விலை சற்றுக் குறைவு. ஐந்து சதவீதம் என்று வைத்துக் கொள்வோம். இறக்குமதி செய்து, குறைந்த விலைக்கு விற்க முடியும். எப்போது? டாலர் மதிப்பு ஒரு நிலையில் இருந்தால். டாலர் மதிப்பு உயர்ந்துவிட்டால், 2017 ஜனவரி முதல் 2017 டிசம்பர் என்ற ஓராண்டுக்குள் 4% மதிப்பு உயர்தல், அங்கே குறைந்த விலைக்குக் கிடைத்தாலும், இந்தியாவுக்குள் கொண்டு வருகையில் டாலர் மதிப்பு கூடுதலால் அடக்க விலை உயர்ந்துவிடும்.

இந்த நிகழ்வு, ஏற்றுமதியாளர்களுக்கு வாய்ப்பு. வெளிநாட்டில், நம் நாட்டில் உள்ள அளவுக்கு விலை இல்லாவிட்டாலும் சற்று அதிகமாக இருந்தாலும்கூட, இங்கிருந்து எடுத்து ஏற்றுமதி செய்து லாபம் பார்க்கலாம். காரணம், வாங்குவது ரூபாய் மதிப்பில்; குறிப்பிட்ட விலையில். விற்பது டாலரில். ரூபாயாக மாற்றினால் கிடைப்பது (முன்பைவிட கூடுதல் ரூபாய்).

இதனால் உள்நாட்டில் சுலபமாகக் கிடைக்க வேண்டிய பொருள், வெளிநாட்டுக்குப் போகும். அதனால் இங்கே இருப்பு (Stock) குறைந்து விலை உயரும்.

சர்வதேசச் சந்தையில் தங்கம், வெள்ளி விலைகள் குறைகிற போதுகூட ஏன் இந்தியச் சந்தைகளில் அவற்றின் விலை குறைவதில்லை என்கிற கேள்விக்கான பதில், டாலர் மதிப்பில் நிகழ்ந்த மாற்றத்தைப் பாருங்கள் என்பதுதான். அதே நேரம் டாலர் மதிப்பு இந்திய ரூபாய்க்கு எதிராக அதிகரித்திருந்தால், அது தங்கம் வெள்ளி விலைக் குறைவைச் சாப்பிட்டிருக்கும்!

## இந்திய அரசு

தனி நபர்களைவிட, நிறுவனங்களைவிட ரூபாய் மதிப்புக் குறையும்போது, அதிகப் பிரச்னைகளைச் சந்திக்க வேண்டியது அரசுதான். அரசு என்றால் இந்த விவகாரத்தைப் பொறுத்தவரை மத்திய அரசுதான்.

வேலைவாய்ப்பு, மக்களின் வருமானம், பணவீக்கம், தட்டுப்பாடின்றிப் பொருள்களைக் கிடைக்கச் செய்ய வேண்டியது என்று பலவற்றுக்கும் பொறுப்பு உள்ள நடுவண் அரசுக்கு, வெளிநாட்டுப் பணம் ஒரு முக்கியத் தேவை. இந்தியர்கள் சம்பாதித்து அனுப்பியது, முதலீட்டாளர்கள் கொண்டு வருவது, சுற்றுலாப் பயணிகள் விரும்பிச் செலவு செய்வது போன்றவை தவிர, தேவைகளுக்காக வெளிநாட்டுக் கடன்களையும் அரசு

வாங்கும். இவை தவிர, நம் தேசத்து மக்களும் நிறுவனங்களும் செய்யும் ஏற்றுமதிகளுக்கு விலையாகவும் வெளிநாட்டுப் பணம் இந்தியாவுக்குள் வரும்.

கடந்த பத்து ஆண்டுகளில் தகவல் தொழில்நுட்பத் துறை நன்கு வளர்ந்து அது செய்யும் ஏற்றுமதியால் கணிசமான பணம் கிடைக்கிறது. இந்தியாவிற்குள் உள்ள எந்தத் தனியாருக்கு வந்தாலும், அது இந்தியாவுக்குள் வந்தாலே, அது இந்திய அரசிடம் இருக்கும் வெளிநாட்டுப் பணம் போலத்தான் கணக்கெடுத்துக் கொள்ளப்படும்.

உலகமயமாக்கலின் ஒரு பகுதியாக, இந்தியாவும் தன் மக்களையும் நிறுவனங்களையும் வெளிநாடுகளில் செலவு செய்யவும், முதலீடு செய்யவும் அனுமதிக்கிறது. ஆக அந்த வழிகளிலும், சுற்றுலா போன்ற வழிகளிலும் இந்தியாவுக்கு வந்த, வரும் வெளிநாட்டுப் பணம் வெளியேறும். இவை தவிர, இறக்குமதிகள்.

1960களில் அமெரிக்காவில் இருந்து கோதுமை ஏற்றி வரும் கப்பல் வரத் தாமதமானால், இந்தியா சிரமப்படும். கணிசமான மக்கள் பட்டினிதான். இப்போது நாம் உணவுப் பொருள் உற்பத்தியில் தன்னிறைவு அடைந்தாயிற்று. ஆனால், பெட்ரோலியப் பொருள்கள் தேவையில் பற்றாக்குறை. கப்பலை எதிர் பார்த்திருக்க வேண்டிய சூழ்நிலை. ஆண்டு ஒன்றுக்கு கச்சா எண்ணெய் இறக்குமதி மட்டும் (2021-22லேயே) ரூ. 9.70 லட்சம் கோடிக்கும் அதிகம்.

இந்தியாவின் பொருளாதார வளர்ச்சிக்காகப் பல்வேறு இயந்திர சாதனங்களையும் பொருள்களையும் தொடர்ந்து இறக்குமதி செய்து வருகிறோம். வளர்ச்சிக்கான முதலீட்டு சாதனங்கள்தான் என்றில்லை. எதையும் இறக்குமதி செய்யலாம். இறக்குமதித் தீர்வை செலுத்தினால் சரி. டாலரில் பணம் கொடுக்க வேண்டும். இந்த வெளிநாட்டுப் பணம் கொடுக்கல், வாங்கல்களை ரிசர்வ் வங்கி கண்காணிக்கிறது. தலையீடுகள் குறைக்கப்பட்டாலும், கண்காணிப்பு தொடர்கிறது.

## சீனாவுடன் வர்த்தகம்

ஒவ்வொரு நாடும் மற்ற நாடுகளுடனான தங்கள் ஏற்றுமதியை அதிகரிக்க விரும்புகின்றன. சீனாவும் அப்படித்தான் என்று சொல்லவும் வேண்டுமா? சீனப் பொருளாதாரமே ஏற்றுமதியை

நம்பித்தான் இருக்கிறது. அவர்களது 60% ஜி.டி.பி ஏற்றுமதி சார்ந்ததுதான்.

இந்தியாவுடன் எல்லைப் பிரச்னைகள், பழைய பகை, தலாய் லாமா, திபெத், அருணாசலப் பிரதேசம், டோக்லாம் எல்லாம் ஒருபுறம் இருக்க, அது வேறு, வியாபாரம் வேறு என, இந்தியாவுடனும் வர்த்தகம் செய்ய விரும்புகிறது சீனா. வர்த்தகம் என்றால் ஒன்றும் இருவழி அல்ல. முடிந்த அளவு தள்ளிவிடுவதுதான். அது சிறப்பாகவே நிறைவேறி வருகிறது.

உற்பத்தியில் மகா சமர்த்தர்கள் சீனர்கள் எனும் அளவு உலகில் உள்ள பல நாடுகளுக்கும் மிகக் குறைந்த விலையில் பொருள்களை ஏற்றுமதி செய்கிறது சீனா. அமெரிக்காவே மிக அதிக அளவில் சீனாவில் இருந்துதான் உற்பத்திப் பொருள்களை (மேனுபேக்சர்டு கூட்ஸ்) இறக்குமதி செய்துகொள்கிறது.

இந்தியா இறக்குமதியையும் நன்றாகவும் அதிக அளவிலும் செய்கிறது. இந்தியா என்றால், இந்திய வியாபாரிகள். ரிலையன்ஸ் பவர் நிறுவனம் போன்ற பெரிய நிறுவனங்கள் மட்டுமல்ல, சாதாரண நபர்கள்கூடத் தங்கள் வீடுகளுக்குத் தேவையான மிகச் சாதாரணமானத் தரையில் பதிக்கும் டைல்ஸைக் கூட சீனா போய், கன்டெய்னரில் ஏற்றி இந்தியா கொண்டு வருகிறார்கள். வீடுகட்டும் பொருள்கள், மேசை, நாற்காலி, சோஃபா, சைக்கிள், இயந்திரங்கள். அதெல்லாம் கூடப் பரவாயில்லை, பிள்ளையார் பொம்மைகள் கூட சீனாவில் தயாராகி இந்தியா வந்து சென்னை மைலாப்பூர் கடைகளில் விற்கப்படுகின்றன என்றால் பாருங்களேன்.

எதுவும் விலக்கல்ல. எல்லாம் வருகிறது. கதவைத்திறந்து விட்டாயிற்று. வாங்குபவர்களுக்கு விலை குறைவு. செலவு மிச்சம் ஆகிறது. ஆனால் இங்கிருந்து சீனாவுக்குப் பெரிதாக ஏற்றுமதியில்லை. போவது இரும்புத் தாது போன்ற அடிப்படையான மூலப்பொருள்கள் மட்டும்தான்.

## நிகர வர்த்தகம் (பேலன்ஸ் ஆப் டிரேட்)

கடந்த சில ஆண்டுகளில் இந்தியாவின் ஏற்றுமதி, இறக்குமதி ஆகியவை எப்படி இருக்கின்றன என்பதைப் பின் இணைப்பில் பார்க்கலாம். சிலவற்றைப் புள்ளிவிபரங்களாகப் பார்ப்பதைவிட, படமாகப் பார்த்தால், விவரம் எளிதாக விளங்கும்.

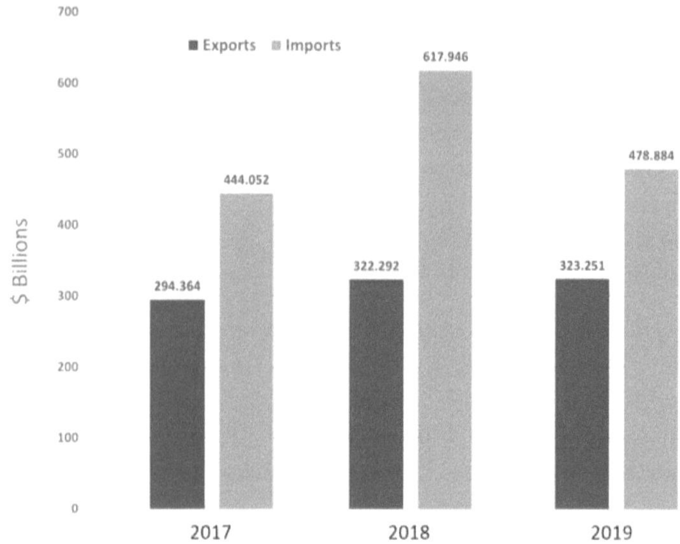


**இந்தியாவின் ஏற்றுமதி, இறக்குமதி**

கவனித்திருக்கலாம். எப்போதுமே, நாம் ஏற்றுமதி செய்வதை விட அதிகமாக இறக்குமதி செய்கிறோம். பட்ஜெட்டில் வரவு செலவுக்கு இடையே உள்ள வேறுபாட்டை துண்டுவிழுகிறது, பற்றாக்குறை என்பது போல, இதில் வரும் வேறுபாட்டுக்கும் ஒரு பெயர் உண்டு. அந்தப் பெயர் பேலன்ஸ் ஆஃப்ட் ட்ரேட் (BOT). ட்ரேட் பேலன்ஸ் என்றும் சொல்லாம். வர்த்தகத்தின் நிகரம். கொடுக்க வேண்டிய பணம், பெற வேண்டிய பணம் ஆகிய இரண்டுக்குமான வேறுபாடு, பேலன்ஸ் ஆஃப் பேமெண்ட் (BOP).

படத்தைப் பார்த்தால் தெரியும், 2019-2020 முதல் BOT சற்று குறைந்தாலும் பொதுவாக இந்தியாவின் ஏற்றுமதி உயர்கிறது. ஆனால் அதைவிட வேகமாக இறக்குமதியின் அளவும் உயர்கிறது.

சீனா, ஜப்பான் போன்ற நாடுகள் பெற்றுக் கொள்வதைவிட (இறக்குமதி செய்வதைவிட) மற்ற நாடுகளுக்குக் கொடுப்பது (ஏற்றுமதி செய்வது) மதிப்பு அதிகம். அவர்கள் எல்லாம் அதனால் Favourable BOT, சாதகமான வர்த்தக நிலுவையில் இருக்கிறார்கள். மாதா மாதம் உபரிதான். அது சேமிப்பாகி, முதலீடாக மாற்றப்பட்டு, மீண்டும் உற்பத்தி செய்யப்படுகிறது.

இறக்குமதியைக் காட்டிலும் கூடுதலாக ஏற்றுமதி செய்து வர்த்தகத்தில் உபரிவைத்திருக்கும் முதல் 12 நாடுகளின் பட்டியல் கீழே. ஆண்டுக்கு ஆண்டு இவ்வளவு வெளிநாட்டுப் பணம் சேர்க்கும் நாடுகள் இவை.

| | நாடு | 2020 $ Bil | 2018 $ Bil |
|---|---|---|---|
| 1 | சீனா | 24,98,569 | 24,87,045 |
| 2 | அமெரிக்கா | 16,45,174 | 16,64,085 |
| 3 | ஜெர்மனி | 14,86,462 | 15,60,816 |
| 4 | நெதர்லாந்து | 7,21,301 | 7,22,668 |
| 5 | ஜப்பான் | 7,05,842 | 7,38,403 |
| 6 | பிரான்ஸ் | 5,55,100 | 5,81,816 |
| 7 | தென் கொரியா | 5,42,333 | 6,04,860 |
| 8 | ஹாங் காங் | 5,35,711 | 5,69,241 |
| 9 | இத்தாலி | 5,32,683 | 5,46,643 |
| 10 | மெக்ஸிகோ | 4,72,272 | 4,50,572 |
| 11 | இங்கிலாந்து | 4,68,159 | 4,85,711 |
| 12 | சிங்கப்பூர் | 3,90,386 | 4,12,629 |

இந்தியாவின் பேலன்ஸ் ஆஃப் டிரேட், நெகட்டிவ்தான். கடந்த இரண்டு ஆண்டுகளில் எப்படியிருக்கிறது என்பதையும் ஒரு பார்வை பார்ப்போம்.

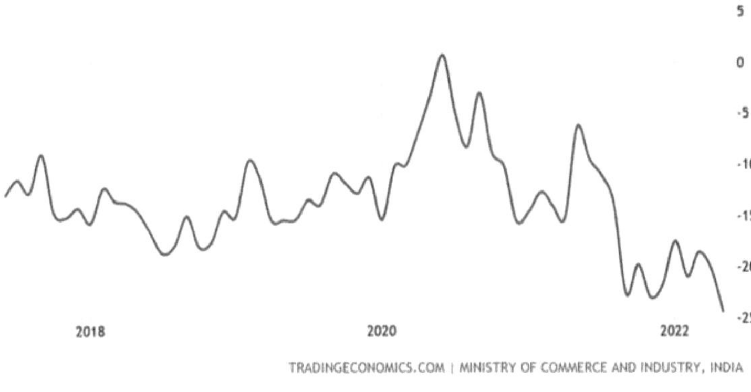


2018 - 2022 ஆண்டுகளுக்கான
இந்தியாவின் பேலன்ஸ் ஆஃப் டிரேட் (பில்லியன் டாலர்களில்)

வித்தியாசமான சார்ட்டாகத் தெரியலாம். ஏதோ தலைகீழாக இருப்பது போல் கூடத் தோன்றலாம். உண்மைதான். காரணம், எல்லாம் பற்றாக்குறை எண்கள். நெகட்டிவ் ஃபிகர்ஸ்!

உலக நாடுகளுடன் இந்தியா செய்யும் வியாபாரங்கள் பற்றி அவ்வப்போது வெளிவரும் சில செய்திகளை இந்தநேரத்தில் ஞாபகப்படுத்திக் கொள்ளலாம். எப்படிப்பட்ட செய்திகளை நாம் பார்த்திருக்கிறோம்? 'பிரதமர் தென்னாப்பிரிக்கா பயணம். ஒரு புரிந்துணர்வு ஒப்பந்தத்தில் கையெழுத்து. இருநாட்டுத் தலைவர்களும் வர்த்தகத்தை அதிகரிக்க விருப்பம், ஒப்புதல்' என்பது போன்ற செய்திகள்தானே. அவையெல்லாம் ஏற்றுமதியை அதிகரிக்க உதவும். அல்லது இறக்குமதி செலவைக் குறைக்க வழி வகுக்கும்.

கொஞ்சம் கொடுத்து, அதிகம் பெற்றால், BOT எப்படியிருக்கும்? யூகித்தது சரிதான். நெகட்டிவ்.

இந்தப் பற்றாக்குறையை எப்படிச் சமாளிப்பது? எங்கிருந்து இதற்குப் பணம் கொடுப்பது? அதுவும் வெளிநாட்டுப் பணமாகக் கொடுப்பது?

## ஃபாரெக்ஸ்

இதிலிருந்துதான் BOPக்கு (பெலன்ஸ் ஆஃப் பேமெண்ட்ஸ்) கொடுப்பார்கள். இருக்கிற வேலையை, மாதாமாதம் சம்பளம் பெற்றுத் தருகிற வேலையை விட்டுவிட்டு, எவராவது சொந்தத் தொழில் செய்யப் போகிறேன், வியாபாரம் தொடங்கப் போகிறேன் என்றால், அவருக்கு விவரம் தெரிந்தவர்கள் சொல்கிற அறிவுரை, 'குறைந்தது ஒரு ஆண்டுக்கான வீட்டுச் செலவுக்கான பணத்தையாவது சேர்த்து வைத்துக்கொண்டு, வேலையை விடு'. இப்படிப்பட்ட அறிவுரை சொல்லப் படுவதற்குக்காரணம் என்ன? சம்பளம் வராத நிலையில், ஒருக்கால் புது வியாபாரமும் ஆரம்ப மாதங்களில் திட்டமிட்டபடி வருமானம் தராவிட்டால், திண்டாட வேண்டியிருக்கும். அதைத் தவிர்க்கவே கையில் சேமிப்பு வைத்துக் கொள்ள வேண்டும் என்கிற அறிவுரை. 6 முதல் 12 மாதங்களுக்கான அளவாவது சேகரிப்பு/ சேமிப்பு இருக்க வேண்டும்.

ஒருவர் ஆரம்பிக்கிற சொந்தத் தொழில் மூலம், மாதம் ரூ. 50 ஆயிரம் வருமானம் வருகிறது. அவருக்கு வீட்டுச் செலவு ரூ. 80 ஆயிரம் ஆகிறது. ரூ. 30 ஆயிரம் பற்றாக்குறை. அவர் சேமிப்பில் 3

லட்ச ரூபாய் வைத்திருந்தார் என்றால் அது, பத்து மாதங்களுக்குத் தேவையான பணம் சேமிப்பில் இருப்பதாகப் பொருள். அவர் இப்போது தைரியமாக இருப்பார். ஆனால் அவருடைய சேமிப்பு ஒன்றரை லட்ச ரூபாய் அல்லது 1.20 லட்ச ரூபாய்தான் என்றால், அவரிடம் 4 அல்லது 5 மாதத்துக்கான பணம்தான் கையில் இருக்கிறது. அதுபோலத்தான் ஏற்றுமதி இறக்குமதி – பேலன்ஸ் ஆப் பேமெண்ட் மற்றும் ஃபாரெக்ஸ்.

நாடும் ஒரு குடும்பம்தான். அளவு வேறுபடலாம். தேவைகளும் பிரச்னைகளும் அதே போலத்தானே!

**ஃபாரெக்ஸ் என்ற அந்நியச் செலாவணிக் கையிருப்பு**

ஒவ்வொரு நாடும் அந்நிய நாட்டுப் பணத்தை அதிலும் குறிப்பாக டாலர், யூரோ, யென் போன்ற எந்த நாட்டிலும் வரவேற்பிருக்கும் கரன்சிகளாகச் சேர்த்து வைத்துக் கொள்ளவேண்டும். தங்கமாகவும் வைத்துக் கொள்ளலாம் (அமெரிக்கா அதைத்தான் செய்கிறது). அது போதுமான அளவா இல்லையா என்று பார்த்த பிறகு, அந்நாட்டின் BOP எத்தனை மடங்குகளாக இருக்கிறது என்று பார்ப்பது ஒரு முறை. முப்பது பில்லியன் டாலர் இந்தியாவின் மாத சராசரி ஃபாரெக்ஸ் பற்றாக்குறை என்றால், ஃபாரெக்ஸ் ரிசர்வ்ஸ் 600 பில்லியன் டாலர் இருந்தால், அது 20 மாத பட்டுவாடாவுக்குப் போதும். இதுதான் நிலை. அதுவே 6, 5 மாதங்களுக்கு என்று குறைந்துபோனால் எச்சரிக்கை மணி அடிக்க வேண்டியதுதான். கைக்கும் வாய்க்குமாக வைத்துக் கொள்வது ஆபத்தல்லவா? அவசரத்துக்குக் கடனா வாங்க முடியும்? ஆனால் அரசாங்கங்கள்(ளும்) அதைத்தான் செய்கின்றன.

**1991ல் ஏற்பட்ட சிக்கல்**

இந்தியாவின் பொருளாதாரப் பயணத்தில் 1991ம் ஆண்டு ஒரு முக்கியமான ஆண்டு. விவரங்களை முன்பே பார்த்தோம். 'லைசன்ஸ் ராஜ்'லிருந்து இந்தியா நகர்ந்த ஆண்டு. காரணம், ஃபாரெக்ஸ் பற்றாக்குறைதான். இறக்குமதிகளை நிறுத்த முடியாது. ஏற்றுமதியைத் திடீரென உயர்த்த முடியாது. கொடுக்க வேண்டியவர்களுக்குக் கைவிரிக்க முடியாது.

அப்படிப்பட்ட ஒரு பற்றாக்குறை சூழ்நிலை ஏற்பட்டது. உலக வங்கியிடம் கடன் கேட்க வேண்டிய நிலை. கையிருப்பில் இருந்த 25 டன் தங்கத்தை உலக வங்கியிடம் அடகுவைத்து 200 மில்லியன் டாலர் கடன் வாங்கி, பிரச்னையை சமாளித்தோம். அதன்பிறகு

நிலைமையில் நிறைய மாற்றம். இறக்குமதி குறையவில்லை, உயர்ந்துதான் இருக்கிறது. ஆனால், ஏற்றுமதி பன்மடங்கு உயர்ந்திருக்கிறது.

**நடப்புக் கணக்கும் முதலீட்டுக் கணக்கும்**

வெளிநாட்டுப் பணம் நம் நாட்டுக்குள் இரண்டு விதங்களாக வரும். ஒன்று நாம் சம்பாதித்தது. அதை நமது விருப்பப்படி செலவு செய்யலாம். மற்றொன்று வேறு ஒருவருடையது. ஆனால் அவர்கள் விரும்பும்வரை அது நம்மிடம்தான் இருக்கும். அதை நாம் பயன்படுத்திக் கொள்ளலாம். ஆனால் அது நிரந்தரமாக அதை நம்மிடமே வைத்துக்கொள்ள முடியாது. முதலாவது சொந்தப் பணம். இரண்டாவது இரவல்.

நம் நாட்டவர் ஏற்றுமதி செய்து சம்பாதிப்பது, வெளிநாட்டுக்குப் போய் சம்பாதித்து அனுப்புவது போன்றவை மற்றும் வேறு நாடுகள் அல்லது அமைப்புகள் ஏதேனும் உதவி என்கிற பெயரில் கொடுக்கிற பணம் ஆகியவையும் நம் பணமே. ஆனால், FII கொண்டு வந்து முதலீடு செய்வது, FDI முதலீடுகள் போன்றவை மற்றும் திருப்பித்தர வேண்டிய வெளிநாட்டுக்கடன் ஆகியவை நமது பணம் அல்ல. கொடுத்தவர்கள், கொண்டுவந்தவர்கள் திரும்ப எடுத்துக்கொண்டு போய் விடுவார்கள். அதை மறுக்கவோ, தடுக்கவோ முடியாது.

கேப்பிடல் அக்கவுண்டுக்கு வருகிற பணத்தை நம்பி ஒரு நாடு இருந்துவிட முடியாது. அது திடீரென வெளியேறலாம். அமெரிக்க ஐரோப்பியப் பொருளாதாரப் பிரச்சனைகளின் போது 2008ம் ஆண்டு, நம் நாட்டில் இருந்து FIIகள் பணம் பெரிய அளவில் வெளியேறியது. அது வெளியேறுவதற்கும் உள்ளே வருவதற்கும் காரணங்கள் இல்லாமல் இல்லை. நம் நாட்டில் பணம் சம்பாதிக்கிற வாய்ப்புகள் அதிகரித்தால் அதை நாடி அவை வரும். குறைந்தால் வெளியேறும். நம் நாட்டில் என்று இல்லை. எல்லா நாடுகளுக்கும் இதுதான் பொது விதி.

2021 மற்றும் 2022ல் நடப்பதும் அதுதான்.

வெளிநாட்டு முதலீட்டாளர்களுக்குச் சாதகமான கொள்கை அறிவிப்புகள் வரும்போது, பணம் பறந்து உள்ளே வரும். மற்ற நாடுகளில், அதுவும் அமெரிக்கா, ஜப்பான், சில ஐரோப்பிய நாடுகளில் நிலவும் பொருளாதாரச் சூழ்நிலைகளைப் பொறுத்தும், ஒப்பீடு அடிப்படையில், நம் நாடு தேவலாம்

என்பதுபோலத் தோற்றமளிக்கும். அப்போதும் பணம் பறந்து வரும்.

2008க்குப் பிறகு அமெரிக்க ஃபெடரல் ரிசர்வ் வட்டி விகிதங்களை மிகக் குறைந்த அளவுக்கு (0-0.25%) என்றாக்கியபோது, இவ்வளவு குறைந்த வட்டிக்கு (நூறு ரூபாய்க்கு ஆண்டுக்கு 25 காசு!) பணத்தை வங்கியில் போட்டு வைப்பதைவிட, ரிஸ்க் எடுத்து, வளரும் பொருளாதாரங்களைக் கொண்டுள்ள இந்தியா, சீனா போன்ற நாடுகளின் பங்குகளில் முதலீடு செய்யலாமே என்றுலட்சம் கோடிகளில் கொண்டு வந்து கொட்டினார்கள்.

பங்குச்சந்தை படுத்தபோது, அதனாலென்ன... பாதுகாப்பான கடன் பத்திரங்களிலும் FIIக்கள் குறிப்பிட்ட அளவு வரை முதலீடுகள் செய்யலாம் என்று உச்சவரம்புகளை அரசு உயர்த்தியது. 'அட! உறுதியான வட்டி வருமானம். 8-9% வரை, விடுவானேன் என்று, FIIக்கள் அதில் கொண்டு வந்து நிரப்பினார்கள். FII Investments in Debt என்று நிதி தொடர்பான பத்திரிகைகளில் போட்டிருக்கும். பார்த்தால் தெரியும்.

டாப் 10 உலக நாடுகள் வைத்திருக்கும்
ஃபாரெக்ஸ் (அந்நியச் செலாவணி) கையிருப்பு (ஜூன் 2022)

| | நாடு | பில்லியன் அமெரிக்க டாலர்கள் |
|---|---|---|
| 1 | சீனா | 3,480 |
| 2 | ஜப்பான் | 1,376 |
| 3 | சுவிட்சர்லாந்து | 1,033 |
| 4 | ரஷ்யா | 630 |
| 5 | இந்தியா | 599 |
| 6 | தாய்வான் | 548 |
| 7 | ஹாங் காங் | 504 |
| 8 | சௌதி அரேபியா | 451 |
| 9 | தென் கொரியா | 449 |
| 10 | சிங்கப்பூர் | 365 |

2011 வரை வெளிநாடு வாழ் இந்தியர்கள் இந்திய வங்கிகளில் போட்டு வைக்கும் டாலர் வைப்புகளுக்கு எவ்வளவு சதவிகிதம் வட்டி கொடுக்கலாம் என்பதை அரசு அதன் கட்டுப்பாட்டில்

வைத்திருந்தது. 'டாலர் ரிசர்வ்ஸ்' குறைந்தபோது, வங்கிகளிடம் 'உங்கள் விருப்பம்' என்று தளர்த்திவிட்டது. அவர்கள் வட்டி விகிதங்களை போட்டி போட்டுக்கொண்டு உயர்த்த, டாலர் வரத்து அதன் மூலமும் அதிகரித்தது. ஆக, ஒவ்வொரு மாதமும் இந்தியாவுக்குத் தேவை அமெரிக்க டாலர்.

**சீனாவின் சாமர்த்தியம்**

வெளிநாட்டுப்பணத்தை உள்நாட்டுப் பணத்துடன் என்ன அளவில் மாற்றுவது என்பதை யார் முடிவு செய்கிறார்கள்? இந்தியாவைப் பொறுத்தவரை, கடந்த பல ஆண்டுகளாகவே, சந்தைதான் முடிவு செய்கிறது. அரசு பெரிதாக ஏதும் செய்ய முடியாமல் தவிக்கிறது. சீனாவின் நிலைமை வேறு. அவர்களுடைய கரன்சி யுவான் ரென்மின்பியை, சந்தையின் டிமாண்ட் சப்ளை என்கிற கைகளிடம் நிர்வகிக்கக் கொடுக்காமல், சீன அரசே (மத்திய ரிசர்வ் வங்கி மூலம்) ஒரே நிலையில் கட்டுப்பாட்டில் வைத்திருக்கிறது.

அவர்கள் அப்படி வைத்திருக்கும் நிலையில், சீனப் பணத்தின் வலிமை குறைந்தது. அதனால் என்ன நேரும்? ஒரு டாலருக்கு இவ்வளவு என்கிற நிலை. இந்தக் குறிப்பிட்ட நிலையில், சீனாவின் ஏற்றுமதிப் பொருள்கள், மற்ற நாடுகளில் மலிவாகத் தெரிகின்றன. அதனால் போட்டியில் மற்ற நாடுகளைத் தள்ளி விட்டுவிட்டு சீனா மிக சுலபமாக ஏற்றுமதி ஆர்டர்களைப் பெறுகிறது. தொடர்ந்து ஏற்றுமதியில் வளர்கிறது. வெளிநாட்டுப் பணத்தை அளவில் சம்பாதிக்கிறது. அதை உருப்படியாகச் சேமிக்கவும் செய்கிறது.

சீனாவின் ஃபாரெக்ஸ்தான் உலகிலேயே மிக அதிகம். 2022ல் செப்டெம்பரில் கிட்டத்தட்ட 3 லட்சம் கோடி டாலர்கள் (2,989 டிரில்லியன்). இந்தியாவைப் போல 5 மடங்குக்கும் மேல். இந்தியா ஜூலை 2022ல் வைத்திருப்பது 608 பில்லியன் டாலர்கள்.

இப்படி மற்ற நாட்டுக் கரன்சிக்கு எதிரான அதன் பண மதிப்பைச் செயற்கையாக, வலிந்து குறைத்தே வைத்திருப்பதால் ஏற்று மதிக்குச் சாதகமான நிலையை, தொடர்ந்து தக்கவைத்துக் கொண்டிருக்கிறது. இதனால்தான் நம் நாட்டு (திருப்பூர் உட்பட பல்வேறு) ஏற்றுமதியாளர்களும் சீனாவுடன் போட்டியிட முடியாமல் தவிக்கிறார்கள். ஒன்று நாம் அவர்கள் அளவு விலையைக் குறைத்துச் சொல்ல வேண்டும். அல்லது

வியாபாரத்தைவிட்டு விலகவேண்டும். இதுதான் மற்ற நாடுகள் மீது சீனா திணித்திருக்கும் நிலை.

இந்தியாவும் முன்பு இப்படிப்பட்ட நிலையைக் கொண்டிருந்தது. 'ரிஃபார்ம்ஸ்' எனப்படும் எல்.பி.ஜியில் இந்தக் கட்டுப்பாடுகளும் தளர்த்தப்பட்டு அல்ல, அவிழ்க்கப்பட்டு டாலர் போன்ற பறவைகளுக்குச் சுதந்தரம் கொடுக்கப்பட்டது. எங்கே வேண்டு மானாலும் பறக்கலாம் என்று. (இதுதான் டாலர் 79 ரூபாயாக பறந்திருக்கக் (2022) காரணம்.)

இந்திய ரூபாய் மதிப்பு இவ்வளவு என்பதை அரசே, மதிப்பு குறைப்பு செய்த நேரங்களும் உண்டு. அதன் பெயர் 'டிவேல்யுவேஷன்'. ஏற்றுமதியை அதிகரிக்க வேண்டிய கட்டாய சூழ்நிலைகளில் அரசுகள் செய்யும் வேலை இது. இந்திரா பிரதமராக இருந்த நேரத்தில் இந்தியா இரு முறை செய்திருக்கிறது.

உதாரணத்துக்குத் தற்சமயம் பழைய முறையே நடப்பில் இருப்பதாக வைத்துக்கொள்வோம். ஒரு டாலருக்கு 80 ரூபாய். அரசு ஏற்றுமதியை அதிகரிக்க விரும்புகிறது. இனி ஒரு டாலருக்கு 100 ரூபாய் (25 சதவீதம் டிவேல்யுவேஷன்) என்று அறிவிக்கிறது. என்ன ஆகும்?

ஒரு டாலர் விலைக்கு முன்பு விற்றவர்களுக்கு ரூ.80, மாற்று விகிதத்தில் (கன்வர்சனில்) கிடைத்தது என்றால், இனி 100 ரூபாய் கிடைக்கும். அதனால் ஏற்றுமதியாளர்கள் ஒரு டாலர் விலை என்று போட்டியிடத் தேவையில்லை. தங்கள் விலையைக் குறைத்து 80 சென்ட் (பைசா போல) என்ற விலைக்கே விற்க முன்வரலாம்.

இது விற்பனையை அதிகரிக்கக் கடைக்காரர்கள் கொடுக்கும் தள்ளுபடி போன்றதேதான். ஆடி தள்ளுபடி (மற்ற மாதங்களை விட ஆடியில்தான், தள்ளுபடியில் அதிக விற்பனை. சென்டிமென்ட் அவ்வளவுதான் போல!). வெளிப்படையாகத் தள்ளுபடி கொடுப்பது ஒருமுறை என்றால், என்ன ஆனாலும், பல ஆண்டுகளுக்கு விலை ஏற்றாமல் இருப்பது, மறைமுகமான தள்ளுபடி போலத்தானே! அதைத்தான் சீனா செய்கிறது. சீனா டிவேல்யு செய்யவில்லை. அதே நேரம், சந்தை நிலவரத்தை ஒட்டி அதன் பணம் மதிப்பு ஏறுதலையும் அனுமதிக்கவில்லை. அதனால் மறைமுகத் தள்ளுபடியில் உலகம் முழுமையிலும்,

குறிப்பாக அமெரிக்காவில் தனது உற்பத்திப் பொருள்களைத் தள்ளிக் கொண்டேயிருக்கிறது.

சமீபத்தில் சந்தையை ஒட்டி நடந்திருக்கும் டாலர் மதிப்பு அதிகரிப்பு என்பது ஒரு டிவேல்யுவேஷன் போலவேதான். இவ்வளவு சதவீதம், இந்த நேரம் என்று அரசு முடிவு செய்ததில்லையே தவிர, மதிப்பு மாற்றத்தில் கிடைத்திருக்கும் தாக்கம் அதேதான்.

ஏற்றுமதிக்கு டிவேல்யுவேஷன் நல்லது என்றால் இறக்குமதிக்கு அது சிரமம் தருவதாகத்தானே அமையும் என்று கேட்டால், சபாஷ் சரியான கேள்வி என்றுதான் சொல்ல வேண்டும். அதுதானே நியதி. டாலர் 80 ரூபாய் இருக்கும்போது 25 சதவீதம் டிவேல்யுவேஷன் செய்தால் 80 ரூபாய் விலை கொடுத்து இறக்குமதி செய்யும் அதே அளவு பொருள்களை இனி 100 ரூபாய் கொடுத்து இறக்குமதி செய்ய வேண்டும். இப்போது தெரிகிறது. ஆனால் முன்பு அரசு முனைந்து டிவேல்யு செய்தபோதும் இதுதான் நிலைமையாக இருந்திருக்க வேண்டும்.

நமக்கு நேர்வதுதானே சீனாவுக்கும் நேரும்? அந்த நாடு மட்டும் ஏன் அப்படிச் செய்கிறது என்று கேட்டால், அதுவும் மிகச் சரியான கேள்விதான் என்று பாராட்டலாம்.

உண்மையில் சீனா இழக்கிறது. அதுதான் நமக்கும் சீனாவுக்கும் இடையே உள்ள வேறுபாடு. சீனா பொருளாதார ரீதியாக நம்மைவிட முன்னேறிய நாடாகத் தெரியலாம். ஆனால், அங்கே மக்களின் உழைப்பு சுரண்டப்பட்டு வெளிநாட்டவருக்குக் குறைந்த விலையில் விற்கப்படுகிறது. அங்கே SEZ என்று சுருக்கமாக அழைக்கப்படும் சிறப்புப் பொருளாதார மண்டலங்களில் பணிபுரிபவர்கள், பெரிய சம்பளத்துடன் நியாயமான வேலை நேரங்களுடன், சந்தோஷமாக வாழ்ந்து கொண்டு இருக்கிறார்கள் என்று சொல்ல முடியாது.

சீனாவில் பல கி.மீ. தூரங்களுக்கு நீளும் சிறப்புப் பொருளாதார மண்டலங்களில் உள்ள தொழிற்சாலைகளில் பணிபுரிபவர் களுக்கு வேலை நேரம் அதிகம், குடும்பம் குடும்பமாக உழைக்கும் மக்கள் (சென்னையில் பாலங்கள், மெட்ரோ ரயில் கட்டுமானங்களில் ஆந்திரா மற்றும் வட மாநிலங்களில் இருந்து வந்து வேலை செய்கிறார்களே பாவம், அப்படி!) இவை தவிர, அரசு போடும் வரிகள் குறைவு. ஏற்றுமதித் தொழிற்

சாலைகளுக்குத் தரும் சலுகைகள் அதிகம். இவையெல்லாம் சீனாவுக்கும் அதன் அரசுக்கும் இழப்புதான்.

**அரசு தலையீடு**

இந்தியா 'பார்ஷியல் கன்வர்சபிலிட்டி'க்கு வந்தாயிற்று. டாலர் போன்ற மற்ற நாட்டுக் கரன்சிகளின் மதிப்பை சந்தையே முடிவு செய்யட்டும் என்று விட்டாயிற்று. அவ்வளவுதானா? நடப்பதை அரசு வேடிக்கைதான் பார்க்கவேண்டுமா? அரசால் ஏதும் செய்ய முடியாதா? ஏதேனும் செய்கிறதா இல்லையா?

அரசுதான் கொள்கை முடிவுகள் எடுக்கிறது. அதனால் அரசிடம் கட்டுப்பாடு இருக்கத்தான் செய்கிறது. நிலைமை கையை மீறிப் போவதாகத் தெரிந்தால் அரசாங்கம் என்ற முறையில் அது எதையும் செய்யலாம். ஆனால் அதை அடிக்கடியோ, சமாளிக்கக்கூடியவற்றுக்கோ பயன்படுத்தினால், நிலையான கொள்கை உடைய நாடாகப் பார்க்கப்பட மாட்டாது. அதனால் அந்த பிரம்மாஸ்திரத்தை அடிக்கடி அரசு பயன்படுத்தாது.

சில ஆண்டுகளுக்கு முன்பு, ஒருநேரம் திடீரென்று டாலர் விலை 50 ரூபாயைக் கடந்து 51, 52 என்று நகர்ந்து 55 ரூபாயைத் தாண்டியபோது, அரசு சில கட்டுப்பாடுகளை விதித்தது. அதில் ஒன்று, ஏற்றுமதியாளர்கள் தங்கள் வசம் இருக்கும் டாலர்களில் பாதியை உடனடியாக சந்தையில் விற்று ரூபாயாக ஆக்கிக் கொள்ளவேண்டும் என்பதுதான் அது.

இந்த அறிவிப்பால் உடனடி பலன் கிடைக்கவில்லை என்பது வேறு விஷயம். ஆனால், ரிசர்வ் வங்கி ஆலோசித்து எடுத்த முடிவு இது. இதை ஏன் ரிசர்வ் வங்கி நம்பியது? இதற்கான பதிலைப் பார்ப்பதற்கு முன், ஏற்றுமதியாளர்கள், இறக்குமதியாளர்கள், FIIக்கள் போன்றோர் தவிர வேறு எவராவது டாலர்களை வாங்கி விற்கிறார்களா என்பதைத் தெரிந்துகொள்ள வேண்டும்.

நிறையப் பேர் இருக்கிறார்கள். அவர்களில் பலருக்கும் டாலருக்கும் எள்ளளவும் தொடர்பு கிடையாது (எள் ஏற்றுமதி இறக்குமதி செய்பவர்களைத் தவிர!). அவர்களில் பலர் டாலரைப் பார்த்திருக்கக்கூட மாட்டார்கள். ஆனால் அவர்கள்தான் ஏற்றுமதி, இறக்குமதியாளர்களைவிட டாலர் மதிப்பு மாற்றத்துக்காகக் காத்திருப்பார்கள். ஆனந்தப்படுவார்கள், கவலைப்படுவார்கள். அவர்கள் எல்லாம் தேசிய பங்குச் சந்தை NSE, MCX, BSE போன்ற பங்குச் சந்தைகளில் டாலரை வாங்கி

விற்பார்கள். ஒரு பைசாவுக்கும் குறைவான விலை மாற்றங்களில் விற்கிற கட்சியில் இருந்து வாங்குகிற கட்சிக்கும், வாங்குகிற கட்சியில் இருந்து விற்கிற கட்சிக்கும் தாவுகிறவர்கள். அவர்கள் இவ்வளவு செய்தும் டாலரைக் கண்ணில் பார்க்காததற்குக் காரணம், அவர்கள் செய்வது அனைத்தும் டிரைவேட்டிவ்ஸில்.

யு.எஸ் டாலர் - கண்ணில் பார்க்காமலேயே
அதில் வர்த்தகம் செய்பவர்களுக்காக!

## டிரைவேட்டிவ்ஸ்

என்னிடம் 100 கிராம் தங்கம் இருக்கிறது. உங்களிடமும் சில கிராம் தங்கம் இருக்கிறது (அல்லது சில கிலோவோ). நாம் இருவரும் தங்கத்தில் வியாபாரம் செய்ய (விளையாட) விரும்புகிறோம். என்ன செய்யலாம்? நான் உங்களுக்கு விற்கலாம், அல்லது நீங்கள் எனக்கு விற்கலாம். மறுநாள் மாற்றியும் செய்யலாம். விலையேறும் என்று நினைப்பவர் வாங்குகிறார். இறங்கும் என்று நினைப்பவர் விற்கிறார்.

முதல் நாள் ஆட்டத்தைத் தொடங்குகிறோம். கிராம் ரூ.4700 விற்கிறது. நான் 5 கிராம் விற்கிறேன். நீங்கள் என்னிடம் 5 கிராம் வாங்குகிறீர்கள் (டிரான்சாக்ஷன்). நான் 5 கிராம் தங்கக்காசுகளை உங்களுக்குத் தருகிறேன் (டெலிவரி). நீங்கள் எனக்கு 4700 x 5 = ரூ.23.500 தருகிறீர்கள் (பேமெண்ட்).

அடுத்த நாள் காலை மணி பத்து. விலை ரூ. 4730. நீங்கள் விற்கிறீர்கள். நான் வாங்குகிறேன் (தேவையா இது!) அதே 5 கிராம். மாலையில் கணக்குப் பார்த்து முடித்துக் கொள்ளலாம் என்றிருக்கிறோம். மணி மதியம் இரண்டு. தங்கம் விலை ரூ. 4750. அப்படிப்போடு! உங்கள் முகத்தில் அதிர்ச்சி. இருக்காதா பின்னே!

என்னிடம் 5 கிராம் வாங்கிக்கொள்கிறேன் என்கிறீர்கள். ரூ. 4,750 விலையில் நான் உங்களுக்கு 5 கிராம் விற்கிறேன். மாலை கணக்குப் பார்க்கிறோம். நீங்கள் எனக்கு 5 கிராம் தர வேண்டும். நான் உங்களுக்கு 5 கிராம் தர வேண்டும். ஐந்துக்கு ஐந்து சரியாகிவிட்டது. (டெலிவரி கொடுக்கவேண்டாம். டெலிவரி எடுக்க வேண்டாம்) அடுத்து பணக் கணக்கு. நீங்கள் விற்ற விலை, ரூ. 4730 x 5 = ரூ.23,650. நான் விற்ற விலை ரூ. 4750 x 5 = ரூ. 23750. நீங்கள் எனக்கு 100 ரூபாய் தந்தால் போதும். வேறு எதுவும் செய்ய வேண்டாம். தருகிறீர்கள்.

இந்த முறை சுலபமாக இருக்கிறதல்லவா? எனக்கு உங்களைத் தெரியும். உங்களுக்கு என்னைத் தெரியும். ஏன் தினசரி கணக்கு முடித்துக்கொண்டு, தங்கத்தை அவ்வப்போது கைமாற்றிக் கொண்டு! மாதக் கடைசியில் பார்த்துக் கொள்ளலாமே என்று தோன்றுகிறது. ஒப்புக் கொள்கிறோம். ஆனாலும் அன்றன்றைக்கு நடப்பதை எழுதிக் கையெழுத்துப் போட்டுக் கொடுத்துக் கொள்வது (கான்டிராக்ட் சிலிப்) என்று முடிவு செய்து கொள்கிறோம்.

அதற்கும் அடுத்தகட்டமாக, நாம் நேருக்குநேர் பேசிக் கொள்வதைவிட, ஒரு மூன்றாவது நபர் மூலம் இதைச் செய்து கொள்ளலாமே என்று தீர்மானிக்கிறோம். அவர்தான் புரோக்கர். அவருடைய சேவைக்காக ஒரு கட்டணம் (புரோக்கரேஜ்) கொடுக்கிறோம்.

இப்படி தினசரி வாங்கி விற்றதை மாதக்கடைசியில் கூட்டிக் கழித்துப் பார்க்கிறோம். நான் விற்றது, வாங்கியது சேர்த்து மொத்தம் 700 கிராம். நீங்கள் வாங்கியது விற்றது 700 கிராம். மொத்த வியாபாரம் நடந்திருப்பது 1400 கிராமுக்கு. ஆனால் நம் இருவரிடமும் இருக்கும் தங்கத்தின் அளவு மாறவில்லை.

ஆனால் வியாபாரம் நடந்ததோ, 1400 கிராமுக்கு. நாம் வியாபாரத்தை முடித்துக் கொண்டோமே தவிர, நீங்கள் உங்கள் தங்கத்தைத் தொடவேயில்லை. நானும் என் தங்கத்தைத் தொடவேயில்லை. நாம் கணக்கு முடித்துக் கொண்டதெல்லாம் பணத்தில்தான்.

உங்களையும் என்னையும் போல நூற்றுக்கணக்கானவர்கள், ஆயிரக்கணக்கானவர்கள், இல்லை இல்லை லட்சக் கணக்கானவர்கள் கலந்து கொள்ளும் இடம் சந்தை (Exchange). சந்தைகளே ஒன்றுக்கு மேற்பட்டவை வந்துவிட்டன. ஒன்று

தேசியப் பங்குச் சந்தை (NSE). மற்றொன்று மல்டி கமாடிட்டி எக்ஸ்சேஞ்ச் (MCY), தவிர மும்பை பங்குச் சந்தை (BCE). இங்கெல்லாம் பங்குகள் தவிர, கரன்சிகளும் வர்த்தகமாகின்றன.

அமெரிக்க டாலர், (ஐரோப்பிய) யூரோ, (ஜப்பானிய) யென் ஆகிய மூன்றையும் இந்தச் சந்தைகளின் தரகர்களாக இருப்பவர்களிடம் வர்த்தகக் கணக்கு வைத்திருப்பவர்கள், வாங்கலாம், விற்கலாம். விற்று வைக்கலாம். எல்லாம் பணக்கணக்கு முடிப்புதான் (Cash settled). டெலிவரி வராது; கிடையாது.

வாங்குவதை நடப்பு மாத ஒப்பந்தத்தில் வாங்கலாம். மே மாதம் வாங்குவதை மே மாத ஒப்பந்தத்தில் வாங்கினால், அதன் பெயர் நடப்பு மாத (Current Month) ஒப்பந்தம்.

இப்படியாக அடுத்த 11 மாதங்களுக்கான ஒப்பந்தங்களில் வாங்கலாம். வாங்க மட்டுமல்ல, விற்கவும் செய்யலாம். அது சற்றுத் தள்ளி. அதற்குமுன் வாங்குவதை முடித்து விடுவோம். வாங்கும்போதே எந்த மாத ஒப்பந்தத்தில் என்று சொல்லி வாங்க வேண்டும். காரணங்கள் இரண்டு. முதலாவது, எந்த மாத ஒப்பந்தத்தில் வாங்குகிறோமோ, அந்த மாதத்துக்குள் வாங்கியதை விற்று முடித்துக் கொள்ள வேண்டும். எவ்வளவு சீக்கிரம் வேண்டுமானாலும் வாங்கிய அடுத்த வினாடியே கூட விற்கலாம். ஆனால் எப்படியும் அந்த மாத இறுதிக்குள் விற்றுவிட வேண்டும். விற்காவிட்டால் சந்தையே (Exchange) விற்றுப் பணத்தைக் கணக்கு செய்துவிடும்.

இரண்டாவது காரணம், ஒவ்வொரு மாதத்திலும் ஒவ்வொரு விலையில் வர்த்தகம் நடக்கும். எதிர்பார்ப்புகளைப் பொறுத்து, அடுத்த அடுத்த மாதங்களில் டாலர் விலை கூடுதலாகவோ குறைவாகவோ இருக்கும்.

கரன்சிகளை வாங்கும்போது அவற்றின் லாட்டுகளாகத்தான் வாங்க (விற்க)முடியும். யு.எஸ். டாலர், யூரோ, யென், பவுண்ட் ஆகிய எல்லாவற்றுக்குமே மார்கெட் லாட் 1000தான். வாங்குவதைப் போலவே விற்றும் வைக்கலாம். வாங்கினால் டெலிவரி வராது, விற்றாலும் கொடுக்க வேண்டாம். அதனால் தங்கள் வசம் கரன்சி இல்லாமலே பலரும் நடப்பு விலைகளில் விற்பார்கள். பின்னர் வாங்கி நேர் செய்து கொள்வார்கள்.

ஆமாம் இதை ஏன் டிரைவேட்டிவ் என்கிறார்கள்? இதற்கு என்ன பொருள்? ஒரு பொருளை (தங்கம் விற்பது ஒருமுறை)

கைமாற்றாமலே, அல்லது அது எவரிடமும் இல்லாமலேயே விற்று வாங்குவது. ஆனால் அதன் மதிப்பை வைத்துதான் விலைகள். அதனால்தான் அந்த வெற்று கொடுக்கல் வாங்கல் களுக்குப் பெயர் டிரைவேட்டிவ் ஒன்றிலிருந்து உருவாக்கப் பட்டது.

ஒரு நாளில் மட்டும் எவ்வளவு டாலர்கள் இது போன்ற சந்தைகளில் வாங்கி விற்கப்படுகிறது என்று பார்த்தால், இந்தவிதப் பரிவர்த்தனை வர்த்தகத்தின் வீச்சை உணர முடியும். உலகில் நடக்கும் கரன்சி டிரேடிங்கின் அளவு, நாள் ஒன்றுக்கு சுமார் 3.2 லட்சம் கோடி டாலர். நியுயார்க் ஸ்டாக் எக்ஸ்சேஞ்சில் நடக்கும் தினசரி வர்த்தகத்தின் அளவு மட்டும் 55 பில்லியன் டாலர். இவற்றுடன் ஒப்பிட்டால் பங்கு வர்த்தகத்தின் அளவு, நாலில் ஒரு பங்குதான் இருக்கும்.

இங்கே நடக்கிற பரிவர்த்தனையின்போது நிர்ணயிக்கப்படும் விலைகளுக்கும், உண்மையான கரன்சிகளைப் பெற்றுக் கொள்ளும் விடுதிகள், கடைகள், வங்கிகள் போன்றவற்றில் சொல்லப்படும் விலைகளுக்கும் இடையே வேறுபாடு இருக்கும். ஆனால் இந்தச் சந்தைகள்தான் முன் ஏர்கள். யானைக்கு முன் வரும் மணி ஓசைகள். *(இந்தப் பழமொழி புரிந்தவர்கள் கைதூக்குங்கள்!)*

தொடர்ந்து மதிப்பு உயரும் என்கிற எதிர்பார்ப்பில் பலரும் வாங்குகிற வேலையை மட்டும் செய்தால், மதிப்பு (விலை) உயரவே செய்யும். போதும், இனி இறங்கும் என்று தங்கள் ஒப்பந்தங்களை நேர் செய்தால் (Cutting the position) விலை இறங்கும். ஏற்றுமதியாளர்கள் அவர்களுக்கு வரவேண்டிய வெளிநாட்டுப் பணம் (டாலர் அல்லது யூரோ அல்லது யென்) வருவதற்கு முன்பாகவே, சந்தையில் நல்ல விலை கிடைத்தால் டிரைவேட்டிவ் மூலம் நல்ல விலைக்கு முன்கூட்டியே விற்று விடுகிறார்கள்.

இதேபோல, இறக்குமதியாளர்கள், அவர்கள் கொடுக்கவேண்டிய வெளிநாட்டுப் பணத்தை சந்தையில் அவை குறைந்த விலைக்குக் கிடைக்கும் நேரத்தில் முன்கூட்டியே வாங்கிவைத்து விடுகிறார்கள். இவற்றுக்குப் பெயர் ஹெட்ஜிங். இவற்றுக் கெல்லாம் இரண்டு சாராருமே முழுப் பணம் கொடுக்கத் தேவையில்லை. சந்தையில் தரகர் மூலம் ஒரு சிறு அளவு மார்ஜின் தொகையைக் கட்டினாலே போதும்.

இந்த இரு பிரிவினரையும் தவிர, உலகளாவிய சந்தைகளில் வியாபாரமாகும் பொருள்களில் வர்த்தகம் செய்கிறவர்களும், (உதாரணத்துக்கு, தங்கம், வெள்ளி, தாமிரம், டீ, காபி, இரும்பு) வெளிநாட்டுப் பண மதிப்பு உயர்வு தாழ்வு காரணமாக அவர்கள் பாதிக்கக்கூடாது என்பதால், அவர்களும் இந்த சந்தைகளில் முன் வர்த்தகம் செய்கிறார்கள்.

டிரைவேட்டிவ்ஸ் என்பதை ஏன் இவ்வளவு விவரமாகப் பார்க்கிறோம்? காரணம், இந்தச் சந்தைகள், நம் நாட்டில் நிலவும் டாலர் போன்ற கரன்சிகளின் மதிப்பை சமயத்தில் முடிவு செய்பவையாக இருக்கின்றன. அரசு அதிரடியாக சில முடிவுகள் எடுத்தால்கூட, இங்கே பலரும் ஒரு சேர (சந்தை அல்லது மந்தை மனப்பான்மையில்) எடுக்கும் முடிவுகளால் எதிர்பார்த்த பலன் கிடைக்காமல் போகிறது.

உதாசீனப்படுத்த முடியாத அளவு வலிமை பெற்றவையாகி விட்டன இந்த சந்தைப் பரிவர்த்தனைகள்.

### இரண்டு தேவைகள்

அரசுக்கே டாலர் பற்றி பல தேவைகள் இருந்தாலும் அரசு ஒரு கண்காணிப்பாளருக்கும் கூட. அதன் Supervisory and Regulatory Roleஐ அது விட முடியாது. டாலர் மதிப்பு குறைந்தால் அது ஒரு விதத்தில் பாதிக்கும். உயர்ந்தால் வேறு விதமாகப் பாதிக்கும். அதனால் குறுகிய காலகட்டத்தில் பெரிய மாற்றங்கள் நிகழாமல் பார்த்துக் கொள்ள வேண்டியது அரசின் கடமை. அரசு என்றால் ரிசர்வ் வங்கி.

டாலர் மதிப்புக் குறையும்போது, அரசு அதன் பணத்தைக் கொண்டு, டாலரை வெளிச் சந்தையில் இருந்து தொடர்ந்து வாங்கும். அதனால் தேவை அதிகரித்து விலை உயரும். டாலர் மதிப்பு அதிகரிக்கும்போது, லாஜிக்கலாகப் பார்த்தால், டாலரை வெளிச்சந்தையில் அரசு விற்க வேண்டும். அது சுலபமா? விற்பதற்கு பொருள் (டாலர்) வேண்டுமே. அரசு டிரைவேட்டிவ்ஸ்ல் விற்று வைக்க (Short) போக முடியாது.

ஆக வாங்குவதைவிட செய்ய முடியும். ஆனால் டாலரை ஒரு சிறு அளவுக்கு மேல் விற்று விலையைக் கட்டுக்குள் கொண்டுவர முடியாது. அதைச் செய்யப்போய் மாட்டினால், கையில் உள்ள ரிசர்வ்ஸ் குறைந்து, வேறு பெரிய சிக்கலில் மாட்டிக்கொள்ள

நேரிடும். பிரச்னை அதிகமானால் அரசு மீண்டும் கொள்கை முடிவுகளுக்குத்தான் போக வேண்டும். அதிகம் பேர் டாலர் வாங்கி வைத்திருந்தால், அந்த Long Position எல்லாவற்றையும் குறிப்பிட்ட தேதிக்குள் குறைக்க வேண்டும் என்று உத்தரவு போடலாம். அல்லது இனி எவரும் வாங்க முடியாது எனச் சொல்லலாம்.

இந்த முடிவுகளை எடுக்க வேண்டியவர், ரிசர்வ் வங்கியின் ஆளுநர். நிதி மந்திரியிடம் ஆலோசித்து இதைச் செய்வார். சந்தைகளைப் பொறுத்தவரை SEBIயின் தலைவர்தான் பொறுப்பு. ஆனால் இதுபோன்ற முடிவுகளை ரிசர்வ் வங்கிதான் எடுக்கும்.

**எண்ணெய் நிறுவனங்கள்**

டாலர் விலை சில நாட்கள் தற்காலிகமாக உயர்வதற்கும், பின் உடன் இறங்குவதற்கும் இந்நிறுவனங்களே காரணம். இவர்கள் கச்சா எண்ணெய், வாங்குவது வெளிநாடுகளில் இருந்து. அதற்கு கொடுக்க வேண்டிய பணம் டாலரில். இதனால் இவர்கள் மாதக் கடைசிகளில் டாலர்களை வெளிச்சந்தையில் வாங்குவார்கள். இவர்கள் அதிக அளவில் வாங்கும் நேரம் டாலர் விலை உயரவே செய்யும்.

**டாலர் உலகப் பணம்**

விவசாய நாடு, ஏழ்மை மாறாத நாடு என்று அறியப்பட்ட இந்தியா, உலகின் வேகமாக வளரும் நாடுகளில் இரண்டாவது இடத்தில் இருக்கும் இந்தியா, பர்ச்சேஸ் பவர் பாரிட்டியில் (PPP) முக்கிய இடம் என்றெல்லாம் பெருமைக்கும், பாராட்டுக்கும் அடைந்திருக்கிற இந்தியாவின் கரன்சி அல்ல டாலர். ஆனால் இந்தியாவுக்குள் யானை காதில் புகுந்த எறும்பு போல இவ்வளவு தாக்கம் கொடுக்கிறது.

இந்தியாவிலாவது பரவாயில்லை எனும் அளவுதான் தாக்கம். உலகில் உள்ள பல நாடுகளின் பொருளாதாரங்களின் மீது அமெரிக்க டாலர் ஆட்சியே செலுத்தி வருகிறது. ஈகுவெடார் என்ற நாட்டுக்கென்று தனிக் கரன்சி எதுவும் இல்லை. அவர்கள் பயன்படுத்துவது எல்லாமே யு.எஸ். டாலரைத்தான்.

அமெரிக்க டாலர் என்பது உலகின் மிக முக்கிய பொருளாதார கருவி. யுனைடெட் ஸ்டேட்ஸ் ஆஃப் அமெரிக்கா என்ற ஒரே ஒரு நாட்டின் கரன்சி. இதற்குப் பல நாமகரணங்கள் (பெயர்கள்)

உண்டு. கிரீன் பேக் (Green back) என்பார்கள். நோட்டு என்கிற பொருள்பட பில் (Bill) என்பார்கள். இதை அச்சடித்து விநியோகிப்பது அமெரிக்கா. கட்டுப்படுத்துவது அமெரிக்காவின் ஃபெடரல் ரிசர்வ்.

செல்வச் செழிப்பின் அடையாளமாகத் திகழ்ந்த, மாபெரும் பொருளாதார சக்தியாக தெரிந்த அமெரிக்காவின் பொருளாதாரம் 2008ல் ஆட்டம் கண்டது. அப்போதுகூட யு.எஸ் டாலர் மதிப்பு பெரிய அளவில் விழுந்துவிடவில்லை. குறைந்து பின்பு சரியாகிவிட்டது. ஆனாலும் அப்போதும், அதற்குப் பின்பும் உலக அரங்கில் ஒரு குரல் அடிக்கடி கேட்கிறது. அது, ஏன் அமெரிக்காவின் பணத்தை எல்லா நாடுகளும் ரிசர்வ் கரன்சியாக வைத்திருக்க வேண்டும் என்பதுதான். முன்னால் நின்று குரல் கொடுப்பது சீனாதான்.

காரணம் இல்லாமலா அமெரிக்காவுடன் மிக அதிக அளவு வர்த்தகமும், அதனால் பலனும் அடையும் சீனா அப்படிக் குரல் கொடுக்கும்? காரணம் உண்டு. அது சம்பாதிக்கும் பணத்தின் பெரும் பகுதியை அமெரிக்க அரசின் டிரஷரி பில்களை வாங்குவதிலேயே செலவழிக்கிறது. அமெரிக்க அரசின் டிரஷரி பில்கள் என்பவை நம் நாட்டு தேசிய சேமிப்புப் பத்திரம் (NSE), கிஸான் விகாஸ் பத்திரம் (KVP) போல. நேரடியாகப் பார்த்தால், அரசிடம் வட்டிக்கு முதலீட்டாளர் மறைமுகமாகக் கொடுத்து வைப்பது.

ஆக, ஒருகால் அமெரிக்காவுக்குப் பிரச்னை வந்தால், அது சீனாவைப் பெரிய அளவில் பாதிக்கும். ஒரு ஆளிடம் வியாபாரம் செய்வது, லாபம் பார்ப்பது, லாபத்தை அவரிடமே வட்டிக்குக் கொடுத்து வைப்பது. இப்படியே பல ஆண்டுகளாக செய்து வருகிறது சீனா.

சீனாவுக்கு வேறு வழியும் இல்லை. அவ்வளவு பெரிய தொகையை வேறு யாரிடம் கொடுத்து வைக்க? அமெரிக்கா அளவுக்குப் பெரிய நாடுகள் வேறு ஏதும் இல்லை. அதனால் கடன் வாங்கியவர் வளமாக இருக்க வேண்டும் என்று பிரார்த்திப்பதைத் தவிர சீனாவால் வேறு என்ன செய்ய முடியும்?

சீனா வலுக்கட்டாயமாகத் தன்னுடைய பணத்தின் மதிப்பைக் குறைத்து வைத்துக்கொண்டு, இப்படி ஏராளமாக ஏற்றுமதி செய்கிறதே என்று யோசிக்கும் அமெரிக்கா, சீனா அதன் பண

மதிப்பைச் சந்தைப் போக்கில் சுதந்திரமாக விடவேண்டும் என்கிறது. சீனா அதைக் கண்டுகொள்வதேயில்லை. ஆக, இப்படியாகப் பொருளாதார விஷயங்களில் அமெரிக்காவுக்கும் சீனாவுக்கும் உறவும் பகையும் கலந்தே இருக்கிறது. அந்த நினைப்பு தொடர்ந்துகொண்டேயிருக்க, பனிப்போராக இருந்த அது, 2018ல் அமெரிக்க அதிபர் டிரம்ப் மூலம் வெளிப்படையான வர்த்தகப் போராக மாறியது.

டிரம்ப் அதிபராக இருந்தபோது சீனப்பொருள்கள் இறக்குமதி மீது 50, 100% வரி அதிகரிப்பு என்பது போல செய்ய, 'அப்படியா சேதி!', உன் பொருள் மீது நான் செய்கிறேன் பார் என்று சீனா பதில் நடவடிக்கை எடுக்க, உலகப் பொருளாதாரமே கொஞ்சம் ஆட்டம் கண்டது.

சீனா செய்யும் ஏற்றுமதிகளுக்கு டாலரில்தான் அமெரிக்கா பணம் தருகிறது. காரணம், அதுதான் அறிவிக்கப்படாத உலக கரன்சி. அந்தக் கரன்சியை அச்சடிக்கும் உரிமை முழுவதும் அமெரிக்காவிடம். அமெரிக்கா அதன் தேவைக்கு, விருப்பத்துக்கு உருவாக்கும் அளவை எல்லாம் உலகச் சந்தையில் இறக்கி விட்டால், அது அமெரிக்காவுக்கு சாதகம், மற்ற நாடுகளுக்குப் பாதகம். அதைத்தான் சீனா விரும்பவில்லை. நான் ஏன் உண்மை மதிப்பு குறைவாக இருக்கும் ஒரு பணத்தை (கரன்சியை) உருவாக்க வேண்டும் என்கிறது.

## பாஸ்கெட் ஆஃப் கரன்சீஸ்

அதன் பெயர் இன்னும் வைக்கவில்லை. (பிள்ளையே பிறக்க வில்லை, பேர் எப்படி வைப்பதாம்!) தற்காலிகமாக பாஸ்கெட் ஆஃப் கரன்சீஸ் (Basket of Currencies) பணங்களின் கூடை என்கிற பொருள்படக் குறிப்பிடுகிறார்கள். உலக நாடுகளின் பொருளாதார வலிமைக்கு ஏற்ப முக்கிய நாடுகளின் கரன்சிகளை எல்லாம் ஒரு குறிப்பிட்டவிதத்தில் சேர்த்து (சென்செக்ஸ், நிப்டி உருவாக்கியதுபோல) ஒரு குறிப்பிட்ட மதிப்புள்ள புதிய கரன்சியை உருவாக்குவது. அதில் பல கரன்சிகளுக்கும் குறிப்பிட்ட அளவு மதிப்பு (வெயிட்டேஜ்) கொடுப்பதுபோல, தங்கத்தையும் சேர்த்துக்கொள்வது. அமெரிக்க டாலருக்குக் கூடுதல் வெயிட்டேஜ்தான்.

இப்படி ஒன்று நடைமுறைக்கு வந்துவிட்டால் அதன்பிறகு ஃபாரெக்ஸ் இந்தப் பணத்தில் இருக்க வேண்டும். இந்தப்

பணத்தின் மதிப்பும் உயரும், இறங்கும். இவையெல்லாம் தற்சமயம் நடப்பது போலத் தெரியவில்லை. எதிர்காலத்தில் ஒருவேளை வரலாம். (இப்படியே இருபதாண்டுகளாகச் சொல்லிக்கொண்டிருக்கிறார்கள்.)

நாட்டின் வளர்ச்சிக்கும் வளர்ச்சி குறைவதற்கும் டாலர் போன்ற வெளிநாட்டுப் பணம் ஓரளவில் காரணம் என்றால், பெரிய அளவில் காரணமாக இருப்பதும் பணம்தான். அது நம் நாட்டின் பணம். ரூபாய். டாலர் மதிப்பு வெவ்வேறு நேரங்களில் வேறுபடுவதுபோல, ரூபாயின் உள்நாட்டு மதிப்பும் மாறுமா? ரூபாய் யார் கட்டுப்பாட்டில் இருக்கிறது. எதனால் எல்லாம் பாதிக்கப்படுகிறது? பார்ப்போம்.

# 7

## பணம் – வங்கிகள் – கடன்

இது ஒரு கதை. ஊரே தூங்கி வழிந்து கொண்டிருந்தது. ஊருக்குள் வியாபாரம் இல்லை. அப்போது ஒரு வெளியூர் சுற்றுலாப் பேருந்து வந்தது. அதிலிருந்து இறங்கியவர்கள் ஒரு உணவு விடுதிக்குச் சென்றார்கள். சாப்பிட்டார்கள். அங்கேயே அறை எடுத்து அன்று தங்கினார்கள். அத்தனை பேருக்குமாகச் சேர்த்து 50 ஆயிரம் ரூபாய் முன்பணம் கொடுத்தார்கள்.

விடுதி முதலாளி சந்தோஷமானார். கையில் கிடைத்த காசில், ஆளை அனுப்பி உடனடியாக காய்கறிகள் வாங்கினார். மளிகை சாமான் வாங்கினார், சலவைக்காரனுக்குக் கொடுக்க வேண்டிய பாக்கியைக் கொடுத்தார். விறகு வாங்கினார். குடி தண்ணீர் வாங்கினார். சில ஊழியர்களுக்கு நிலுவையில் இருந்த சம்பளத்தைக் கொடுத்தார். பால்காரனிடம் காசு கொடுத்துக் கூடுதல் பால் வாங்கினார்.

விடுதிக்காரரிடம் காசு பெற்றவர்கள் உடனடியாகக் கடைகளுக்கு ஓடி அவர்களுக்கு வேண்டியவற்றை வாங்கினார்கள். அவர்கள் செய்த செலவில் வேறு கடைக்காரர்களுக்கு வியாபாரம் நடந்தது. அதனால் காசும் வந்தது. இப்படியாகச் சுற்றுலாப் பயணிகள் கொடுத்த 50 ஆயிரம் ரூபாய், ஊருக்குள் பலருக்கும் வியாபாரத்தை அதிகப்படுத்தியது. கூட்டிப் பார்த்தால் எல்லாக் கடைக்காரர்களுக்குமாகச் சேர்த்து ஆன மொத்த வியாபாரம் பல லட்சங்களைத் தாண்டியது.

இதுதான் பணத்தின் வேலை. அங்கேயே இருப்பதுதான். அதை வெளிக்கொணர ஆரம்ப முதலீடு (கேப்பிடல்) வேண்டும்.

ஒருவரிடம் இடம் இருக்கிறது. அந்த இடத்தில் வீடுகட்டி வாடகைக்கு விட்டால் நல்ல வருமானம் வரும். ஆனால், அவரால் ஒரு வீட்டைக் கட்ட முடியவில்லை. அதற்குத் தேவையான பணம் அவரிடம் இல்லை. 10 ஆண்டுகளாக அந்த நிலம் சும்மா கிடந்தது.

குடும்பத்தில் மகன் தலையெடுத்தான். துணிந்து முனைந்து கடன் வாங்கினான். கடைகள் கட்டி வாடகைக்கு விட்டான். வாங்கியிருந்தது கடன்தான். வாடகை வருமானத்தைக் கொண்டு வட்டியும் முதலுமாக ஐந்து வருடத்தில் திருப்பிக் கட்டி விட்டான். இப்போது அவனுக்குக் கடன் இல்லை. மேலும் வாடகை வருகிறது. கடைகளும் சொந்தம். இடத்துக்கும் கட்டடத்துக்குமாகச் சேர்த்து மதிப்பு பல மடங்குகள் அதிகம் ஆகிவிட்டது. அந்தக் குடும்பத்துக்கு சில ஆண்டுகளுக்கு முன் கடன் பாக்கி இருந்ததுதான். ஆனால் அந்தக் கடன் மூலம் வந்த பணம்தான் இவ்வளவு செல்வ செழிப்புக்கும் காரணம்.

விவசாயம், தொழில், வியாபாரம், படிப்பு என்று எதைச் செய்தாலும் லாபம் வரும்தான். வருமானம் அதிகரிக்கும்தான். ஆனால் பலராலும் இவற்றையெல்லாம் செய்ய முடியாமல் போவதற்குக் காரணம், பணப் பற்றாக்குறைதான். ஆரம்பப் பணம் முதலீடு (கேப்பிடல்) இவர்களிடம் இல்லை. காசைப் போட்டுக் காசு எடுப்பது. பணம் இல்லாமல் எந்த வியாபாரத்தையும் தொழிலையும் செய்ய முடிவது இல்லை. எல்லாவற்றுக்குமான பிராண வாயு பணம்தான்.

அரசாங்கங்களால் கூட பண ஓட்டம் இல்லாவிட்டால் ஏதும் செய்ய முடியாது. சவுதி அரேபியா, ஈரான், ஈராக், ரஷ்யா போன்ற

எண்ணெய் வள நாடுகளில் பூமிக்கு அடியில் பெட்ரோல் இருக்கிறது. ஆப்பிரிக்காவில் தங்கம், வைரம் இருக்கிறது. ஆஸ்திரேலியாவில் விளைநிலங்கள் இருக்கின்றன. ஆனால், இவையெல்லாம் பயன்பட வேண்டுமென்றால், ஆரம்பப் பணம், முதலீடு வேண்டும்.

இந்தியாவில்கூட உள்கட்டமைப்புகள் (இன்ப்ராஸ்ட்ரக்சர்) உருவாக்கப்பட்டால் பொருளாதார வளர்ச்சி ஏற்படும். சாலைகள், அணைகள், துறைமுகங்கள், ஏரிகள், கால்வாய்கள் போன்ற கட்டுமானங்களை உருவாக்கப் பணம் வேண்டும். எவரிடம் வாங்கினாலும் திருப்பிக் கொடுத்துவிடலாம். தானமாக அல்ல, கடனாகக் கிடைத்தால்கூட போதும். வளர்ச்சியடைந்து விடலாம். தேவை பல லட்சம் கோடி ரூபாய்கள்.

ஆக, அரசாங்கங்கள், நிறுவனங்கள், அமைப்புகள், தனி நபர்கள் என்று எல்லோரும் பணத் தேவை உடையவர்களாக இருக்கிறார்கள். அதே நேரம் எல்லா நேரமும் எல்லோருக்கும் பணம் தேவை இல்லை என்பதும், உண்மை. தங்கள் தேவைக்கும் அதிகமாக அப்படிப்பட்ட பணம் வைத்திருப்பவர்கள் அந்தப் பணத்தை பாதுகாப்பாகவும், அதே சமயம் வருமானம் தரும் இடங்களிலும் கொடுத்து வைக்க விரும்புகிறார்கள்.

ஒருவர் தனது மாத வருமானத்தில் *10-20%* பணத்தைச் சேமிக்கிறார். அதை வங்கியில் டெபாசிட் செய்கிறார். வட்டி பெறுகிறார். வேறு ஒருவர் வண்டி வாங்க நினைக்கிறார். அவருடைய சேமிப்பு அதற்குப் போதவில்லை. வங்கியில் கடன் வாங்குகிறார் வட்டி கட்டுகிறார். சில நிறுவனங்கள் தங்களிடம் உள்ள சேமிப்பை உபரிப் பணத்தை வங்கிகளிடம் டெபாசிட் செய்கின்றன.வட்டி வருமானம் பெறுகின்றன. வேறு சில நிறுவனங்கள் வியாபாரத் தேவைக்காக வங்கிகளிடம் கடன் வாங்குகின்றன. வட்டி கட்டுகின்றன.

ஆக, இந்தப் பண விவகாரத்தில் இரண்டு பெரும் பிரிவினர் உண்டு. முதலாவது பணம் வைத்திருப்பவர்கள். இரண்டாவது, பணம் தேவைப்படுபவர்கள்.

*2017*ல் உலக அளவில் சேமிப்பில் முதலிடம் சீனாவுக்குத்தான். ஆண்டு வருமானத்தில் *46%* அளவுக்கு இவர்கள் சேமித்தார்கள். அடுத்த இடம் இந்தியாவுக்கு, *30.5%* சேமிப்பு. பின்னர்

இந்தியர்களின் சேமிப்பு குறைந்து போனது. 2020-21ல் அது 15.5%ஆக இறங்கிவிட்டது. அதற்கு முக்கிய காரணம் கொரோனா கால ஊரடங்குகள்.

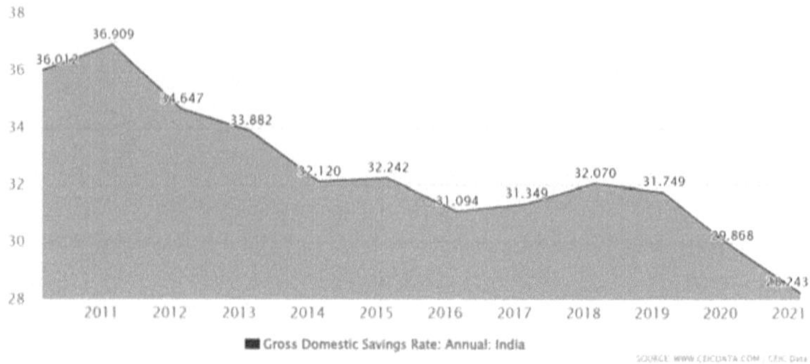


2010 - 2020 வரை இந்தியர்கள் செய்த சேமிப்பு சதவிகிதம்

கூடுதலோ குறைச்சலோ. ஓரளவேனும் சேமிக்கிறோம். சரி, இந்த சேமிப்புகள் எல்லாம் எங்கே போகின்றன?

எல்லா சேமிப்பும் பணமாகவே இருப்பதில்லை. அவை உற்பத்தி சாதனங்களாகவோ, தங்கம், வெள்ளி, இடங்கள், கட்டிடங்கள் போன்ற சொத்துகளாகவோ முடங்கிப் போவதும் உண்டு. பணமாகவே இருப்பவை என்று பார்த்தால் வங்கி டெபாசிட்டுகள் போன்றவை மட்டுமல்ல, அரசு பாண்டுகள் போல இன்னும் பலவும் இருக்கின்றன.

## வட்டி விகிதங்கள்

நாட்டில் நிலவும் வட்டி விகிதங்கள் பலருக்கும் வெவ்வேறு விதங்களில் தாக்கம் கொடுக்கிற ஒரு பொருளாதாரக் கருவி. எப்படி ஒரு பொருளின் விலை அதற்கு இருக்கும் தேவை மற்றும் அதன் இருப்பு வரத்தைப் (சப்ளை) பொறுத்து அமைகிறதோ, அதே போலத்தான் வட்டி விகிதங்களும் நாட்டில் பணத்துக்கு இருக்கும் தேவை மற்றும் அதன் இருப்பைப் பொறுத்து அமைகின்றன. ஒரு விதத்தில் பணத்திற்கான 'விலை' போன்றதுதான் வட்டி விகிதங்களும்.

என்ன விலை கொடுத்து வாங்குவது என்பதுதான் முடிவு செய்யப்பட வேண்டியது. தற்சமயம் (2022) நம் நாட்டில் வங்கிகளில் 7 சதவீதம் வட்டிக்குப் பணம் கிடைக்கிறது. சிலர் கடன் வாங்குகிறார்கள். இதுவே 4 சதவீதமாகக் குறைந்தால் என்ன ஆகும்? இதுவரை, 'வட்டி கட்டி மாளாது. கடன் வாங்க வேண்டாம்' என்று நினைத்திருந்தவர்களில் பலர், ஆண்டுக்கு நூறு ரூபாய்க்கு வட்டி 4 ரூபாய்தானே என்று கடன் வாங்க முன் வருவார்கள்.

இப்படிப் பலரும் முன்வந்து, கடன் கேட்டால், அதற்கான டிமாண்ட் அதிகமாகும். வேறு நேரம், வேறு காரணங்களுக்காக வட்டி 15 சதவீதம் ஆகிவிட்டது என்று வைத்துக் கொள்வோம். (1970-80களில் இருந்திருக்கிறது) அடேயப்பா! இந்த அளவு வட்டி கட்டி மாளாது என்று பலரும் வேறு எதையாவது சரி செய்து, வாங்கிய கடனைத் திருப்பிக் கட்டி விடுவார்கள். அப்போது பணத்துக்கான டிமாண்ட் குறையும்.

நாட்டில் நிலவுகிற வட்டி விகிதங்களை முடிவு செய்வது யார்? ஓரளவுக்கு சந்தையில் பணத்துக்கு உள்ள தேவைக்கும், இருப்புக்குமான போட்டியின் விளைவாக குறிப்பிட்ட இடத்தில் அது நிற்கும் என்றாலும், பெரிய அளவுகளில் மேலோ, கீழே அதைத் தள்ளிவிடும் செயலைச் செய்கிறது மத்திய ரிசர்வ் வங்கி.

பிரிட்டிஷ்காரர்கள் ஆட்சியின்போது மத்திய ரிசர்வ் வங்கியாகச் செயல்பட்டது இம்பிரியல் பேங்க் ஆஃப் இந்தியா. பிரிட்டிஷ் அரசுக்குச் சொந்தமான அந்த வங்கி, ஏனைய கமர்ஷியல் வங்கிகளின் செயல்பாடுகளையும் (வட்டிக்கு டெபாசிட்டுகள் வாங்குவது, வட்டிக்குக் கடன் கொடுப்பது) மற்ற அனைத்து வங்கிகளையும் கண்காணிக்கும், வழிநடத்தும் செயல்களையும் செய்து வந்தது.

## ரிசர்வ் பேங்க் ஆப் இந்தியா

1935ல் ரிசர்வ் பேங்க் ஆஃப் இந்தியா (RBI) ஒரு சட்டத்தின் மூலம் உருவாக்கப்பட்டது. இந்தியாவின் அனைத்து வங்கிகளுக்கும் கண்காணிப்பு அமைப்பாகவும், இந்தியாவின் மானிடரி பாலிசிக்குப் பொறுப்பானதாகவும் ரிசர்வ் வங்கி இருக்கிறது. ரிசர்வ் வங்கியின் தலைவர் கவர்னர் என்று அழைக்கப்படுகிறார். மத்திய அரசால் நியமிக்கப்படுபவர் இவர். பிரதமர் மன்மோகன் சிங்கும் முன்பு ரிசர்வ் வங்கியின் கவர்னராக இருந்திருக்கிறார்.

சில பொதுத்துறை வங்கிகளை மத்திய அரசு வேறு சில பொதுத்துறை வங்கிகளுடன் இணைத்தபிறகு இந்தியாவில் மொத்தம் 33 வங்கிகள் இயங்குகின்றன. இவற்றில் 12 தேசியமயமாக்கப்பட்ட வங்கிகள். மத்திய அரசால் அதிக அளவில் முதல் போட்டு நடத்தப்படும் வங்கிகள் இவை. 21 தனியார் வங்கிகள். இந்திரா காந்தி பிரதமராக இருந்தபோது, 1969ம் ஆண்டு திடீரென 14 வங்கிகளை தேசியமயமாக்கினார். வங்கிகள் சாதாரண மக்களுக்கும் சேவை செய்ய வேண்டும் என்றால், அவை அரசு உடைமை ஆக்கப்படவேண்டும் என்று அவர் எடுத்த முடிவு அது. மீண்டும் 1980ல் ஆறு கமர்சியல் வங்கிகள் அரசுடைமை ஆக்கப்பட்டன.

இந்த வங்கிகள் எல்லாம் அரசு உடைமை ஆக்கப்பட்டவை என்றாலும், இந்த வங்கிகளின் பங்குகள் வெளி ஆட்களிடமும் (பொதுமக்கள், நிறுவனங்கள், அந்நிய நாட்டு முதலீட்டு நிறுவனங்கள் (FIIP) வசமும் இருக்கின்றன. அரசுக்குப் பணம் தேவைப்படுவதால், வங்கிகளின் உரிமைகளில் சிறு பகுதிகளைப் பொதுவில் பலருக்கும் விற்றுவிட்டார்கள்.

இந்தியாவில் 2018ம் ஆண்டில் மொத்தம் 25 பொதுத்துறை வங்கிகள் (பப்ளிக் செக்டர் அண்டர்டேக்கிங் வங்கிகள்) இயங்கிக் கொண்டிருந்தன. அதாவது அந்த வங்கிகளின் 51% பங்குகளை அரசு வைத்திருந்தது. பின்னர் சில வங்கிகள் மற்ற வங்கிகளுடன் இணைக்கப்பட்டு 2022ம் ஆண்டில் 12 பொதுத்துறை வங்கிகள் ஆக அவை இயங்குகின்றன.

1. பேங்க் ஆஃப் பரோடா
2. பேங்க் ஆஃப் இந்தியா
3. பேங்க் ஆஃப் மகாராஷ்டிரா
4. கனரா பேங்க்
5. சென்ட்ரல் பேங்க் ஆஃப் இந்தியா
6. இந்தியன் பேங்க்
7. இந்தியன் ஓவர்சீஸ் பேங்க்
8. பஞ்சாப் நேஷனல் பேங்க்
9. பஞ்சாப் - சிந்த் பேங்க்
10. யூனியன் பேங்க் ஆஃப் இந்தியா
11. யுகோ பேங்க்
12. பாரத ஸ்டேட் பேங்க்

நம் நாட்டில் முழுக்க முழுக்கத் தனியார்களால் நடத்தப்படும் வங்கிகளும் உண்டு.

**தனியார் வங்கிகளும் அவை தொடங்கப்பட்ட ஆண்டுகளும்**

| | வங்கி | ஆண்டு |
|---|---|---|
| 1. | சிட்டி யூனியன் பேங்க் | - 1904 |
| 2. | கரூர் வைஸ்யா பேங்க் | - 1916 |
| 3. | கத்தோலிக்க சிரியன் பேங்க் | - 1920 |
| 4. | தமிழ்நாடு மெர்கன்டைல் பேங்க் | - 1921 |
| 5. | நைனிடால் பேங்க் - பேங்க் ஆஃப் பரோடாவின் துணை நிறுவனம் | - 1922 |
| 6. | கர்நாடக பேங்க் | - 1924 |
| 7. | லட்சுமி விலாஸ் பேங்க் | - 1926 |
| 8. | தன்லக்ஷ்மி பேங்க் | - 1927 |
| 9. | சவுத் இந்தியன் பேங்க் | - 1929 |
| 10. | ஃபெடரல் பேங்க் | - 1931 |
| 11. | ஜம்மு-காஷ்மீர் பேங்க் | - 1938 |
| 12. | ஆர்.பி.எல். பேங்க் | - 1943 |
| 13. | டி.சி.பி. பேங்க் | - 1930 |
| 14. | ஐசிஐசிஐ பேங்க் | - 1990 |
| 15. | ஆக்சிஸ் பேங்க் | - 1993 |
| 16. | எச்.டி.எஃப்.சி. பேங்க் | - 1994 |
| 17. | இண்டஸ்இண்ட் பேங்க் | - 1994 |
| 18. | கோடக் மஹிந்திரா பேங்க் | - 2001 |
| 19. | யெஸ் பேங்க் | - 2004 |
| 20. | ஐ.டி.எஃப்.சி. பேங்க் | - 2015 |
| 21. | பந்தன் பேங்க் | - 2015 |

இவைதவிர, நம் நாட்டில் 12 சிறிய பேங்குகள், 46 வெளிநாட்டு வங்கிகள் (சிட்டி பேங்க் போல), 1485 நகர்புற கூட்டுறவு வங்கிகள், மற்றும் 96,000 கிராமப்புற கூட்டுறவு வங்கிகளும் செயல்பட்டு வருகின்றன.

சாதாரண மக்களுக்கு மட்டுமல்லாமல், பெரிய நிறுவனங்களுக்கே கூட, பணத்தைத் தற்காலிகமாகவும் நீண்ட காலத்துக்கும் பாதுகாப்பாக வைக்கக் கூடிய இடமாக வங்கிகள் இருக்கின்றன. தற்போது சாதாரண சேமிப்புக் கணக்கில் இருக்கும் பணத்துக்குக் கூட வட்டி கொடுக்கப்படுகிறது. சில வங்கிகள் 3% முதல் 6% வரை வட்டி தருகின்றன. மாதக் கணக்கிலும், ஆண்டுக் கணக்கிலும் வைப்பாகப் போடப்படும் பணத்துக்கு 4% முதல் 7% வரை வட்டி தரப்படுகிறது. வங்கிகளில் போடப்படும் பணம் பாதுகாப்பாக இருக்கும். நிச்சயம் திரும்பக் கிடைக்கும் என்கிற நிலை இருக்கிறது. வட்டியும் ஓரளவுக்கு பரவாயில்லை ரகம்தான்.

31 மார்ச் 2021, நிலவரப்படி, இந்திய வங்கிகளில் இருக்கும் மொத்த டெபாசிட் தொகை ரூ. 160 லட்சம் கோடி ரூபாய்கள்.

### வங்கிகள் கொடுக்கும் கடன்

பலரும் கொடுத்து வைக்கிற பணத்துக்கு வங்கிகளால் எப்படி வட்டி கொடுக்க முடியும்? வங்கிக்கு ஏதும் பணத் தேவையில்லை. வங்கிகளுக்கு வியாபாரமோ, தொழிலோ கிடையாது. ஆனாலும் அவர்கள் பணம் போட்டவர்களுக்கு வட்டி கொடுக்க வேண்டும். அதனால் அந்தப் பணத்தை தேவைப்படுபவர்களுக்குக் கடனாகக் கொடுத்து, அதற்குவட்டி வாங்குகிறார்கள். டெபாசிட் தாரர்களுக்கு சராசரியாக 8% வட்டி கொடுக்க வேண்டி வந்தால், கையிலிருக்கும் பணத்தை கேட்பவர்களுக்கு அதை விட அதிக வட்டிக்குக் கடனாகக் கொடுக்க வேண்டும். நிர்வாகச் செலவுகள் போக, வங்கிக்கும் லாபம் வேண்டுமே.

மார்ச் 22 நிலவரப்படி, வங்கிகள் கொடுத்திருக்கும் மொத்தக் கடன் 116.8 லட்சம் கோடி.

தனி நபர்களுக்கு வழங்கும் கடன் தவிர, நிறுவனங்கள், பெரிய கார்ப்பரேட்கள் என்று என பலருக்கும் வங்கிகள் கடன் கொடுத்திருக்கின்றன. ஹவுஸ்ஹோல்ட் செக்டார் எனப்படும் தனி நபர்கள், தனியார் நிறுவனங்கள் மற்றும் பெரும் பணக்காரர்கள் வாங்கிய, மார்ச் 2022ல் இனி கட்ட வேண்டிய அளவு நிலுவையில் இருந்த கடன் தொகை 22 லட்சம் கோடிகள்.

வங்கிகள் சராசரியாக 12-13% வட்டிகளுக்குத் தங்களிடம் இருக்கும் பணத்தைக் கடன் கொடுக்கின்றன. கொடுக்கிற எல்லாக் கடன்களும் திரும்பி வருமா என்று ஆராய்ந்து

பார்த்துத்தான் கொடுக்கவேண்டும். கொடுக்கப்படுகின்றன. ஆனாலும் சில முடிவுகள் தவறாகிவிடலாம். அதனால் கொடுக்கிற சில கடன்கள் (திரும்பி) வாராக் கடன்களாக (நான் பெர்ஃபார்மிங் அசெட்ஸ் NPA என்பார்கள்) ஆகிவிடும்.

இந்தப் பிரச்னையைக் குறைக்க முடியுமே தவிர, எந்த வங்கியாலும் முற்றிலும் தவிர்க்கமுடியாது. 2022 செப்டம்பர் மாதம் வரையில் இந்திய வங்கிகளின் மொத்த வராக்கடன், 2 லட்சத்து 6 ஆயிரம் கோடி ரூபாய் ஆக இருக்கும் என்கிறது ஓர் ஆய்வு. (அடேயப்பா!) இதில் சில முழுவதும் திரும்பி வரும். சில வட்டியில் தள்ளுபடி கொடுத்து வசூலிக்கப்படும். பிடிமானம் இல்லாமல் கொடுக்கப்பட்டிருந்தால் அவற்றில் சில வராமலும் போகலாம். இந்தக் காரணத்தாலும், வங்கிகள் அவர்கள் வசூலிக்கும் வட்டி விகிதத்தை அதிகரித்துக் கொள்கின்றன.

ஆனால், முன் எப்போதும் இல்லாத அளவாகவும் வங்கிகளின் ஸ்திரத் தன்மையையே அசைத்துப் பார்க்கும் விதமாகவும் 2019க்கு பிறகு ஒவ்வொரு வங்கியாக, பாரத ஸ்டேட் வங்கி, பஞ்சாப் நேஷனல் வங்கி, இந்தியன் ஓவர்சீஸ் வங்கி, கனரா வங்கி என்று ஆயிரக்கணக்கான கோடி ரூபாய்கள் 'நான் பெர்பார்மிங் அசெட்ஸ்' (NPA) ஆகிவிட்டதாக அறிவித்தன. எல்லா வங்கிகளும் சேர்த்துத் தொலைத்திருக்கும் பணத்தின் அளவு பல லட்சம் கோடிகளுக்கும் மேலிருக்குமாம். இதில் தனியார் வங்கிகளும், வெளிநாட்டு வங்கிகளும் விதிவிலக்கல்ல. கொரோனா காலகட்டத்தின் கோர விளைவுகளில் இதுவும் ஒன்று.

இப்படியாக ஒரு குறிப்பிட்ட (சராசரி) சதவீதம் வட்டி கொடுத்துப் பெறுகிற பணத்தை, அதைவிட அதிக வட்டிக்கு விடுகின்றன. இந்தக் அதிக வட்டி விகிதத்துக்கு (தனிப்) பெயர் நெட் இன்ட்ரஸ்ட் மார்ஜின் (NIM). 8%க்கு வாங்கி 10%க்கு கடன் கொடுத்தால் NIM 2%

## கடன்களில் முன்னுரிமை

வங்கிகளுக்கு அவர்கள் என்ன வட்டி விகிதத்தில் கடன் கொடுக்கலாம், என்ன வட்டி கொடுத்து டெபாசிட்டுகள் பெறலாம் என்கிற சுதந்திரம் உண்டு. ஆனாலும் கடன்கள் கொடுப்பதில், நாட்டு நலன் கருதி, ரிசர்வ் வங்கி தெரிவிக்கும் சில வழிகாட்டுதல்களின்படிதான் வங்கிகள் கடன்கொடுக்க வேண்டும். அவர்கள் விருப்பத்துக்குச் செய்துவிட முடியாது.

அவற்றில் ஒன்று கடன் கொடுப்பதில் முன்னுரிமை தரவேண்டிய துறைகள். 'பிரையாரிட்டி செக்டர்' என்று அரசு சில துறைகளை பட்டியல் இடுகிறது. வங்கிகள் கொடுக்கிற மொத்தக் கடன்களில் குறிப்பிட்ட அளவு இந்தத் துறைகளில் இயங்குபவர்களுக்குக் கொடுத்தாக வேண்டும்.

இந்தக் கட்டாயத்தில் 2012 வரை வெளிநாட்டு வங்கிகள் சேர்க்கப் படாமல் இருந்தன. 2012ல் ரிசர்வ் வங்கி வெளியிட்ட அறிவுறுத்தலின்படி அவையும் சேர்க்கப்பட்டுவிட்டன. அந்தக் குறிப்பிட்ட சதவிகித அளவை உடனடியாக எட்ட முடியாது என்பதால், அவற்றுக்கு 2015 வரை காலக்கெடுவும் கொடுக்கப் பட்டது.

கடன் கொடுப்பதில் முன்னுரிமை கொடுக்கப்பட வேண்டிய துறைகள் மொத்தம் ஏழு.

1. விவசாயம் மற்றும் விவசாயம் தொடர்பானவை
2. சிறு தொழில்கள் மற்றும் தொடர்பானவை
3. சிறு வியாபாரங்கள்
4. குறுங்கடன்கள்
5. தாழ்த்தப்பட்ட மக்களுக்கு பணி செய்யும் நிறுவனங்கள்
6. கல்விக்கடன்
7. வீடு கட்ட கடன்

கூடுதல் லாபம் கிடைக்காவிட்டாலும், தேடிப்போய் கொடுப்பதில் சிரமங்கள் இருந்தாலும், இந்தத் துறைகளின் வளர்ச்சி சாதாரண மக்களுக்கும், தேசத்துக்கும் முக்கியம் என்பதால் அரசு இந்த வழிகாட்டுதல்களைச் செய்து வருகிறது.

வங்கிப்பணத்துக்கு இன்சூரன்ஸ் என்று ரிசர்வ் வங்கிக்கு பல பொறுப்புகள் உண்டு. அவற்றில் ஒன்று 'லெண்டர் ஆஃப் லாஸ்ட் ரிசார்ட்'. எந்த வங்கி பணம் கொடுக்க முடியாவிட்டாலும் அதற்கு ரிசர்வ் வங்கியும் பொறுப்பு. மக்களின் பணம், வங்கியிடம் கொடுத்து வைத்தது. வங்கியின் நிர்வாகக் கோளாறால் குறைந்தாலோ, காணாமலோ போய்விட்டாலோ என்ன செய்வது?

ஒவ்வொரு வங்கியும் அதனிடம் டெபாசிட் செய்யும் ஒவ்வொரு டெபாசிட்தாரரின் பணத்துக்கும் அதிகபட்சமாக ஐந்து லட்ச ரூபாய் வரை காப்பீடு எடுக்க வேண்டும் என்பது ரிசர்வ் வங்கியின்

வழிகாட்டுதல்களில் ஒன்று. உதாரணத்துக்கு ஒரு வங்கி ஏதோ காரணங்களால் பெரிய நஷ்டத்துக்கு உள்ளாகிறது. அதனால் அதன் டெபாசிட் தாரர்களுக்கு பணத்தைத் திருப்பித் தர முடியாத நிலை வருகிறது. பலரும் பலவிதமான தொகைகளை டெபாசிட் செய்திருக்கிறார்கள். ஒருவர் ரூ.30 ஆயிரமும், மற்றொருவர் 6 லட்சமும் டெபாசிட் செய்திருக்கிறார்கள். வங்கி கெட்டுப் போனாலும், இந்த டெபாசிட்தாரர்களுக்குப் போட்ட பணம் கிடைக்கும். கொடுப்பது காப்பீட்டு நிறுவனம். ஆனால் அதற்கு உச்சவரம்பு ரூ.5 லட்சம். முப்பதாயிரம் போட்டு வைத்திருந்தவருக்கு முப்பதாயிரம் கிடைக்கும். ஆனால் 6 லட்சம் போட்டிருந்தவருக்கு 5 லட்சம்தான் கிடைக்கும்.

கணவன் பெயரில் தனியாக, மனைவி பெயரில் தனியாக, கணவன் மனைவி பெயரில் ஒன்றாக என்று மூன்றுவித டெபாசிட்கள் செய்திருந்தால், ஒவ்வொரு டெபாசிட்டுக்கும் அதிகபட்சமாக 5 லட்ச ரூபாய் காப்பீடு உண்டு. அதே போல இந்த 5 லட்ச காப்பீடு தொகை எத்தனை வங்கிகளில் போட்டிருந்தாலும் உண்டு. (அவ்வளவு பணமா வைத்திருக்கிறீர்கள்!)

இந்தக் காப்பீட்டுக்கான பிரிமியத் தொகைகளும் வங்கிகளுக்குச் செலவுதான். இந்தப் பாதுகாப்பு மட்டும் போதாது என்பதால், தொடக்கத்திலிருந்தே ரிசர்வ் வங்கி, மற்ற கமர்ஷியல் வங்கி களுக்கு மேலும் சில வழிகாட்டுதல்களையும் கொடுத்திருக்கிறது. அது, அவர்கள் மற்றவர்களிடம் இருந்து பெறும் வைப்புப் பணத்தை எவற்றில் எல்லாம் முதலீடு செய்யலாம் என்பதைப் பற்றியது.

கொடுக்கிற கடனில் குறைந்தபட்சம் எத்தனை சதவிகிதம், முன்னுரிமைத் துறைகளுக்கு என்று ஒரு வழிகாட்டுதல். இது அதற்கும் கொடுப்பதற்காக என்று முடிவு செய்ய வைக்கும் வழிகாட்டுதல். வங்கிகளுக்கு ஏதேனும் பிரச்னை வந்தால் பணம் போட்டவர்களுக்குப் பணம் கிடைக்கவேண்டும் என்பதற்காக, மேலும் சில வழிமுறைகளையும் ஏற்படுத்தியிருக்கிறது ரிசர்வ் வங்கி. அரசு நினைக்கிற பலவற்றை ரிசர்வ் வங்கியின் வழிகாட்டுதல் என்கிறோமே, இன்னும் என்னவெல்லாம் ரிசர்வ் வங்கி செய்கிறது?

# 8

## ரிசர்வ் வங்கியும் வட்டி விகிதங்களும்

**மே** 4, 2022. பங்குச் சந்தை உயரும் என்கிற எதிர்பார்ப்பில் இருந்த பலருக்கும் அதிர்ச்சி. காரணம், மும்பை பங்குச்சந்தை குறியீட்டு எண் சென்செக்ஸ் 1306 புள்ளிகள் சரிந்தது. அதற்கு ஒவ்வொருவரும் ஒவ்வொரு காரணம் சொன்னார்கள். ரிசர்வ் வங்கி வட்டி விகிதமான, சி.ஆர்.ஆர். அளவை 40 புள்ளிகள் திடீரென அதிகரித்ததுதான் என்று சொன்னார்கள்.

ரிசர்வ் வங்கி கவர்னர் இதுபற்றிக் குறிப்பிடுகையில், நாட்டில் பணவீக்கம் கட்டுப்பாட்டுக்குள் வரவில்லை. அதனால் இன்னும் இப்போது வட்டி விகிதத்தை அதிகரிக்க வேண்டியுள்ளது. பொருளாதார வளர்ச்சி சற்று பாதிக்கப் பட்டாலும் சரி, பணவீக்கத்தை அனுமதிக்க முடியாது என்றார்.

என்ன நடக்கிறது இங்கே? பங்குச் சந்தை ஏன் ரிசர்வ் வங்கி கவர்னரின் அறிவிப்பை எதிர்பார்க்கிறது? அவர் ஏதோ

வளர்ச்சிக்கும் பணவீக்கத்துக்கும் ஆகாது என்பது போலச் சொன்னாரே! இவற்றுக்குள் இருக்கும் உறவு என்ன?

இது சுவாரஸ்யமானது மட்டுமல்ல, முக்கியமானதும் கூட. பொருளாதாரத்தில் முக்கியப் பங்கு வகிக்கும் பலவும் ஓரிடத்தில் சந்திக்கும் ஒரு முடிச்சு இது. இதைப் புரிந்து கொள்வதும் சிரமமில்லை. ஓர் ஒப்பீட்டுடன் பார்க்கலாம். புரிந்துவிடும்.

## வட்டிக்கு விடுகிறவர்

நண்பன் ஒருவன் ஃபைனான்ஸ் பிசினஸ் ஆரம்பிக்கிறேன் என்றான். அவன் திட்டம் இதுதான். வேண்டியவர்களிடம் டெபாசிட் பெறுவது. அதற்கு குறிப்பிட்ட அளவு வட்டி கொடுப்பது. அவன் (உதாரணத்துக்கு) 10 சதவிகிதம் வட்டி தருகிறேன் என்று பலரிடமும் பணம் வாங்குகிறான். உபரியாக வைத்திருந்து கொடுப்பவர்கள் போல, பணப் பற்றாக்குறை உள்ளவர்களும் இருப்பார்கள்தானே! அவர்களுக்குத் தேவைப் படும் நேரம், இவனிடம் கடனாக வாங்கிக் கொள்ளலாம். அதற்கு அவர்கள் 12 சதவீதம் வட்டி தரவேண்டும். 10 சதவீதத்துக்கு பெற்றதை 12 சதவீதத்துக்கு வட்டிக்கு விடுவதால், இவனுக்கு 2 சதவீதம் மிச்சம். அதுதான் அவனுடைய செலவு போக லாபம். வியாபாரத்தில் கிடைக்கும் ஆதாயம்.

வியாபாரம் செய்ய ஆரம்பித்த கொஞ்ச நாட்களில், இதுபற்றித் தெரிந்துகொண்ட அவனுடைய தாத்தா, 'தம்பி (பேரா) கேள்விப் பட்டேன். நல்லது. இரண்டு சாராருக்கும் உதவிதான். செய். ஆனால் ஒரு அறிவுரை' என்றார்.

அவர் சொன்ன அறிவுரை, 'நீ டெபாசிட் பிடிக்கும் பணத்தில் ஒரு சிறு பகுதியை என்னிடம் கொடுத்து வை'.

'எதற்கு?'

'ஒரு பாதுகாப்புக்குத்தான்.'

'என்ன பாதுகாப்பு?'

'பலரிடமும் பணம் கொடுக்கிறாய். சிலது திரும்பிவர தாமதமாகலாம். சில வராமலும் போகலாம். பணம் கொடுத்து வைத்திருப்பவர்கள் திருப்பித்தா என்று கேட்கும்போது உன்னிடம் பணம் இருக்கவேண்டும். கொடுக்க முடியாவிட்டால் போயிற்று.இப்படியாக இந்த வியாபாரத்தில் சில அம்சங்கள்

உண்டு. அதனால், நீ டெபாசிட் பிடிக்கும் மொத்தத் தொகையில் நான்கில் ஒரு பங்கை அரசாங்க பாண்டுகளாக வாங்கி வை. வட்டி கொஞ்சம் குறைவாகக் கிடைத்தாலும் அசலுக்கு மோசம் வரவே வராது. தவிர மற்றொரு சிறு பகுதியை என்னிடம் ரொக்கமாக தந்து வை. மீதிப் பணத்தை நீ சாமர்த்தியமாக இயன்ற வட்டிக்கு விட்டு சம்பாதித்துக் கொள்.'

தாத்தா படித்தவர், வீட்டுக்குப் பெரியவர். அவருக்குக் கட்டுப் பட்டுத்தான் பேரன் நடக்க முடியும். வேறு வழியில்லை. ஒப்புக் கொண்டான். 'ஆனால்...'

'என்ன ஆனால்?'

'நான் கொடுத்து வைக்கிற பணத்துக்கு வட்டி தருவீர்களா தாத்தா?'

'இல்லை தம்பி... நான் அதை சும்மாதான் வைத்திருப்பேன்.'

'சரி விடுங்கள். எவ்வளவு தொகை கொடுத்து வைக்கவேண்டும்?'

'நீ எவ்வளவு டெபாசிட் பிடிக்கிறாயோ அதில் ஒரு பகுதி.'

'அதுதான் எவ்வளவு?'

'இப்போதைக்கு நாலரை சதவிகிதம். அவ்வப்போது நிலைக்கு ஏற்ப இந்த சதவிகிதத்தை நான் மாற்றுவேன்.

'அது சரி. ஆனால் சில சமயம் எனக்கு அவசரமாகப் பணம் தேவைப் பட்டால் உங்களிடம் வாங்கிக் கொள்ளலாம் இல்லையா?'

'தாராளமாக. ஆனால் அதற்கு நீ வட்டி தர வேண்டும்'

'அப்படியா? சரி சரி. என்ன வட்டி?'

'இதையும் அவ்வப்போது மாற்றுவேன். இப்போதைக்கு 8 சதவீதம் என்று வைத்துக் கொள்வோம்.'

'அடேயப்பா! அது சரி. சில சமயங்களில் என்னிடம் உபரியாகப் பணம் இருந்தால் உங்களிடம் கொடுத்து வைத்தால், அதற்காகவாவது வட்டி தருவீர்களா தாத்தா?'

'அதற்குத் தருவேன். அதற்கு நீ எனக்குத் தருவதை விட அதிகமாகவே நான் உனக்குத் தருகிறேன். அது தற்சமயத்துக்கு 9 சதவீதம். போதுமா?'

'சரி.'

தாத்தா யார் என்று புரிந்திருக்குமே! ரிசர்வ் வங்கிதான் தாத்தா.

பேரன்?

பேரன் இல்லை, பேரன்கள்.... அவர்கள் எல்லாம் வங்கிகள்.

## ரிசர்வ் வங்கி

ரிசர்வ் வங்கிக்கு மற்றொரு பெயர் 'பேங்கர்ஸ் பேங்க்'. வங்கிகளின் வங்கி. பொதுமக்கள், நிறுவனங்கள் ரிசர்வ் வங்கியுடன் நேரடி கொடுக்கல் வாங்கல் செய்ய முடியாது. வங்கிகள்தான் செய்ய முடியும். அதனால் தான் ரிசர்வ் வங்கியின் பெயர், வங்கிகளின் வங்கி. தவிர, இது வங்கிகளின் மேலதிகாரியும்கூட. வங்கிகளைக் கண்காணிப்பது, கட்டுப் படுத்துவது எல்லாமும்கூட ரிசர்வ் வங்கிதான்.

மாநில அரசுகளுக்கெல்லாம் தனியாக இப்படிப்பட்ட வங்கிகள் இல்லை என்றாலும், இதன் பெயர் மத்திய ரிசர்வ் வங்கி (Central Reserve Bank). கதையில் பார்த்த பேரன்(கள்) SBI, PNB, ICICI, HDFC, IOB போன்ற கமர்ஷியல் வங்கிகள். நாட்டில் உள்ள அத்தனை வங்கிகளும், பேரன் செய்கிற கொடுக்கல் வாங்கல் வேலைகளைத்தான் செய்கின்றன.

இருப்போரிடமும் கொடுப்போரிடமும் வாங்கி, தேவைப்படு பவர்களுக்குக் கொடுப்பது. அதற்கு ஒரு வட்டி (Deposit Rate), இதற்கு ஒரு வட்டி (Lending Rate) இரண்டுக்கும் உள்ள வித்தியாசம்தான் (நண்பனுக்குக் கிடைத்த 2 சதவீதம் போன்ற) வருமானம் வங்கிகளுக்கு. அதன் பெயர் நெட் இன்ட்ரஸ்ட் மார்ஜின் (NIM). இதுவும் வங்கிகளுக்கு ஒரு வருமானம். இதுதவிர பிற (டிடி எடுப்பதற்கு என்பது போன்ற சேவைகளுக்கும் கட்டணம் வசூலிப்பார்கள். வருமானங்களில் இருந்து செலவு போக மீதத்தை லாபமாக எடுத்துக் கொள்வார்கள். தற்போதைக்கு நம் கவனம் அதன் மீதல்ல. சி.ஆர்.ஆர், மற்றும் ரிப்போ ரேட் மீதுதான்.

## ரிப்போ ரேட்

ரிசர்வ் வங்கியிடம் ஏகப்பட்ட பணம் குவிந்திருக்கிறது. ஒரு சில வங்கிகளுக்குப் பல்வேறு காரணங்களால், குறிப்பிட்ட நேரத்தில் பணப்பற்றாக்குறை ஏற்படுகிறது. அப்படிப்பட்ட நேரங்களில் அவை ரிசர்வ் வங்கியிடம் இருந்து 'கைமாற்று' பெறலாம். ஆனால் அதற்கு குறிப்பிட்ட சதவீதம் வட்டி கொடுக்க வேண்டும். அந்த வட்டி சதவிகிதத்தின் பெயர் ரிப்போ ரேட். இப்படி வாங்குவதற்கு அவை, தன்னிடம் உள்ள பாண்டுகளை அடகு வைக்க வேண்டும்.

தாத்தா (ரிசர்வ் வங்கி), இரண்டு நிபந்தனைகள் போட்டது நினைவிருக்கலாம். ஒன்று 4.5 சதவீதம் சி.ஆர்.ஆர், மற்றது டெபாசிடில் பிடித்ததில் ஒரு பகுதி பணத்தை, அரசு பாண்டுகளாக வாங்கி வைத்துக்கொள்ள வேண்டும். இதன் பெயர் ஸ்டாடுடரி லிக்விடிட்டி ரேஷியோ (SLR).

நூறு ரூபாய் வெளி மார்க்கெட்டில் வாங்கி விட்டு, சுழற்சியில் கூடுதல் வட்டிக்குவிட்டால், ரிஸ்க் அதிகம்தானே. சி.ஆர்.ஆர் 4.5 சதவீதம் மட்டும் உறுதிப் பணம் போதாதே. அதனால்தான் ரிசர்வ் வங்கி, கமர்ஷியல் வங்கிகளை மொத்தப் பணத்தில் 24 சதவீதத்தை கெடவே முடியாத அரசு பாண்டுகளில் முதலீடு செய்யச் சொல்கிறார்கள் (இந்த CRR மற்றும் SLR ஆகிய இரண்டின் சதவீதங்களையும் ரிசர்வ் வங்கி அவ்வப்போது சூழ்நிலைக்கு ஏற்ப மாற்றும்.) 10, 15, 20 ஆண்டு நீண்டகால பாண்டுகளாக வங்கிகள் வாங்கி வைத்துக் கொள்ளும். அவற்றை ஈடாகக் கொடுத்து அவசரத்துக்குக் கடன் வாங்கும். சில ஆண்டுகளுக்கு முன்பு சி.ஆர்.ஆர் 33% கூட இருந்திருக்கிறது. சி.ஆர்.ஆர் 8% கூட இருந்திருக்கிறது. 2022ல் CRR, 4.5%

இந்த சி.ஆர்.ஆர்-ம் ரிப்போ ரேட்டும் சில ஆண்டுகளுக்கு முன் எவ்வளவு இருந்தது என்று தெரிய வந்தால் வியப்பாக இருக்கும். 1980களில் 15% கூட இருந்திருக்கிறது. பின்னர் தொடர்ந்து குறைக்கப்பட்டு, 2012 இறுதியில் 4.25% ஆகவும் இருந்தது. 2018 ஆகஸ்ட் மாதம் 6.25% ஆகவும் இருந்தது. ஆகஸ்ட் 2022ல் 5.4%.

சி.ஆர்.ஆர் குறைவு என்றால், நாட்டில் பணப்புழக்கம் அதிகமாகும். காரணம், சி.ஆர்.ஆர் அதிகரிக்கப்பட்டால், வங்கிகள் சேகரித்த/டெபாசிட் பிடித்த பணத்தில் கணிசமான பகுதி ரிசர்வ் வங்கியிடம் போய் முடங்கிவிடும். அதனால், நிறுவனங்களுக்கும், மக்களுக்கும் கடனாகக் கொடுக்கக் கூடிய பணத்தின் அளவு குறைந்து போகும். ரிசர்வ் வங்கிக்குள் போவது பணத்துக்குப் பாதுகாப்புதான். ஆனால் முடங்கிய பணத்தால் தொழில் நடக்காதே. பணம் புரண்டால்தானே லாபம். படுத்துத் தூங்கினால்!

ரிப்போ ரேட் குறைவு என்றால், வட்டி குறைவு. அதனால் நிறுவனங்கள் தாராளமாகக் கடன் வாங்கி, குறைந்த வட்டிக்குக் கொடுத்து, செலவு குறைந்து, கூடுதல் லாபம் பார்க்கும். ரிப்போ ரேட் என்பது வங்கிகள், ரிசர்வ் வங்கிக்குக் கொடுக்கும் வட்டி

விகிதம் தானே! இதற்கும் மக்களிடம் வங்கிகள் வசூலிக்கும் கடன் வட்டிக்கும் என்ன தொடர்பு என்று சந்தேகம் வரலாம்.

கமர்ஷியல் வங்கிகள் எந்த வட்டிக்கும் கடன் கொடுக்கலாம்.

எந்த வட்டிக்குக் கொடுக்கும்?

வங்கிகளுக்கு என்ன வட்டிக்குப் பணம் கிடைக்கிறதோ அதற்கு மேல் சில சதவிகிதங்கள் (NIM) வைத்து, அந்த அளவுக்கு வட்டி கேட்கும்.

மக்களிடம் வாங்கும் டெபாசிட்களுக்கு 9% கொடுப்பதாக வைத்துக் கொள்வோம். அந்தப் பணத்தில் ஒரு பகுதியை (2022ல் 18%) பாதுகாப்புக் காரணத்துக்காக (SLR) குறைந்த வட்டிக்குத்தான் விடமுடியும் (அரசு பாண்டுகள்). மீதிப் பணத்தைத்தான் கூடுதல் வட்டிக்கு விடலாம். ஒரு பகுதி குறைந்த வட்டிக்குப் போய் விடுவதால் மீதிப் பணத்துக்கு மேலும் கூடுதல் வட்டி வசூலித்தாக வேண்டும்.

இப்படியாக, வங்கிகள் வசூலிக்கும் வட்டி விகிதம், அவற்றுக்குக் கிடைக்கும் பணத்துக்கு அவை கொடுக்க வேண்டிய அளவைப் பொறுத்தே அமையும். ரிசர்வ் வங்கியிடம் அவை 8%க்கு (ரிப்போ ரேட்) வாங்கினால், அதற்கு மேல் மார்ஜின் (லாபம்) வைத்து, கடன் கொடுக்கும்.

இந்தக் காரணத்தால், ரிப்போ ரேட்தான் நாட்டின் வட்டி விகிதமாகப் பார்க்கப்படுகிறது. சமீபத்தில் வந்திருக்கிற ஒரு கட்டுப்பாடு, வங்கிகள் அவர்களுடைய Basic Rate என்ன என்று அறிவிக்க வேண்டும். அது வங்கிக்கு வங்கி வேறுபடலாம். அதன் நிர்வாகங்கள் முடிவு செய்து கொள்ளும். ஆனால், பேஸ் ரேட்டுக்குக் குறைவாக எவருக்கும் கடன் கொடுக்கக்கூடாது. வேண்டிய (பெரிய) சில நிறுவனங்களுக்குக் குறைந்த வட்டிக்குக் கொடுக்கிறார்கள் என்கிற குற்றச்சாட்டு காரணமாக வந்த கட்டுப்பாடு இது.

2022 ஏப்ரல் மாதம் பணவீக்கம் எட்டு ஆண்டுகளில் இல்லாத அளவாக 7.79% ஆக உயர்ந்தது. பணவீக்கத்தை 6%க்குள் வைத்திருக்க வேண்டிய பொறுப்பு ரிசர்வ் வங்கிக்கு உண்டு. அதனால் ரிசர்வ் வங்கி 2022ல் ரிப்போ ரேட்டை கிடுகிடுவென உயர்த்தியது. 2022 ஆகஸ்ட் மாதம் ரிப்போ ரேட் 5.4% ஆகவும் ரிவர்ஸ் ரிப்போ ரேட் 4.4% ஆகவும் இருந்தது. பேஸ் ரேட் 7.70 % முதல் 8.0% வரை. SLR 18%, CRR 4.5%.

கடந்த 10 ஆண்டுகளில் ரிப்போ ரேட், ரிவர்ஸ் ரிப்போ ரேட்டுகள் எப்படி இருந்திருக்கின்றன என்று காட்டும் ஒரு சார்ட். மேலே ஓடும் கோடு ரிப்போ. கீழே ஓடும் கோடு ரிவர்ஸ் ரிப்போ.

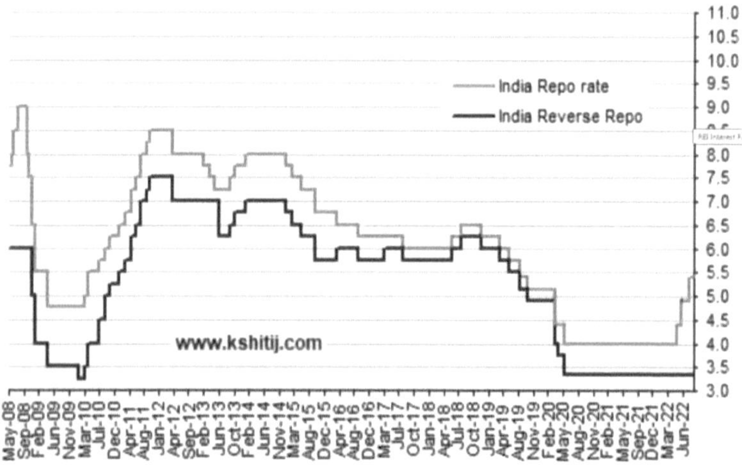


நிறுவனங்கள் தங்கள் லாபம் குறைந்தால் உற்பத்தியைக் குறைக்கும் அல்லது குறைந்தபட்சம் புதிய முதலீடுகளைத் தவிர்க்கும். இது நாட்டின் பொருளாதார வளர்ச்சியைப் பாதிக்கும் என்று பல மத்திய அமைச்சர்களும் தொழில் கூட்டமைப்புகளின் தலைவர்களும் சொன்னார்கள்.

## மானிடரி பாலிசி

இதைச் செய்யும் அதிகாரம் ரிசர்வ் வங்கியிடம்தான் உள்ளது. இப்படி வட்டி விகிதம் பணப்புழக்கம் குறித்தெல்லாம் முடிவெடுக்கும் கொள்கைகளை மானிடரிபாலிசி என்பார்கள். பிரதமர், மத்திய நிதியமைச்சர் போன்றவர்கள்கூட 'பார்த்துச் செய்யுங்கள்' என்று கேட்கலாமே தவிர, ரிசர்வ் வங்கியை இப்படிச் செய்யுங்கள், அப்படிச் செய்யுங்கள் என்று கட்டாயப்படுத்த முடியாது.

அதுதான் 2022, மே 2லும் நடந்தது, ரிப்போ மற்றும் CRR 'இரண்டையும் இப்போது அதிகரிக்கத்தான் வேண்டும்' என்று திட்டவட்டமாக சொன்னார் ரிசர்வ் வங்கி கவர்னர் சக்தி காந்த் தாஸ். அவருடைய அதிகாரம் என்றோமில்லையா? அதையே

சற்று மாற்றி, பொறுப்பு என்றும் சொல்லலாம். அதுதான் சரியானதும் கூட. ரிசர்வ் வங்கி கவர்னருடைய கவலை, இன்ஃப்ளேஷன் எனப்படும் பணவீக்கம் அதிகமாக இருந்தால் பொருளாதாரத்திற்கே தலைவலிதான். ரிசர்வ் வங்கியின் கடன் கொள்கைக்கான இடைக்கால மறு ஆய்வு வெளியிடப்படுவதற்கு சில நாட்கள் முன்னால் வருகிற பணவீக்கப் புள்ளி விவரங்களையும் அவர் பார்க்கிறார். அது உயர்வாகவே இருந்தால் அவர் அதைக் கட்டுப்படுத்துவதில்தான் அதிக அக்கறை காட்டுவார். அதுதான் சரியும் கூட.

முன்பெல்லாம் ஒரே ஒரு சதவிகித எண்தான் பணவீக்கமாக வெளியிடப்படும். அது, ஹோல்சேல் பிரைஸ் இன்டெக்ஸ் (WPI). அது வாராவாரம் வெளியிடப்படும். பின்னர் பணவீக்க கணக்கிடுதலை இரண்டு பகுதிகளாகப் பிரித்தார்கள். ஒன்று உணவுப் பணவீக்கம். மற்றது பொது பணவீக்கம். அந்தப் பொது பணவீக்கத்தில், 'பிரைமரி ஆர்டிக்கிள்ஸ்' (உணவு பொருள்கள், உணவு அல்லாத பொருள்கள் மற்றும் கனிமங்கள்), தயாரிக்கப்பட்ட பொருள்கள் மற்றும் எரிசக்தி பொருள்கள் ஆகிய மூன்றும் வரும்.

உணவுப் பணவீக்கமாவது பரவாயில்லை, ஆண்டின் சில விளைச்சல் காலங்களில் கட்டுக்குள் இருக்கும். ஆனால் பொது பணவீக்கம் அப்படிப்பட்டதல்ல. அதை அடக்க வேண்டும். அதை அடக்க உதவும் நடவடிக்கைகளில் ஒன்றுதான் மானிடரி பாலிசி. பணவீக்கம் அதிகமாகவே தொடரும் நிலையில் வட்டி விகிதத்தையும் (ரிப்போ ரேட்யும்) CRRயும் குறைவாகவே இருக்கவிட்டால், அது எரிகிற நெருப்பில் எண்ணெயை ஊற்றியது போலாகும் என்று சிந்தித்த ரிசர்வ் வங்கி, ரிப்போ ரேட் மற்றும் CRRயை அதிகரித்தது.

பணவீக்கம் தளர்ந்த பின்னால், வட்டிவிகிதங்களைக் குறைப்பார்கள். வட்டிவிகிதம் குறைந்தால், ஏன் பணவீக்கம் அதிகரிக்க வேண்டும்? இரண்டுக்கும் என்ன தொடர்பு? நல்ல கேள்வி.

வீட்டுக் கடன்களுக்கான வட்டி சில ஆண்டுகளுக்கு முன் வெறும் 7 சதவீதம் ஆக இருந்தது. என்ன ஆயிற்று? அட பரவாயில்லையே! என்று பலரும் போட்டி போட்டுக்கொண்டு வீட்டுக்கடன் வாங்கினார்கள். அதனால் வட்டி விகிதம் உயர்ந்து உயர்ந்து பின்பு ஒரு நேரம், 13.75 சதவீதம் 14.5 சதவீதம் எல்லாம் ஆனது. பின்னர்

வீட்டுக்கடன் வாங்குவோர் அளவு குறைந்தது. காரணம், இந்த வட்டி கட்டுப்படியாகாது என்ற முடிவுக்கு மக்கள் வந்ததுதான்.

வட்டி விகிதங்கள் குறைந்தால், வண்டிகள் வாங்குவோர், வீடு/ பிளாட் வாங்குவோர், பர்சனல் லோன் வாங்குவோர் எண்ணிக்கை மட்டுமல்ல, தொழில் வியாபாரங்களில் இருப்பவர்கள் வாங்குகிற கடன்களும் அதிகரிக்கும். குறைவான வட்டிக்குக் கிடைக்கிறதே விடுவானேன்! வட்டி விகிதம் உயர்ந்தால் சிலர் எப்படியாவது புரட்டி கடன்களைத் திருப்பிக் கட்டி விடுவார்கள். புதிய கடன் வாங்குவதை மக்கள் தள்ளிப் போடுவார்கள், தவிர்ப்பார்கள்.

ஆக, வட்டி விகிதத்துக்கும் விற்பனைக்கும் ஒரு எதிர்மறை உறவு இருக்கிறது. கடன் வாங்குவோர் அளவும் பொருள்கள் விற்பனையும் அதிகரிக்கும். அதனால் விற்பவர்கள் அதுதான் நல்ல டிமாண்ட் இருக்கிறதே என்று விலைகளை உயர்த்தி விடுவார்கள். இது விலைவாசியை உயர்த்தும். பலரும் சிரமப்பட வேண்டியிருக்கும். வட்டி விகிதம் கூடுதலாகவே இருந்தால், விற்பனை குறையும். விற்பவர்கள் விற்பனையை அதிகரிக்க விலைகளைக் குறைப்பார்கள். விலைவாசி குறையும். பலருக்கும் அனுகூலம். இந்தப் பலரில் முக்கியமானவர்கள் பொது மக்கள், நிறுவனங்கள் மட்டுமல்ல, அவர்களைவிட முக்கியமானவர் 'மிஸ்டர் அரசாங்கம்'. ஆமாம், அவர்தான் கடன் (பெறுபவர்கள்) சந்தையில் முக்கியமான ஆள். அதிக அளவில் கடன் வாங்குகிற அரசுகள் அதிக வட்டி கொடுப்பதைவிட, குறைந்த வட்டி கொடுக்கவே விரும்பும். அதற்கு நாட்டில் விலைவாசி குறைவாக இருப்பதே அரசுக்கும் நல்லது.

சரி, என்ன சொல்ல வருகிறோம்? சுருக்கமாகச் சொன்னால், வட்டி விகிதங்கள் குறைவாக இருந்தால் கடன் வாங்குவோருக்கு நல்லது. நிறையக் கடன் வாங்குவார்கள். இதனால் பொருள்கள் வாங்குவது மற்றும் சேவைகளைப் பயன்படுத்துவது அதிகரிக்கும். அதன் மூலம் விற்பனையும் வியாபாரமும் பெருகி, நிறுவனங்கள் லாபம் பார்க்கும். கூடவே அதிகப்படியான கலால், விற்பனை மற்றும் வருமான வரிகள் கட்டுவார்கள். அரசுக்கும் வருவாய் அதிகரிக்கும்.

வருவாய் அதிகரிப்பதால், அரசு தன் செலவுகளுக்காக வாங்கும் கடன் குறையும். வாங்குகிற மீதக் கடனுக்கான வட்டியும் குறைவாக இருப்பதால் அரசின் வரவு செலவு பற்றாக்குறையான

ஃபிஸ்கல் டெஃபிசிட் குறையும். குறைவான ஃபிஸ்கல் டெஃபிசிட் என்றால், தர நிர்ணயம் செய்யும் S&P, Fitch போன்ற சர்வதேச தரம் சுட்டும் அமைப்புகள் (ரேட்டிங் ஏஜென்சீஸ்) 'அட இந்தியா பரவாயில்லை. வலுவாகத்தான் இருக்கிறது' என்கிற பொருள்படும் நல்ல 'ரேட்டிங்குகள்' கொடுப்பார்கள். இதனால் மேலும் அதிகமாக வெளிநாட்டுப் பணம் நாட்டுக்குள் வரும். இந்திய அரசு மற்றும் இந்திய வங்கிகளால் வெளிநாடுகளில் சுலபமாகவும் குறைந்த வட்டிக்கும் கடன் பெற முடியும்.

வட்டி விகிதங்கள் குறைவாக இருந்தால், அடக்கவிலை அதிகரிக்காது. ஒருவேளை குறையவும் செய்யலாம். இதனால் பொருள்கள், சேவைகளின் விலை இறக்கம் விலைவாசியில் (பணவீக்கத்தில்) பிரதிபலிக்கும். பணவீக்கம் குறைவதால், வட்டி விகிதங்கள் உயராது. வேண்டுமானால் குறையும். ஆக, குறைவாக இருக்கும் வட்டி விகிதம், பலருக்கும் பலன் கொடுத்து, அவற்றின் காரணமாக அது மேலும் குறையக்கூடிய நிலைமை ஏற்படும். இது ஒரு திசையிலான விக்சியஸ் சர்கிள் என்றார்கள்.

இதுவே மாற்றி, அதிகப்படியானவட்டிவிகிதம் என்பதிலிருந்து அதன் பயணத்தைத் தொடங்கினால், நேர் எதிர் திசையில் பயணித்து, மக்கள், நிறுவனங்கள், அரசு என்று எல்லோரையும் பாதித்தபடி, அது மேலும் மேலும் அதிகரித்தபடியே இருக்கும். அதுவும் ஒரு விஷியஸ் சர்க்கிள் - நச்சுச் சுழல்தான்.

## CRR பணப்புழக்கமும்

CRR. இதன் தாக்கமும் கணிசமானது. CRR குறைந்தால், வங்கிகளிடம் உள்ள பணம் அதிகரிக்கும். அரசு அறிவிக்கிற அரை சதவிகித CRR குறைப்பு என்பது ஆகஸ்ட் 2022 நிலவரப்படி இந்திய வங்கிகளிடம் ரூ. 85 ஆயிரம் கோடி ரூபாயைக் கொடுக்கும். வங்கிகள் அந்த அளவு பணத்தைக் கேட்பவர் களுக்குக் கடன்களாகக் கொடுக்கமுடியும். அரை சதவிகித CRR உயர்வு என்பது அதே அளவு பணத்தை வங்கிகளிடம் இருந்து எடுத்து ரிசர்வ் வங்கியிடம் கொடுக்கச் செய்யும். இதனால் அதே அளவு பணம் புழக்கத்தில் குறைந்து போகும்.

பணம் புழக்கத்தில் குறைகிறது என்றால், தாராளமாகக் கடன் கிடைக்காது. இதனால் வியாபாரத்துக்குக் கடன் கேட்போர் சிலர், கடன் கிடைக்காமல் வியாபாரத்தைச் சுருக்குவார்கள். கடன்

கிடைக்காத மக்கள், கடனில் வாங்கக் கூடிய பொருள்களைத் தவிர்ப்பார்கள். இவை வியாபாரத்தையும் நிறுவனங்களையும் அதன் மூலம் அரசின் வரி வருவாயையும் குறைக்கும். அரசு கூடுதல் கடன் வாங்கும். இத்யாதி இத்யாதிகள் நடக்கும். இந்த சுழற்சியும் இரு வேறு திசைகளில் சாத்தியம்.

சில சமயங்களில் ரிசர்வ் வங்கி கவர்னர்கள் 'இப்போது முடியாது' என்று சொல்வதுடன், பணவீக்கத்தைக் கட்டுப்படுத்த மானிடரி பாலிசியை மட்டுமே எதிர்பார்க்க வேண்டாம். மற்ற முறைகளையும் பாருங்கள் என்பார்கள். அதென்ன மற்ற முறைகள்? அவற்றாலும் பணவீக்கத்தைக் கட்டுப்படுத்த, பொருளாதார வளர்ச்சியை அதிகரிக்க முடியுமா?

## பிஸ்கல் மெஷர்ஸ்

மானிடரிக்கு மாற்று அல்லது துணை (Complimentary) என்று இவற்றைச் சொல்லலாம். முக்கிய நோக்கம் என்ன? விலைகளைக் கட்டுப்பாட்டுக்குள் வைப்பதுதானே. அதற்கு வட்டி விகிதம், பணம் கிடைப்பது ஆகியவற்றை மட்டுமே நம்பாமல் வேறு சிலவும் செய்யலாம்.

என்ன செய்யலாம்? அரசு விதிக்கும் வரியைக் குறைக்கலாம். குறைத்தால் விலை குறைந்து, விற்பனை அதிகரித்து.... என்பது போல பாசிட்டிவ் சுழற்சி ஆரம்பித்து விடும். இது ஒரு வழி. மற்றொன்று... உள்நாட்டு உற்பத்தியை மட்டுமே நம்பி இருக்காமல், விலையுயரும் பொருள்களை வெளிநாடுகளில் இருந்து இறக்குமதி செய்து மலிவான விலைகளில் சந்தையில் தள்ளலாம். வரத்து பெருகி, விலைகள் இறங்கும். பணவீக்கம் குறையும். ஏற்கெனவே இறக்குமதி ஆகிக் கொண்டிருந்தால் அதன் மீது அரசு விதிக்கும் வரிகளைக் குறைக்கலாம், அல்லது தவிர்க்கலாம். இதுவும் விலையுயர்வையும் பணவீக்கத்தையும் கட்டுப்படுத்தும்.

தவிர, விலை உயர்ந்து கொண்டிருக்கும் பொருள்கள் ஏற்றுமதி செய்யப்பட்டுக் கொண்டிருந்தால் தடை செய்தோ, அதற்குப் போடும் வரியை உயர்த்தியோ உள்நாட்டில் அவை தாராளமாகக் கிடைக்குமாறு செய்யலாம். வேறு உதவிகள் செய்து உள்நாட்டு உற்பத்தியைப் பெருக்கலாம். இவையெல்லாம் பொருள் கிடைப்பதை (Supply side) அதிகரிக்கச்செய்யும் வழிமுறைகள்.

முன்பு பார்த்த வட்டிவிகித மாற்றம் என்பது வாங்கும் சக்தியை (Demand side) கூட்டுவது அல்லது குறைப்பது. எங்களையே அதிகம் எதிர்பார்க்காமல், இவற்றிலும் கவனம் செலுத்துங்கள் என்பதுதான் ரிசர்வ் வங்கி கவர்னர்கள் சொல்லும் ஆலோசனை.

## இன்ஃப்ளேஷன்

ரிசர்வ் வங்கியின் கவர்னர்களுக்கு, ஆங்கிலத்தில் மட்டும் அல்ல, எந்த மொழியிலும் பிடிக்காத வார்த்தை என்றால், அது பண வீக்கம் என்று தமிழில் சொல்லப்படுகிற இன்ஃப்ளேஷன்தான். பணவீக்கத்தை யார், எப்படிக் கணக்கிடுகிறார்கள்? அது ஏன் ஏற்படுகிறது? அதனால் ஏற்படும் தீமைகள் என்ன? அல்லது இவற்றால் நன்மைகளும் உண்டா?

பணவீக்கம் என்பது, பணத்தின் மதிப்புடன் தொடர்புடையது. பணவீக்கம் அதிகரிக்க அதிகரிக்க, பணத்தின் மதிப்பு குறையும். சில ஆண்டுகளுக்கு முன்னால் ஐம்பது ரூபாய் பணம் எடுத்துப் போனால், ஒரு நாளைக்குத் தேவையான காய்கறிகளை வாங்கி விடலாம். அதற்கும் சில ஆண்டுகளுக்கு முன்னால் அதற்கு 20 ரூபாயே போதுமானதாக இருந்தது. அதற்கும் முன்னால் 5 அல்லது 10 ரூபாயே போதும். இப்போது, நூறு ரூபாய் இல்லாமல் ஒன்றிரண்டு காய்கறிகள் கால், அரை கிலோவாவது வாங்க முடியுமா?

ஒருகாலத்தில் நூறு ரூபாய்க்கு வாங்கக்கூடிய அளவு பொருள்களை இப்போது வாங்க ஐநூறு ரூபாய் தேவைப் படுகிறது என்றால் பணத்தின் மதிப்பு தேய்ந்து போய் விட்டது என்றுதானே பொருள்! ஒருநூறு ரூபாய் கட்டு கொடுத்து வாங்க வேண்டியதை, ஐந்து கட்டுகள் கொடுத்து வாங்க வேண்டும் என்றால், பணத்தின் அளவு மட்டும் வீங்கியிருக்கிறது தானே!

நூறு ரூபாயை வங்கியில் வைப்பாகப் போட்டு வைத்தால், அதற்கு வட்டி தருவார்கள். வட்டி விகிதம் 9 சதவீதம் என்றால், 12 மாதங்களுக்குப் பிறகு 100 ரூபாய், 109 ரூபாய் ஆகிவிடும். அதற்கும் அடுத்த ஆண்டு 117 ரூபாய் 10 காசு ஆகிவிடும்.

பணவீக்கத்துக்கும் வட்டி விகிதங்களுக்கும் தொடர்பு இருக்கிறது. இரண்டும் ஒரே திசையில் பயணிக்கும். அதிகமான பணவீக்கம் இருக்கிற நேரம், வட்டி விகிதங்களும் அதிகமாக இருக்கும்.

இங்கிலாந்து, அமெரிக்காவில் எல்லாம் பணவீக்கம் ஒன்றிரண்டு சதவிகிதங்கள்தான் இருக்கும். அங்கே வட்டி விகிதங்கள் ஒன்றிரண்டு சதவிகிதங்களுக்கும் குறைவு. ஜப்பானில் வட்டியே கிடையாது.

கையில் இருக்கும் 1,000 ரூபாயைச் செலவு செய்யலாம். குறிப்பிட்ட அளவு பொருள்கள் வாங்கலாம். அல்லது இப்போதைக்கு வாங்க வேண்டாம். அடுத்த ஆண்டு வாங்கிக் கொள்ளலாம் என்று முடிவு செய்தால் பணத்தை வீட்டில் வைக்காமல், வங்கியில் வட்டிக்குப் போட்டு வைக்கலாம். அடுத்த ஆண்டு 1090 ரூபாய் கிடைக்கும். விலைவாசி உயர்ந்து இருந்தாலும், அதே அளவு பொருள் 1090க்கு வாங்க முடிந்தால் நமக்கு நட்டமில்லை. இப்படிப்பட்டதுதான் இந்த உறவு.

ஒருவரிடம் கையில் பணமில்லை. அடுத்த ஆண்டுதான் பணம் வரும். ஆனால், விலை உயர்வதற்கு முன் பொருள் வாங்க விருப்பப்படுகிறார். என்ன செய்யலாம்? வங்கியில் கடன் பெற்று, பொருளை வாங்குகிறார். பொருளுக்கான பணம் தவிர கடனுக்கு வட்டி கட்டவும் செலவு செய்கிறார். இரண்டையும் சேர்த்துப் பார்த்தால், விலையேறிய பொருளை வாங்கியது போலத்தானே.

இந்தக் கணக்கு எல்லாவற்றிலும் எல்லா நேரமும் சரியாக இருக்காது. கூடுதல் குறைச்சலாகத்தான் இருக்கும். அது சரி, பொருள்கள் ஏன் விலை ஏறுகின்றன? அதனால்தானே இதெல்லாம் நடக்கிறது என்று கேட்கலாம். இதன் காரணம், தேவைப்படுவதற்கும் கிடைப்பதற்குமான வேறுபாடுதான் என்று சொல்லலாம்.

ஏலம் நடக்கிறது. ஒரு பழங்காலத்து கடிகாரம் ஏலம் விடப் படுகிறது. ஏலம் கேட்க அதிகம் பேர் வரவில்லை. வந்தவர் களுக்கும் அந்தக் கடிகாரத்தின் மீது பெரிய ஆர்வம் இல்லை. டிமாண்ட் குறைவு. விலை என்ன ஆகும்... உயருமா?

அதே கடிகாரத்தை வாங்க போட்டி கேட்க வந்திருப்பவர்கள் எல்லாம் பணக்காரர்கள். என்ன ஆகும்? அதே கடிகாரம், அதே ஏலம்தான். விலை கிடுகிடுவென உயரும்.

உணவுப் பொருள், மளிகை, கட்டுமானப் பொருள்கள், ஜவுளி, ஓவியம், தங்கம் வெள்ளி, கம்ப்யூட்டர் என்று அது எதுவானாலும்

இதுதான் அடிப்படை. வாங்குவோர் எவ்வளவு? விற்போர், விற்க இருக்கும் பொருள்கள் எவ்வளவு. இரண்டுக்கும் இடையே முடிவாகும் ஒன்றுதான் விலை.

இந்தியா, சீனா போன்ற வளர்கிற பொருளாதாரங்களில் விலை உயர்வு நடக்கவே செய்யும். சம்பாதிக்கும் மக்கள் எண்ணிக்கை அதிகரித்துக்கொண்டே போகும். சம்பாதிப்பவர்களின் வருமானங்களும் கூடிக் கொண்டே போகும். அதனால் அவர்களின் வாங்கும் சக்தியும் உயரும்.

ஆனால், அந்த அளவுக்கு உற்பத்தி அதிகரிக்காவிட்டால், விலை ஏறாமல் என்ன செய்யும்?

அதனால்தான் வளர்கிற பொருளாதாரங்களில் 5% வரையிலான பணவீக்கம் பரவாயில்லை என்கிறார்கள். அதற்கு மேல் போனால்தான் பிரச்னை. 2022ல் நைஜீரியா, சூடான், லெபனான், ஜிம்பாவே போன்ற நாடுகளில் ஆண்டு பணவீக்கம் 15%க்கும் அதிகம். இலங்கையில் 2022 ஜனவரி-பிப்ரவரியில் பணவீக்கம் 25%.

# 9

## உரிமைகள் உள்ள நாம்...

**ந**ம் நட்டில் பொருளாதாரம் சார்ந்த வற்றில், யார் எதைச் செய்கிறார்கள், எவருக்கு அதற்கு அதிகாரம் இருக்கிறது போன்ற பலவற்றைப் பற்றியும் தெரிந்து கொண்டாகிவிட்டது. கணிசமான புள்ளி விவரங்களையும் பார்த்தாயிற்று. சரிதானே?

அடுத்து என்ன? நம்மைவிட சிறிய நாடுகள், நமக்குப் பின் தோன்றிய நாடுகள் எல்லாம் பொருளாதார விஷயத்தில் முன்னேறியவையாக இருக்க, நாம் மட்டும் இன்னமும் பலவற்றிலும் முன்னேற்றம் காண வேண்டியவர்களாக இருக்கிறோம்.

களைய வேண்டிய குறைகள் இருக்கின்றனதான். அதேசமயம், ஒரு நாட்டின் முன்னேற்றத்தில் அந்த நாட்டின் தன்மையையும் கருத்தில் கொள்ள வேண்டியிருக்கிறது. அந்த வகையிலும் ஒரு புரிதல் தேவை.

## பாத்தியக்காரர்கள் (Stake holders)

*139* கோடி மக்கள் தொகை இருக்கிற நம் நாட்டின் மீது உரிமை உள்ளவர்கள் யார்? நாம் எல்லோருமேதான். உரிமை உள்ளவர்கள் என்றால் அதன், நல்லது கெட்டதுகளால் பாதிக்கப்படுபவர்கள். நம்மைப் பெரிய அளவுகளிலோ சிறிய அளவுகளிலோ பாதிக்கும் முடிவுகளை எடுக்கக்கூடிய இடத்தில் இருப்பவர்கள் பலர்.

மத்திய அரசு, மாநில அரசுகள், ரிசர்வ் வங்கி, செபி, IRDA, ஃபார்வர்டு மார்க்கெட் கமிஷன், (செபி போன்ற மற்றொரு அமைப்பு கமாடிடீஸ்க்கானது) வருமானம் மற்றும் பிற வரிகள் போடும் அதிகாரம் பெற்றவர்கள் என்று பலர் இருக்கிறார்கள். வரிகள், வட்டி விகிதங்கள், அனுமதி, தடை, உதவித்தொகை, மானியம், போன்றவை இவர்கள் எடுக்கும் நடவடிக்கைகள்.

இவர்கள் செய்வது யாருக்காக? நாட்டின் முன்னேற்றத்துக்காக. நாடு என்றால் மக்கள். ஆனால் நாடு என்பதும் மக்கள் என்பவர்களும் ஒரே விதமானவர்கள்தானா? அல்லது இவர்களும் பலவிதமானவர்களா? அரசோ அல்லது வேறு எந்த நடவடிக்கை எடுக்கும் அமைப்போ தெரிவிப்பவை எல்லோரையும் ஒன்று போலவா தாக்கும்? ஒரு வார்த்தையில் பதில் சொல்வதென்றால், ‘இல்லை.’

மக்களுக்குள்ளும் ஏகப்பட்டவேறுபாடுகள். காரணம் அவர்களுடைய பொருளாதார நிலை, செய்யும் வேலை, பயன்படுத்தும் பொருள்கள்/சேவைகள். இவற்றை வைத்துத்தான், ஏற்படும் சூழ்நிலை அல்லது எடுக்கப்படும் நடவடிக்கையை மக்கள் எதிர்கொள்கிறார்கள். இதனால் என்ன? மக்கள் என்றால் அப்படித்தானே இருப்பார்கள் என்று நினைக்கலாம்.

எல்லோரையும் திருப்தி செய்யும் முடிவுகள் எடுப்பது சுலபமல்ல. அதேபோல, எடுக்கும் முடிவுகளால் நாட்டின் வளர்ச்சியை அதிகப்படுத்துவதும் எளிதல்ல. ஒருசாராருக்கு ஒத்து வருவது, உதவியாக இருப்பது, இன்னொரு சாராருக்கு சிரமம் தரலாம். இதனால் சங்கடங்கள் வரும். எதிர்ப்புகள் கிளம்பும். பாதிக்கப்படுகிறவர்கள் ஒத்துழைக்க மாட்டார்கள். போராடுவார்கள். ஓட்டுப் போடமாட்டார்கள். இவற்றை மனத்தில்வைத்து ஆட்சியாளர்கள் சில கடுமையான, ஆனால் அவசியமான முடிவுகளை எடுக்கமாட்டார்கள்.

பல்வேறு விதமான மக்கள் இருப்பதையும், அவர்களுக்குப் பலவிதமான தேவைகள் இருப்பதையும் ஒரு உதாரணத்துடன் பார்த்தால் உதவியாக இருக்கும். ஒரு பள்ளிக்கூடத்தில் படிக்கும் மாணவர்களுடன் இதை ஒப்பிடலாம். ஒரு பள்ளியில் ஆங்கில வழி கல்வி முறையும் உண்டு, தமிழ் வழி பாடத்திட்டமும் உண்டு. ஆண்களும் படிக்கலாம், பெண் பிள்ளைகளும் பிடிக்கலாம். LKG முதல் 12ம் வகுப்புவரை உண்டு. CBSE, மெட்ரிக்குலேஷன், ஸ்டேட் போர்டு ஆகிய மூன்று பாடத்திட்டங்களும் உண்டு.

வசதி படைத்தமாணவர்களும் படிக்கிறார்கள். ஏழை மாணவர் களும் படிக்கிறார்கள். வெளி ஊர்களில் இருந்து தினசரி நெடுந்தூரம் பயணம் செய்து வருகிற மாணவர்களும் உண்டு. உள்ளூர் மற்றும் விடுதியில் தங்கிப் படிக்கும் மாணவர்களும் உண்டு.

வித்தியாசங்கள் போதும் அல்லவா?

இப்படியிருக்கும் ஒரு பள்ளியை நடத்துபவரின் சிரமங்கள் என்ன? அவரால் எல்லா மாணவர்களுக்கும் உதவுகிற சௌகரியமாக இருக்கிற மாதிரியான கொள்கை முடிவுகளை அவரால் எடுக்க முடியுமா?

வேறு ஒரு பள்ளி. அங்கே ஸ்டேட் போர்டுதான். தமிழ் வழிக் கல்விதான். ஆறாம் வகுப்பு முதல் 12ம் வகுப்பு வரை மட்டும்தான். பெண்கள் மட்டும்தான். உள்ளூர் மக்கள் மட்டும்தான். பொருளாதார ஏற்றமிருப்பவர்கள் யாரும் இதில் சேருவதில்லை.

இந்தப் பள்ளி தலைமை ஆசிரியரின் நிலை என்ன? இவரால் வேகமாக முடிவுகள் எடுக்க முடியுமா? வேற்றுமைகள் நிறைந்திருக்கும் பள்ளி ஆசிரியரால் வேகமாக முடிவுகள் எடுக்க முடியுமா? எந்தப் பள்ளியில் வளர்ச்சியைக் காட்ட முடியும்?

பார்த்த உதாரணப் பள்ளிகளில் இருப்பதுபோல, நாட்டில் மக்களிடையே எவற்றின் அடிப்படைகளில் வேறுபாடுகள் இருக்கமுடியும்?

**செய்கிற தொழில்**

விவசாயம், கைத்தொழில்கள், சொந்த வியாபாரம், தொழிற் சாலைகள் நடத்துவது, வேலைக்குப் போய்ச் சம்பாதிப்பது, உற்பத்தித்துறை, தகவல் தொழில்நுட்பம், அதற்கான சேவைகள்.

**கிடைக்கிற வருமானம்**

தினசரி உணவுக்கே போதாத நிலை. அடிப்படை சுகாதாரம், கல்வி, மருத்துவம் போன்றவற்றைப் பெற முடியாத நிலையில் இருப்பவர்கள். உலக பணக்காரர் பட்டியல்களில் இடம் பிடிப்பவர்கள்.

**வாழ்கிற இடம்**

உள்ளூர், கிராமம், நகரம், வெளிநாடு

**வேலை செய்கிற இடம்**

தனியார் நிறுவனம், கூட்டுறவு நிறுவனம், பொதுத்துறை, அரசு நிறுவனங்கள், ஏற்றுமதி செய்கிற தொழிலில் இருப்பவர்கள், இறக்குமதி செய்கிற தொழிலில் இருப்பவர்கள்.இரண்டாலும் பாதிக்கப்படாதவர்கள்.

**கல்வி**

படித்தவர்கள், படிக்காதவர்கள், உடல் உழைப்பு செய்பவர்கள், கலைஞர்கள், தொழில்துறை வல்லுனர்கள் (மருத்துவர், வழக்குரைஞர்கள், சார்ட்டர்டு அக்கவுண்டண்ட்), நடிகர்கள், விளையாட்டு வீரர்கள் போன்றவர்கள் ஆண்கள், பெண்கள், குழந்தை (தொழிலாளர்கள் தடை செய்யப்பட்ட பிறகும்) வரி கட்டக் கூடியவர்கள், முடியாதவர்கள், ஏய்ப்பவர்கள், முதலாளிகள், தொழிலாளர்கள் வரி கட்டுபவர்கள், அரசு மானியம் எதிர்பார்ப்பவர்கள், உதவித்தொகை தேவைப் படுபவர்கள்.

வேற்றுமைகள் குறைவாக இருந்தால் முன்னேற்றம் தரும் வேலைகளை வேகமாகச் செய்ய முடியும். இல்லாவிட்டால் தாமதமாகும். ஆக, தாமதமாகும் முன்னேற்றத்துக்கு ஆட்சியாளர்கள் மட்டுமே காரணம் இல்லை. நிலவுகிற வேற்றுமைகளும்தான். இருக்கிற நிலை இப்படித்தான்.

வேற்றுமைகள் தவறு அல்ல, வேற்றுமைகளை ஒழித்துவிட முடியாது. இதிலிருந்து மேலே போக வேண்டும். எல்லோரும் போக வேண்டும். ஒற்றுமையாக, சச்சரவுகளைக் குறைத்துக் கொண்டு உயர வேண்டும். வேற்றுமைகள் குறைவாக இருக்கும் நாடுகளின் அளவுக்கு நம்மால் வேகமாக வளர முடியாது என்ற யதார்த்தத்தைப் புரிந்துகொள்ள வேண்டும்.

நாடு எல்லோருக்கும் சொந்தம். ஆட்சியாளர்கள் எல்லோருக்கும் பொதுவான குடும்பத் தலைவர்கள் போல. எது, எப்போது, யாருக்கு, எவ்வளவு செய்ய வேண்டும் என்று முடிவெடுக்கும் இடத்தில் இருப்பவர்கள். அவர்கள் சரியாகவே செய்வார்கள். ஆனாலும் அவர்கள் எப்படிச் செய்கிறார்கள் என்பதைத் தெரிந்து கொள்ளும் உரிமை படைத்த அனைவருமே தெரிந்துகொள்ள வேண்டும். தவிர, நாம் தேர்வுசெய்த சட்டமன்ற பாராளுமன்ற உறுப்பினரிடம் இதுபற்றி பேசலாம், கேட்கலாம். அதற்கும் சரியான புரிதல் தேவை. அவையெல்லாம்தான் இந்தப் புத்தகத்தின் நோக்கம்.

முதல் அத்தியாயத்தில் பார்த்த கேள்விகளுக்கு விடை கிடைத் திருக்கலாம். அல்லது விளக்கமாவது கிடைத்திருக்கலாம்.

அடுத்த பகுதியாக, பொருளாதாரா விஷயத்தில் இந்தியா எவ்வளவு பலமாக அல்லது பலவீனமாக இருக்கிறது என்பதைப் பார்க்கலாம்.

பகுதி 2

# இலங்கை பிரச்னை போல இந்தியாவில் வருமா?

**2022**ம் ஆண்டு இலங்கையில் பெரும் போராட்டங்கள் வெடித்து, மக்கள் அதிபர் மாளிகையை முற்றுகையிட்டனர். அதிபர் கோத்தபய ராஜபக்ஷா நாட்டைவிட்டு தப்பி ஓடினார். பலவற்றையும் காட்சி ஊடகங்களில் காட்டினார்கள். அந்த நேரத்தில் சமூக ஊடகங்களிலும் சில தொலைக் காட்சி சேனல்களிலும், இந்தியாவுக்கும் அப்படிப்பட்ட ஒரு நிலை வருமா என்று விவாதங்கள் நடந்தன. நியூஸ்கிளிட்ஸ் யுடியூப் சேனலுக்கு நான் பேட்டி கொடுக்கையில் கூட இந்தக் கேள்வி வந்தது.

சிலர் கேட்டிருக்கலாம். வேறு பலர் நினைத்திருக்கலாம். வேறு சிலருக்கு இப்படி ஒன்று நடந்ததே கூட தெரியாமல் இருக்கலாம். ஆனால் இந்தக் கேள்வி முக்கியமானது, இதற்கான பதிலை நிச்சயம் தேடவேண்டும். அனுமானத்தில் அல்ல. உரிய புள்ளி விவரங்களைப் பார்க்க வேண்டும்.

# 1

## இலங்கையில் நடந்தது என்ன?

**2022**ல் இலங்கையில் நடந்த போராட்டங்கள் நினைவிருக்கலாம்.

பெட்ரோல், டீசல், சமையல் கேஸ் ஆகியவை கிடைக்காத நிலை. மக்களும் வாகனங்களும் நீண்ட வரிசைகளில். என்ன விலை கொடுத்தும் வாங்க தயார் என்கிற நிலையிலிருந்தும் வசதியானவர்களுக்கும் உணவு, மருத்து மற்றும் எரிபொருட்கள் கிடைக்கவில்லை. பொருளாதாரப் பிரச்னைகள் காரணமாக இலங்கை அரசாங்கத்தால் அத்தியாவசிய பொருட்களை கூட இறக்குமதி செய்து மக்களுக்குத் தர முடியவில்லை. உணவுப் பொருட்களுக்கும் பெட்ரோல் டீசல் மற்றும் சமையல் கேஸ் ஆகிய மூன்றுக்கும் கடும் பற்றாக்குறை.

பல அத்தியாவசியப் பொருட்கள் ரேஷன் முறையில், ஒரு குடும்பத்துக்கு இவ்வளவுதான் என்று குறைத்துக்கொடுக்கப் பட்டன. அதுவும் வாரம் ஒரு முறை என்பது போல இருந்தது. பல நாட்களுக்கு நாள் ஒன்றுக்கு 12, மணிநேர மின்வெட்டு செய்யப் பட்டது. அதனால் பள்ளி, கல்லூரிகள், அலுவலகங்களுக்கு விடுமுறை அறிவித்தார்கள். எந்த வேலையும் நடக்கவில்லை.

நிலைமை மிக மோசமான போது மக்கள் வீதியில் இறங்கி போராடினார்கள். 2022 ஏப்ரல் மாதம் முதலில் தலைநகர் கொழும்புவிலும் பின்னர் மற்ற இடங்களிலும் நடந்த போராட்டங்கள் கலவரங்களாக மாறின. ஒரு கட்டத்தில் அதிபர் கோத்தபய ராஜபக்ஷா நாட்டை விட்டு சிங்கப்பூருக்குத் தப்பிச்

சென்றார். பிரதமர் ரணில் விக்ரமசிங்கே அதிபரானார். அவரசநிலை பிரகடனப்படுத்தி, நிலைமையைக் கட்டுப்படுத்த ராணுவத்தை அழைத்தார். மேற்கு மாகாணங்களில் ஊரடங்கு அறிவிக்கப்பட்டது.

அதற்கெல்லாம் காரணம், ஆட்சியாளர்கள். முக்கியமாக அவர்கள் எடுத்த சில தவறான பொருளாதார முடிவுகள்.

**தேர்தல் வாக்குறுதிகள்**

2019ம் ஆண்டு அதிபருக்கான தேர்தலில் நின்ற கோதபய ராஜபக்ஷா, அவர் ஆட்சிக்கு வந்தால் வரிகளைக் குறைப்பதாக வாக்குறுதி கொடுத்தார். குறிப்பாக நமது ஜி.எஸ்.டி வரிக்கு ஒப்பான 'வேல்யு ஆடட்' வரியை 15%ல் இருந்து 8%ஆகக் குறைப்பேன் என்றார்.

தேர்தலில் வெற்றிபெற்று அதிபரானதும் சொன்னது போலவே வேல்யு ஆடட் வரியைக் குறைத்துடன் வட்டி மீதான 'வித்ஹோல்டிங் வரி'யையும் நீக்கினார். மேலும், கட்டுமான நிறுவனங்களுக்கான வரியை பாதி ஆக்கினார். 'நேஷன் பில்டிங் வரி' என இருந்த 2% சரக்கு மற்றும் சேவை வரியையும் நீக்கினார். பங்குகள் வாங்கி விற்றால் கிடைக்கும் லாபத்தின் மீதான 'கேப்பிடல் கெயின்ஸ் வரி'யையும், கடன் பத்திரங்களின் சேவை மீதான 'டெப்ட் சர்விஸ் வரி'யையும் நீக்கினார். டெலிகம்யூனிகேஷன் மீதான வரியை 25 % ஆக குறைத்தார். இறக்குமதிகள் மீதிருந்த பல வரிகளையும் நீக்கினார். அந்நிய நேரடி முதலீடுகளுக்கும் பல வரிசலுகைகள் வழங்கினார்.

இவ்வளவு வரி குறைப்பெல்லாம் சற்றும் எதிர்பாராதது. எங்களுடன் எந்தக் கலந்தாலோசனையும் செய்யப்படவில்லை என்று அதிர்ச்சி தெரிவித்தார், இலங்கையின் ரிசர்வ் வங்கியான Central Bank of Sri Lanka's (CBSL)-வின் டெபுடி கவர்னர் நந்தலால் வீரசிங்கே.

இப்படிப்பட்ட வரிக்குறைப்புகளால் அரசின் வருமானம் ஆண்டுக்கு சுமார் 1.4 பில்லியன் அமரிக்க டாலர் அளவுக்கு குறையும் என்பதால் சர்வதேச ரேட்டிங் ஏஜென்சிகளான S&P மற்றும் Fitch 2020ம் ஆண்டு ஸ்ரீ லங்காவின் சாவரின் ரேட்டிங்கைக் குறைத்தன. அதனால் சர்வதேச சந்தையில் இலங்கை அரசுக்கு கடன் கிடைப்பது சிரமமாகும். கிடைப்பதும் அதிக வட்டிவிகிதத்தில்தான் கிடைக்கும் என்ற நிலை உருவானது.

**தெரிந்தா? தெரியாமலா?**

அது சரி, ஆட்சிக்கு வந்தவருக்கு இதெல்லாம் தெரியாதா? இப்படியா ஒரு அதிபர் செய்வார்? என்று கேட்கலாம். அப்படிச் செய்ய என்ன காரணம் என்று பல ஊகங்கள் தெரிவிக்கப்பட்டன. அவற்றுள் ஒன்று, உள்நாட்டுபோர் முடிந்த 2009ம் ஆண்டு அப்போது அதிபராக இருந்த இவரது சகோதரர், மகிந்த ராஜபக்ஷா இப்படித்தான் வரிகளை குறைத்தார்; அதனால் அப்போது மக்கள் செலவு செய்வது அதிகரித்து பொருளாதாரம் உயர்ந்தது; அதே போல இப்போதும் நடக்கும் என்ற எதிர்பார்ப்பில் செய்யப் பட்டிருக்கலாம் என்றார்கள்.

ஆனால், எதிர்பார்ப்புக்கு மாறாக அதிர்ச்சி தரும் விதத்தில் பொருளாதாரா வளர்ச்சிக்கு பதில் பெரும் பொருளாதார சிக்கல்கள் உண்டாயின. வரி குறைப்புடன்சேர்ந்துகொண்ட வேறு சிலவும் அதற்குக் காரணம்.

2019ம் ஆண்டு மூன்று தேவாலயங்களில் பயங்கர வெடிகுண்டுகள் வெடித்து சுமார் 650 பேர் இறந்து போனார்கள். இதனால் இலங்கைக்கு வரும் வெளிநாட்டவர் எண்ணிக்கை குறைந்தது. 2020ம் ஆண்டு உலகெங்கும் கொரோனா பரவத் தொடங்கி, ஊரடங்குகளும் பயணத் தடைகளும் போடப்பட்டது. அதனால் சுற்றுலாத் துறை கடுமையாக பாதிக்கப்பட்டது. சுற்றுலாத்துறை இலங்கைக்கு நல்ல வருமானம் தந்துகொண்டிருந்த துறை. அதுவும் அந்நியச் செலாவணியாக வந்துகொண்டிருந்த பணம் அது. அது முற்றிலும் தடைபட்டது.

மேலும் தேயிலை, ஏலம், போன்றவற்றைப் பயிரிட்டு அயல் நாடுகளுக்கு ஏற்றுமதி செய்துகொண்டிருந்த இலங்கைக்கு அதன் மூலம் வந்துகொண்டிருந்த வருமானமும் உலகநாடுகளின் கொரோனா முடக்கத்தால் பாதிக்கப்பட்டது.

மூன்றாவதாக, கொரோனாவால் பல்வேறு நாடுகளும் பாதிக்கப்பட்ட நிலையில், அயல்நாடுகளில் இருந்து இலங்கை மக்கள் தாய்நாட்டுக்கு அனுப்பும் ‘ரெமிடென்ஸ் ’ எனப்படும் அந்நிய செலாவணியும் குறைந்துபோனது.

இவையெல்லாம் எதிர்பாராதவை. இந்தக் காரணங்களால் இலங்கையின் வருமானம் குறைந்த அதே நேரத்தில் அந்நியச் செலாவணியாக வந்துகொண்டிருந்த அமெரிக்க டாலர்களும்

வரவில்லை. அதுவரை இலங்கை வசமிருந்த அந்நியச் செலாவணி கையிருப்பு வேகமாகக் குறைந்தது.

பெட்ரோல் டீசல் தவிர பல்வேறு உணவுப் பொருட்கள் மருந்துகள், ஆடைகள், சிமிண்ட் போல பலவற்றுக்கும் வெளி நாடுகளையே நம்பிக்கொண்டிருந்த இலங்கைக்கு அந்நியச் செலாவணி மிகவும் அவசியம். டாலர்களில் கொடுத்துதான் இவற்றை இறக்குமதி செய்துகொள்ள முடியும்.

ஏற்கெனவே இலங்கை ஒவ்வொரு ஆண்டு அது செய்துகொள்ளும் இறக்குமதிகளைக் காட்டிலும் 3 பில்லியன் அமெரிக்க டாலர் அளவுக்கு குறைவாகவே ஏற்றுமதி செய்து வந்தது. இதனால் வர்த்தக இடைவெளி, 'பாலன்ஸ் ஆப் டிரேட்' சாதகமாக இல்லை. வரிகளைக் குறைத்ததால் ரேட்டிங் குறைக்கப்பட்டிருந்த நிலையில், அந்நிய செலாவணி வரத்து குறைந்து அதே சமயம் தேவைகள் தொடர, கையிருப்பு வேகமாக கரைந்து நிலைமை கைமீற ஆரம்பித்தது.

அதை சரி செய்வதற்காக ஏப்ரல் 2021ல் இலங்கை சில இறக்குமதிகளைக் குறைக்க முடிவுசெய்தது. அவற்றில் ஒன்று, செயற்கை ரசாயன உரங்கள். அக்ரோகெமிக்கல்ஸ் இறக்கு மதியைக் குறைப்பதன் மூலம் ஆண்டுக்கு 200 மில்லியன் அமெரிக்க டாலர்கள் அளவுக்கு அந்நியச் செலாவணி மீதம் செய்யலாம் என்று எவரோ யோசனை சொல்லியிருக்கிறார்கள். உரங்கள் இறக்குமதியை முற்றிலும் நிறுத்தும் முடிவெடுத்தார் அதிபர் ராஜபக்ஷா.

அதை செயல்படுத்தவும் நியாப்படுத்தவும் அரசு தரப்பில் சொல்லப்பட்டது, 'இனி செயற்கை உரங்களைப் போட்டு விவசாயம் செய்வதை விடுத்து, இயற்கை விவசாயம் செய்வோம். என்பதாகும். மேலும், உலகிலேயே இயற்கை விவசாயத்துக்கு மாறிய முதல் தேசமாக இலங்கை இருக்கும் என்றெல்லாம் பேசினார்கள்.

சிலர் அது சரிவராது, ஆபத்தில் போய் முடியும் என்று சொன்னதைக் கேட்கவில்லை. இந்த முடிவால், விவசாயத்துக் கான செலவு அதிகமானதுடன் விளைச்சலும் கணிசமாகக் குறைந்தது. நவம்பர் 2021ல் அதன் விளைவுகள் வெட்ட வெளிச்சமாயின. தேயிலை ஏலக்காய் போன்ற பல ஏற்றுமதிப் பொருட்களின் உற்பத்தி தடாலடியாக 25% குறைந்தது. நெல் விளைச்சலும் குறைந்துபோனது.

முடிவு? நாட்டில் உணவுப்பொருட்கள் பற்றாக்குறை மற்றும் கடுமையான விலைவாசி உயர்வு. பிப்ரவரி 2022ல் அறிவிக்கப் பட்ட பணவீக்கம் 24.7%; ஜூன் மாதம் 54%. (ஒப்பிட்டுப் பார்ப்பதற்கு சொல்வதென்றால் அப்போது இந்தியாவில் 7%). விளைச்சல் குறைந்ததால் முன்பைக் காட்டிலும் கூடுதல் இறக்குமதி தேவைப்பட்டது. ஆனால் அந்நியச் செலாவணி கையிருப்பு மிகவும் குறைவு.

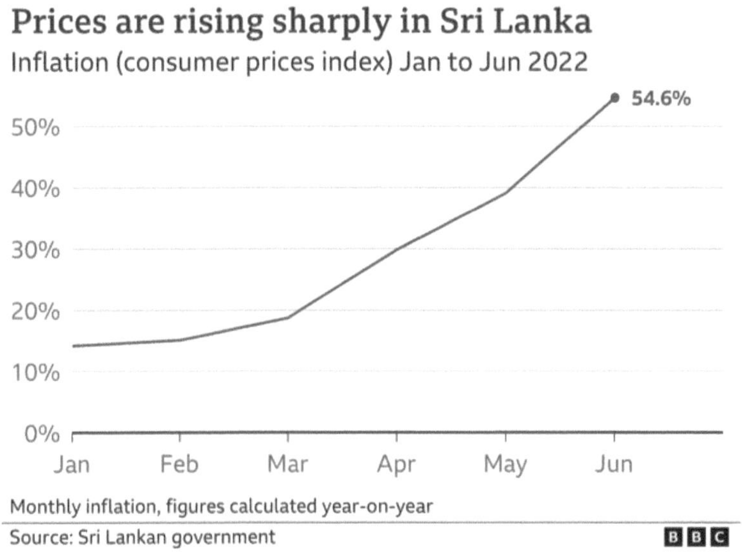


ஜனவரி 2022ல் இலங்கை வசமிருந்த அந்நியச் செலாவணி கையிருப்பு மொத்தம் 2.3 பில்லியன் அமெரிக்க டாலர்கள். 2022ம் ஆண்டு மட்டும் ஒரு சில மாதங்களில் IMFக்கு இலங்கை திருப்பிக்கொடுக்கவேண்டிய பணம் ஒரு பில்லியன் அமெரிக்க டாலர். மற்றவர்களுக்கு மேலும் 3 பில்லியன் அமெரிக்க டாலர்கள். இறக்குமதிகளைப் பார்ப்பதா, கடனைக் கட்டுவதா? அடுத்தடுத்த மாதங்களுக்கு என்ன செய்வது? என்ற கேள்விகள் தலைக்கு மேல் கத்திபோல் தொங்கிக் கொண்டிருந்தன. இலங்கை அரசு வாங்கிய கடனை கட்ட முடியாமல் போனால் அது, உலக நாடுகளால் ஒரு அரசின் 'டிஃபால்ட்'ஆகப் பார்க்கப்படும்.

இப்படிப்பட்ட மோசமான நிலையைச் சமாளிக்க , அதிபர் மற்றொரு பெரிய முடிவு எடுக்கும் கட்டாயத்துக்குத் தள்ளப் பட்டார். அது, அமெரிக்க டாலருக்கு எதிரான இலங்கை ரூபாயின் மதிப்பைக் குறைத்துக்கொள்வதாகும். இதை 'டி-வேல்யுவேஷன்' என்பார்கள் என்பதை முன்பே பார்த்தோம்.

அந்த முடிவின்படி, மார்ச் 2022-ல் இலங்கை ரிசர்வ் வங்கி அமெரிக்க டாலருக்கு எதிராக அவர்களுடைய ரூபாய் மதிப்பை 15 சதவீதம் குறைத்தது. ஒரு அமெரிக்க டாலருக்கு அதுவரை 200 இலங்கை ரூபாய்கள் என்றிருந்ததை ஒரு டாலருக்கு 230 ரூபாய்கள் என்று டி-வேல்யு செய்தது. இதனால் ரெமிடென்ஸ் மூலம் இலங்கைக்குள் அதிக டாலர் வரும் என்று எதிர்பார்த்தது.

ஆக, புதிய அரசின் பல முடிவுகள் தவறாகப் போய், அத்யாவசியப் பொருட்களுக்குத் தட்டுப்பாடு ஏற்பட்டு, நாடே தவித்தது, பின் கொந்தளித்தது. பிறகு IMF, உலக வங்கி போன்ற அமைப்புகளிடம் கையேந்தி நிற்கிறது. அந்த அமைப்புகள் உங்களுக்கு கடன் கொடுத்தால் எப்படித் திருப்பித் தருவீர்கள்? என்று கேள்விகள் கேட்டு, இலங்கை அதன் பொருளாதாரத்தை எப்படி நடத்தவேண்டும் என்று நிபந்தனைகள் போட்டுக் கொண்டிருக்கின்றன. இது ஆகஸ்ட் 2022 நிலை.

இலங்கையின் நிலை மோசமானது. மக்களின் சிரமம் கொடூரமானது. பொருளாதாரக் கோணத்தில் இருந்து பார்த்தால் இந்த நிலைக்கு முக்கிய காரணங்களாக கீழ் கண்டவற்றைச் சொல்லலாம்.

நாட்டு மக்களுக்குத் அவசியத் தேவைகள் பலவும் வெளி நாடுகளில் இருந்து வரவேண்டிய நிலையில் இருக்கிறது இலங்கை. உள்நாட்டில் வேறு சில பொருட்கள் உற்பத்தி யானாலும் அவற்றில் ஒரு பகுதி ஏற்றுமதிக்குப் போய்விடுகிறது. உணவுப்பொருட்கள் உள்பட பல அவசியப் பொருட்கள் நாட்டு மக்களுக்குத் தேவைப்படும் அளவு உள்நாட்டில் உற்பத்தி ஆகவில்லை.

பலவற்றுக்கும் இறக்குமதியை நம்பும் நிலையால், அந்நியச் செலாவணி என்பது இலங்கைக்கு மிகவும் அவசியம். அது இல்லாமல் முடியாது.

இலங்கைக்கு அந்நியச் செலாவணி மூன்று வழிகளில் வருகிறது.

1) தோட்டப்பயிர்கள் ஏற்றுமதி

2) வெளிநாட்டு சுற்றுலா பயணிகள் இலங்கையில் செய்யும் செலவு மற்றும்

3) வெளிநாடு வாழ் இலங்கை மக்கள் அனுப்பும் ரெமிடென்ஸ்.

இந்த மூன்றில் எது பாதிக்கப்பட்டாலும் அது அந்நியச் செலாவணி கையிருப்பிலும், அதனால் இறக்குமதிகளிலும் சிக்கல்கள் உருவாக்கும்.

இப்படிப்பட்ட நாட்டில், பொருளாதார முடிவுகளின் முழு வீச்சையும் சரியாகப் புரிந்துகொள்ளாமல் செய்யப்பட்ட வரி குறைப்புகள், செயற்கை உரங்களுக்கான இறக்குமதிக்கு தடை மற்றும் டிவேல்யுவேஷன் போன்றவை மகக்ளுக்கு பெரும் அவதியை உண்டாக்கிவிட்டன.

இன்னும் சுருக்கமாகச் சொல்வதென்றால், அரசினுடைய வருமானம் போதாமல் போனதும் அந்நியச் செலாவணி கையிருப்பு கணிசமாகக் குறைந்ததுமே முக்கிய காரணங்கள்.

இலங்கையில் நடந்ததுபோல இந்தியாவில் நடக்குமா என்ற கேள்விக்கு இந்த இரண்டு விஷயங்களில் இந்தியா என்ன நிலையில் இருக்கிறது என்று பார்க்கலாம். மேலும் எதிர்காலத்தில் இப்படி நடக்காமல் இருக்க வேறு என்னவெல்லாம் செய்ய வேண்டும், செய்துகொண்டிருக்கிறார்கள் என்றும் பார்க்கலாம்.

# 2

## இந்தியா எப்படி இருக்கிறது?

இலங்கை அளவு இல்லையே தவிர, இந்தியாவிலும் தேர்தல் வாக்குறுதிகள் மோசமான நிலையை நோக்கித்தான் போய்க் கொண்டிருக்கின்றன.

அரசியல் கட்சிகள் ஒன்றோடு ஒன்று போட்டி போட்டுக் கொண்டு, இலவசங்களையும் தள்ளுபடிகளையும் அறிவிக்கின்றன. ஆட்சிக்கு வந்த பிறகு அல்லது வந்தால் பார்த்துக்கொள்ளலாம் என்பதுபோலதான் அறிவிப்புகள் இருக்கின்றன. அரசியல் கட்சிகளுக்குள் போட்டி ஏற்பட்டு, ஒன்றுக்கு ஒன்று மேலாக அறிவிக்கின்றன.

மத்தியில் ஆட்சியமைக்கும் தேர்தல்களில் மட்டுமல்ல; பல மாநிலக் கட்சிகளும் மாநிலத் தேர்தல்களில் இதையேதான் செய்கின்றன.

2022ல் மிக மோசமான நிதி நிலையில் இருக்கும் மாநிலங்களாக (அரசுகளாக) பஞ்சாப், ராஜஸ்தான், பீகார், கேரளா, மேற்கு வங்காளம் ஆகியவற்றை இந்திய ரிசர்வ் வங்கி எச்சரிக்கிறது. அந்த மாநிலங்களின் ஜி.டி.பிக்கும் மொத்தக்கடனுக்குமான விகிதாச்சாரம் அப்படி இருக்கிறது.

மற்ற மாநிலங்களும் கடன்கள் வைத்திருக்கின்றன. ஆனால் இவை அளவு இல்லை.

| மாநிலம் | 2021-22 | 2022-23 (உத்தேசம்) |
|---|---|---|
| பஞ்சாப் | 53.30% | |
| ராஜஸ்தான் | 39.50% | 39.80% |
| பீகார் | 38.60% | 38.70% |
| கேரளா | 37.00% | 37.20% |
| உத்தரப்பிரதேசம் | 34.90% | 32.50% |
| மேற்கு வங்காளம் | 34.40% | 34.20% |
| ஜார்கண்ட் | 33.00% | 27.00% |
| ஆந்திரப் பிரதேசம் | 32.50% | 32.80% |
| மத்திய பிரதேசம் | 31.30% | 33.30% |
| ஹரியானா | 29.40% | |
| **தமிழ்நாடு** | **27.40%** | **27.70%** |
| கர்நாடகா | 26.60% | 27.50% |
| சத்தீஸ்கர் | 26.20% | |
| தெலுங்கானா | 24.70% | 25.30% |
| குஜராத் | 19.00% | |
| ஒடிசா | 18.80% | 18.60% |
| மகாராஷ்டிரா | 17.90% | 18.10% |

## மத்திய அரசின் கடன்கள்

*2022ல் மத்திய அரசின் மொத்தக் கடன் தொகை நாட்டின் ஓராண்டு உள்நாட்டு உற்பத்தி மதிப்பில் 58% ஆக இருக்கிறது.*

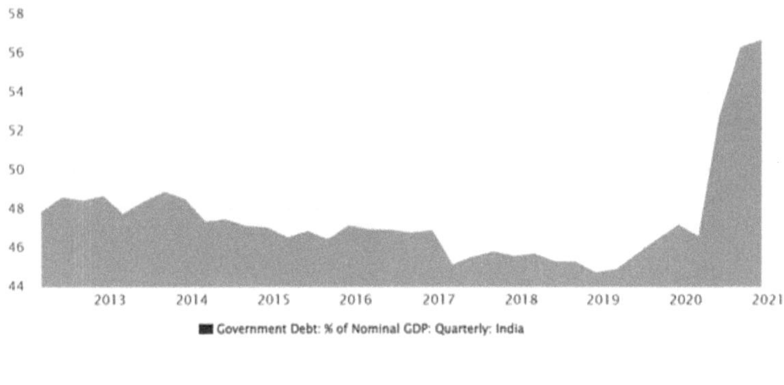

## அரசின் வருமானம்

மத்திய அரசுக்கு வரும் வருமானம் என்பது கீழ் கண்ட வழிகளில் வருகிறது.

- நேரடி வரிகள்
- மறைமுக வரிகள்
- முதலீடுகளில் இருந்து கிடைக்கும் வருமானம்/ லாபம்
- வெளிநாட்டு உதவிகள்
- அலைக்கற்றை ஏலம்
- பொதுத்துறை நிறுவனங்களை/ நிறுவனப்ப் பங்குகளை விற்பனை செய்வதில் கிடைக்கும் பணம்

நேரடி வரிகளில், கார்பரேட் டேக்ஸ், பர்சனல் இன்கம் டேக்ஸ் ஆகியவை வரும். மறைமுக வரிகளில் கஸ்டம்ஸ், யூனியன் எக்சைஸ், ஜி.எஸ்.டி வரி ஆகியவை வரும்.

அரசுக்கு வரும் நேரடி வரிகளில் ஒரு பகுதியை மாநிலங்களுக்கு மத்திய அரசு பிரித்துக்கொடுக்கவேண்டும். அந்த விவரங்கள் 3 வது அத்தியாயத்தில் கொடுக்கப்பட்டிருக்கின்றன.

ஓர் ஆண்டு பட்ஜெட்டில் மத்திய அரசுக்கு எவற்றில் இருந்து எவ்வளவு சதவீதம் வருமானம் வருகிறது என்பதை ஒரு படமாகப் பார்க்கலாம்.

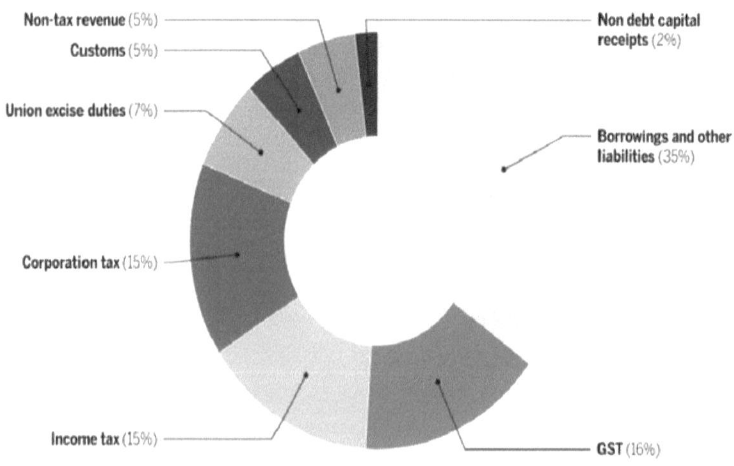

நேரடி வரிகள் மூலம் 30%, மறைமுக வரிகள் மூலம் 28% என 58 சதவீத வருமானம் வரிகள் மூலமாகத்தான் கிடைக்கின்றன.

ஓராண்டில் மத்திய அரசு செய்யும் செலவுக்கான 35% பணம் அந்த ஆண்டு வாங்கும் கடன்கள் மூலம் வருகிறது.

139 கோடி மக்கள், அதிலும் இன்னும் வாழத் தேவைப்படும் வசதிகள் பெறாத மக்கள் அதிகம் வாழும் நாட்டில் அரசுதான் பலவற்றையும் செய்யவேண்டும். அதற்கு வருமானம் வேண்டும். குறைகிற வருசமானத்தைச் சரி செய்ய கடன் வாங்கலாம். ஆனால் அதை மட்டுமே செய்துகொண்டிருக்க முடியாது. வருமானத்தைப் பெருக்க ஆவண செய்யவேண்டும். அதற்காக, கடந்த 10 ஆண்டுகளில் என்ன செய்யப்பட்டிருக்கின்றன, மத்திய அரசு என்ன செய்திருக்கிறது, வருமானம் அதிகரிக்க நடவடிக்கைகள் எடுக்கப்பட்டிருக்கின்றனவா என்று பார்க்கலாம்.

### நேரடி வரி வசூல்

மக்கள் தொகை அதிகரிப்பதுடன் கல்வி, அடிப்படை வசதிகள், வேலை வாய்ப்பு, தொழில் வளர்ச்சி ஆகியவையும் அதிகரிக்க வேண்டும். அப்படி வளர்ந்தால்தான், நேரடி வரி கட்டக்கூடிய மக்களின் எண்ணிக்கையும் வரித் தொகையும் அதிகரிக்கும். அவை இந்தியாவில் நடந்து வருகின்றன.

ஒரு உதாரணம் மட்டும் பார்ப்பதென்றால், வருமான வரி கணக்கு தாக்கல் செய்பவர்களின் எண்ணிக்கையைப் பார்க்கலாம். அது, தொடர்ந்து அதிகரித்து வருகிறது. 2021-22ல் 7.14 கோடி நபர்கள் வருமான வரி கணக்கு தாக்கல் செய்திருக்கிறார்கள். கணக்கு தாக்கல் செய்பவர்கள் அனைவருக்கும், வரி விலக்குகளைக் கழித்துப் பார்த்தால் வரி கட்டவேண்டி வராது. கட்டமாட்டார்கள்.

வருமான வரியாகக் கட்டப்பட்டிருக்கும் தொகையைப் பார்த்தால், 2020-21ம் ஆண்டு நேரடி வரி வசூல் ரூபாய் 9.45 லட்சம் கோடி ரூபாய்கள். அதற்கு அடுத்த ஆண்டு 2021-22ல் நேரடி வரி வசூல் தொகை ரூபாய், 14.09 லட்சம் கோடிகள். இதில் தனிநபர் மற்றும் கார்ப்பரேட் வரிகள் அடக்கம்.

### வரி விதிப்புகளில் மாற்றங்கள்

வரி வருவாய் அதிகரிக்கவோ குறையவோ மத்திய அரசு சில மாற்றங்கள் செய்திருக்கிறது. அவை என்ன என்று பார்க்கலாம்.

**தனிநபர் வருமான வரி**

2018ம் ஆண்டு, பங்குகள் வாங்கி வைத்திருந்து விற்றால் கிடைக்கும் லாபமான லாங் டர்ம் கேப்பிடல் கெயின்ஸ் வரி என்பது முழு லாபத்துக்கும் இனி இல்லை. ஒரு லட்ச ரூபாய்க்கு மட்டுமே வரி விலக்கு என்று மாற்றி, மீத லாபத்துக்கு 10 % வரி போடப்பட்டிருக்கிறது.

2020 முதல் லிஸ்டட் பங்குகளுக்கு வழங்கப்படும் டிவிடெண்ட் தொகைக்கு வரி விலக்கு கிடையாது. டிவிடெண்ட் தொகை முழுவதுக்கும் வருமான வரி கட்டவேண்டும் என்று மாற்றப் பட்டிருக்கிறது.

ஓராண்டில் சேமநலநிதியாக கட்டப்படும் பணம் முழுமைக்கும் வருமான வரி விலக்கு என்று இருந்ததை மாற்றி, கட்டுவதில் ரூபாய் 2.5 லட்சத்துக்கு மட்டுமே வரி விலக்கு என்று அறிவிக்கப்பட்டது.

2022ல் கிரிப்டோகரன்சியில் கிடைக்கும் லாபம் முழுவதுக்கும் 30% வருமான வரி கட்டவேண்டும் என்று அறிவிக்கப்பட்டது.

வெல்த் டேக்ஸ் என்ற சொத்துகள் மீதான வரி AY 2016-17 முதல் விலக்கிக்கொள்ளப்பட்டது. அதற்கு பதிலாக, தனி நபர்கள் கட்டும் வருமான வரிக்கு ஏற்ப, அதிக வருமானம் இருப்பவர் களுக்கு சர் சார்ஜ் என்ற கட்டவேண்டிய வருமான வரி மீதான வரி அறிமுகப்படுத்தப்பட்டது. பின்னர் அது படிப்படியாக உயர்த்தப் பட்டது.

2014-15 முதல் 1 கோடிக்கும் அதிகமான வருமானம் உள்ளவர்களுக்கு 2% சர் சார்ஜ் என்று ஆரம்பித்தது, 2022-23ல் 5 கோடி ரூபாய்க்கும் மேலிப்பவர்களுக்கு அவர்கள் கட்டும் வரி மீது மற்றொரு 37% சர் சார்ஜ் வசூலிக்கப்படுகிறது. 2022 நிலவரப்படி கட்டவேண்டிய சர் சார்ஜ்கள்:

| ஆண்டு வருமானம் ரூபாய் | சர் சார்ஜ் |
|---|---|
| 50 லட்சம் முதல் 1 கோடி வரை | 10% |
| 1 கோடி முதல் 2 கோடி வரை | 15% |
| 2 கோடி முதல் 5 கோடி வரை | 25% |
| 5 கோடி முதல் 10 கோடி வரை | 37% |
| 10 கோடிக்கு மேல் | 37% |

**கார்பரேட் டேக்ஸ்**

நிறுவனங்களின் லாபத்தின் மீதான கார்ப்பரேட் டேக்ஸ், 2019ம் ஆண்டின் ஆண்டு வரவு 250 கோடி ரூபாய்க்கும் குறைவாக உள்ள நிறுவனங்களுக்கு 30%-ல் இருந்து 25%ஆக குறைக்கப்பட்டது.

அடுத்த ஆண்டு, ரூபாய் 400 கோடி வரை ஆண்டு வருமானம் இருக்கும் நிறுவனங்களுக்கும் 25% மட்டுமே வருமான வரி என்று அறிவிக்கப்பட்டது. அதன் மூலம் நூற்றுக்கு 99.3 நிறுவனங்களின் வரி 25% ஆனது. மீதம் உள்ள கூடுதல் வரவு செய்கிற நிறுவனங்களுக்கு முந்தைய 30% வரியே தொடரும்.

AY 2021-22 முதல், நிறுவனங்கள் பங்குதாரர்களுக்கு வழங்கும் டிவிடெண்ட் மீது கட்டிக்கொண்டிருந்த டிவிடெண்ட் டிஸ்டிரிபூஷன் வரி நீக்கப்பட்டது.

**மறைமுக வரியில் மாற்றங்கள்**

சமீப ஆண்டுகளில் கூட இல்லை. இந்திய விடுதலைக்குப் பிறகு நம் நாட்டில் வரிவிதிப்பில் செய்யப்பட்ட மிகப்பெரிய மாற்றம் என்றால் அது ஜி.எஸ்.டி வரி அறிமுகம்தான். இது குறித்து ஆரம்ப அத்தியாங்களில் விரிவாகவே பார்த்தாகிவிட்டது.

ஜி.எஸ்.டியின் பலனாக வரி வசூலிப்பது சுலபமாக்கப் பட்டிருக்கிறது. ஏய்ப்புகளும் குறைந்திருக்கின்றன.

மத்திய மற்றும் மாநில அரசுகள் என அனைத்து அரசுகளுக்கும் வருமானம் கூடியிருக்கிறது. ஜி.எஸ்.டி வரி உயர்வு போன்ற முடிவுகளை மத்திய மாநில அரசு பிரதிநிதிகள் கலந்து பேசி ஓட்டெடுப்பு மூலமே முடிவு செய்கிறார்கள்.

- 2017ம் ஆண்டு ஜுலை மாதம் மறைமுக வரி கட்டியவர்கள் எண்ணிக்கை 66.25 லட்சம்
- 2022 ஜுன் 1ம் தேதி கணக்குப்படி ஜி.எஸ்.டி கட்டுபவர்கள் எண்ணிக்கை 1.38 கோடி

அறிமுகப்படுத்தபட்டதில் இருந்து தொடர்ந்து – கொரோனாவால் பாதிக்கபட்ட காலம் தவிர – ஜி.எஸ்.டி வசூல் உயர்ந்துகொண்டே போகிறது.

மாத வசூல் ரூபாய் கோடிகளில்

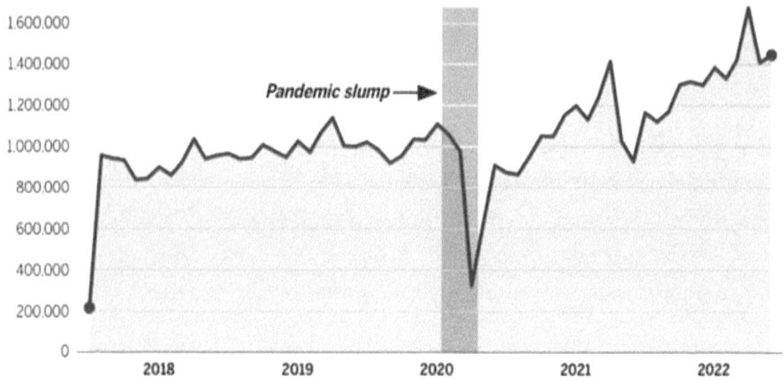


பொதுத்துறை நிறுவனங்கள் விற்பனை (1991-2021 கோடிகளில்)

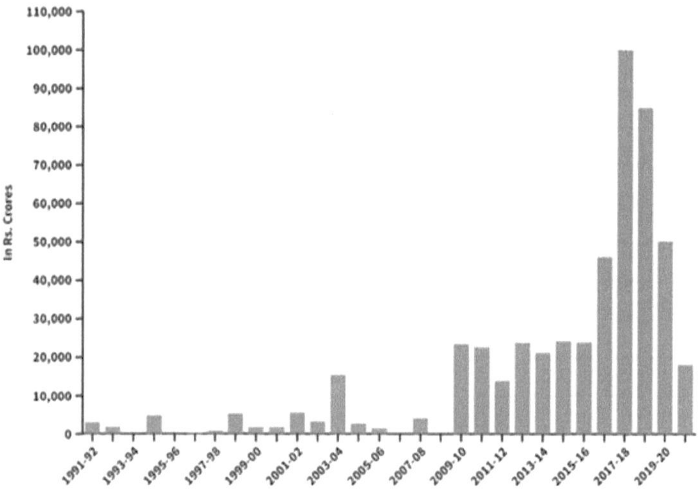


ஸ்பெக்ட்ரம் ஏல விற்பனை மூலம் வந்திருக்கும் வருமானம்

| | | |
|---|---|---|
| *2010* | - | *50,968* கோடி |
| *2010* | - | *25,696* கோடி |
| *2012* | - | *9,642* கோடி |
| *2013* | - | *4,114* கோடி |
| *2014* | - | *61,162* கோடி |

| | | |
|---|---|---|
| *2015* | - | *1,13,932* கோடி |
| *2016* | - | *64,809* கோடி |
| *2021* | - | *77,815* கோடி |
| *2022* | - | *1,50,173* கோடி |

## அரசின் செலவுகள்

*2022-23* பட்ஜெட் படி மத்திய அரசு செய்யும் செலவுகளின் விகிதாச்சரங்கள் வருமாறு.

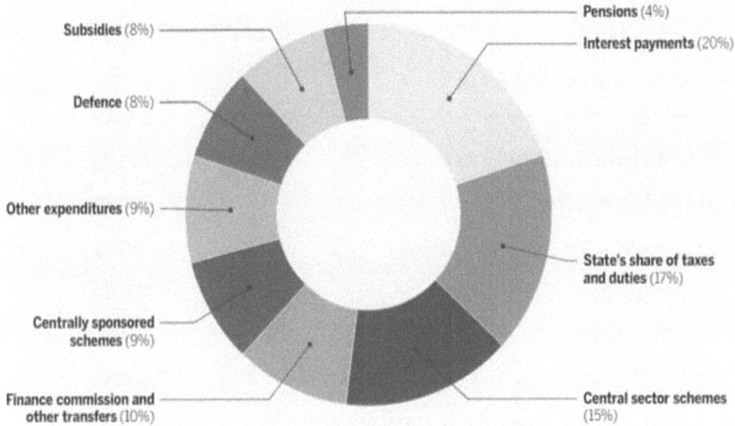


- மாநிலங்களுக்குப் பிரித்துக்கொடுக்கும் வரிப்பணம் *17%*
- மாநிலங்களில் மத்திய அரசு செய்யும் நலத்திடங்களுக்கு *15%*
- மத்திய அரசின் திட்டங்கள் *9%*
- நிதிக்கமிஷன் பரிந்துரைப்படி செய்வன *10%*
- அரசு ஊழியர் ஓய்வூதியத் திட்டங்களுக்கு *4%*
- பாதுகாப்புத் துறைக்கு *8%*
- வட்டி *20%*
- மானியங்கள் *8%*

கடந்த பத்து ஆண்டுகளில் மத்திய அரசு மானியங்களில் பல நடவடிக்கைகள் எடுத்திருக்கிறது. பெட்ரோல் டீசல் மீதானான

மானியங்களை குறைத்துக் குறைத்து, பின்பு ஏதுமில்லை என்கிற அளவிற்கே கொண்டுவந்துவிட்டது. சமையல் எரிவாயுவில் இருந்த மானிய அளவும் குறைக்கப்பட்டு, உஜ்வலா திட்டத்தின் கீழ் சிலிண்டர் பெறுகிறவர்கள் தவிர மற்றபடி எவருக்கும் சமையல் கேஸ் மானியம் இல்லை என்கிற நிலைக்குக் கொண்டுவந்திருக்கிறது.

**மத்திய அரசின் பெரிய செலவினங்கள் - பட்ஜெட் 2022-23**

| | |
|---|---|
| கட்டவேண்டிய வட்டி மற்றும் கடனுக்கான சேவை கட்டணம் | 940651 |
| மாநில அரசுகளுக்கான கடன்கள் மற்றும் நல்கைகள் | 673328 |
| சாலைகள் மற்றும் பாலங்கள் கட்டுமானம் முதலீடு உட்பட | 184211 |
| பிற தொடர்பு சேவைகள் | 63318 |
| ரயில்வே முதலீடு | 137100 |
| ராணுவம் | 385371 |
| ஓய்வூதியம் | 207132 |
| காவல்துறை | 114866 |
| கல்வி | 53382 |
| கிராமப்புற மற்றும் சிறு தொழில் வளர்ச்சி | 20398 |
| வான் துறை | 10587 |
| மருத்துவம் மற்றும் சுகாதாரம் | 41011 |
| வீட்டுவசதி | 10259 |
| பிற செலவுகள் | 1154565 |
| **மொத்தம்** | **3944909** |

•

**மானியங்களில் செய்த மாற்றங்கள்**

உணவு பொருள் மானியம் அதிகரிப்பு. 2022-23ம் ஆண்டு பட்ஜெட்டில் இதற்கு ஒதுக்கப்பட்டிருக்கும் மானியம் ரூபாய், 2 லட்சத்து 6 ஆயிரத்து 831 கோடி ரூபாய். இது மத்திய அரசு செய்யும் ஓர் ஆண்டு மொத்த செலவில் 5.2 சதவீதம்.

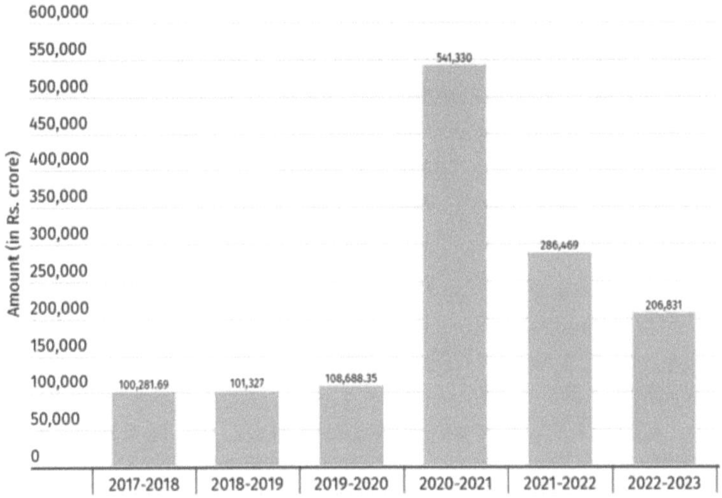


ஃபுட் கார்ப்பரேஷன் ஆப் இந்தியா, நேஷனல் ஸ்மால்சேவிங்ஸ் நிதியத்தில் இருந்து வாங்கியிருந்த 2.54 லட்சம் கோடி ரூபாய் கடனை மத்திய அரசு 2020-21ல் திருப்பிக்கொடுத்ததால் அந்த ஆண்டு உணவு செலவு 5.41 லட்சமாக உயர்ந்தது.

**உணவு மானியம்**

உணவு தானியங்களை உற்பத்தி செய்யும் விவசாயிகளிடம் இருந்து அரசு அதன் அமைப்பான இந்திய உணவுக்கழகமான ஃபுட் கார்ப்பரேஷன் ஆப் இந்தியா மூலமாக குறைந்தபட்ச ஆதரவு விலை- Minimum Support Price (MSP) கொடுத்து வாங்கி, அதை ரேஷன் கடைகள் மூலம் மிக்ககுறைந்த விலைக்குக் கொடுக்கிறது. இவை இரண்டுக்கும் ஆகிற செலவுதான் உணவு மானியம். இந்த இரண்டும் தவிர, மத்திய அரசின் சில மாநிலங்களில் பள்ளிகளில் வழங்கப்படும் மதிய உணவுத் திட்டங்களுக்கு ஆகும் செலவும் இதில் வரும்.

மத்திய அரசே அதன் எப்.சி.ஐ மூலம் வாங்கி பிறகு, மக்களுக்கு வழங்குவதற்கு பதில், மத்திய பிரதேசம், உத்ர பிரதேசம், சத்தீஷ்கர், மேற்கு வங்காளம், உத்ராஞ்சல், தமிழகம், ஒடிசா, கர்னாடகா, கேரளா, அந்தமான் நிகோபார் தீவுகள் மற்றும் குஜராத் ஆகிய மாநிலங்கள் தம்தம் மாநிலங்களுக்கான இரண்டு வேலை களையும் செய்துகொள்கின்றன. உரிய மானியத் தொகையை மத்திய அரசு கொடுத்துவிடும்.

**அந்தோதயா அன்ன யோஜனா**

உணவு பாதுகாப்புச் சட்டம் 2013ன் படி, வறுமைக் கோட்டுக்குக் கீழ் இருக்கும் குடும்பங்களுக்கு மாதம் 35 கிலோ அரிசி அல்லது கோதுமை மத்திய அரசால் வழங்கப்படுகிறது. அவற்றின் விலை, அரிசி கிலோ 3 ரூபாய், கோதுமை ரூபாய் 2. அந்த்யோதயா அன்ன யோஜனா- Antyodaya Anna Yojna (AAY) - என்று இந்தத் திட்டத்துக்குப் பெயர்.

நாட்டில் இருக்கும் மொத்த மக்கள் தொகையில் 67 % பேருக்கு ஆண்டொன்றுக்கு சுமார் 60 மில்லியன் டன் தானியங்கள் வழங்கப்படுகின்றன. இது தவிர கொரோனா காலகட்டத்தில் கூடுதலாக 5 கிலோ வழங்கப்பட்டது. அதனால் 2020-21ல் இந்தத் திட்டத்தின் கீழ் மொத்தமாக 94 மில்லியன் டன்களும் 2021-22ல் 80 மில்லியன் டன்களும் வழங்கப்பட்டிருக்கின்றன.

இவையெல்லாம் ரேஷன் கடைகள் மூலம்தான் ரேஷன் அட்டை வைத்திருப்பவர்களுக்கு வழங்கப்படுகின்றன.

உணவுப் பொருட்களின் விலைகளை கட்டுப்பாட்டில் வைப்பதற்காக மத்திய அரசு கீழ்கண்ட செலவுகள் செய்ய வேண்டியுள்ளது. மத்திய அரசின் ஆண்டு பட்ஜெட்டில் நிதி ஒதுக்குகிறது.

- குறைந்த விலையில் உரங்கள் கிடைக்கச் செய்ய கொடுக்கும் மானியம்
- குறைந்த வட்டியில் கடன்கள் கிடைக்கச் செய்ய கொடுக்கும் வட்டி மானியம்
- பயிர்களுக்கு காப்பீடு எடுக்கக் கட்டும் பிரிமியம்
- விவசாயிகளிடம் இருந்து விளை பொருட்களை நல்ல விலைக்கு வாங்கி மக்களுக்குக் குறைந்த விலையில் கொடுக்க ஆகும் செலவு

இவை தவிர மாநில அரசுகள் பல மின்சாரத்தை இலவசமாகக் கொடுக்கின்றன.

2012-13ம் ஆண்டில், நாட்டின் மொத்த ஜி.டி.பி மதிப்பில் 0.85 சதவீதமாக இருந்த உணவு மானியம் 2020-21ல் நாட்டின் ஆண்டு ஜி.டி.பி. மதிப்பில் 2.7 சதவீதமாக உயர்ந்திருக்கிறது.

•

## உரமானியம்

உரமானியத்துக்காக 2021-22ம் ஆண்டு மத்திய அரசு செலவழித்த தொகை 1.6 லட்சம் கோடி ரூபாய். சர்வதேச சந்தையில் யூரியா, டி அமோனியம் பாஸ்பேட் (DAP) மற்றும் முரியேட் ஆப் பொட்டாஷ் (MoP) விலைகள் உயர்ந்துவிட்ட காரணத்தால் 2022-23ம் ஆண்டுக்கு 2 லட்சம் கோடி ரூபாய் செலவாகும் என்கிறது உரத்துக்கான அமைச்சகம். யுரியா போன்றவற்றின் விலைகள் கடுமையாக உயர்ந்தபோதிலும்- 2021 ஏப்ரல் மாதம் ஒரு டன் 380 டாலர். 2022ல் ஒரு டன் 930 டாலர்- விவசாயிகளுக்கு வழ்ங்கப்படும் விலையில் மாற்றம் இருக்காது. அரசு மானியம் கொடுத்துவிடும்.

**கடந்த சில ஆண்டுகளில் மத்திய அரசு உரமானியத்துக்குக் கொடுத்திருக்கும் மானியம்**

| நிதி ஆண்டு | லட்சம் கோடிகளில் |
|---|---|
| 2019-20 | 0.81 |
| 2020-21 | 1.38 |
| 2021-22 | 1.6 |
| 2022-23 (E) | 2 |

## இறக்குமதி

இந்தியாவில் உற்பத்தி ஆகும் உரங்களின் அளவு நம் தேவைக்குப் போதாது. அதனால் கணிசமான அளவு இறக்குமதிதான் ஆகிறது.

2018-19ம் ஆண்டில் இந்தியா செய்துகொண்ட உர இறக்குமதி, 18.84 மில்லியன் மெட்ரிக் டன்கள். 2020-21ல் 8% கூடுதல். 20.4 மில்லியன் மெட்ரிக் டன்கள்.

யூரியாவைப் பொறுத்தவரை தேவையில் 25%, பாஸ்பேட் உரங்களைப் பொறுத்தவரை 90%, பொட்டாஷ் உரத்தைப் பொறுத்தவரை 100% உரமாகவோ அதன் மூலப் பொருளாகவோ இறக்குமதிதான் செய்யவேண்டியுள்ளது.

இறக்குமதி என்றால் அந்நியச் செலாவணி வேண்டும். தவிர அந்நியச் செலாவணியின் மதிப்பு மாற்றமும் செலவைச் பாதிக்கும். போததற்கு உலக அளவில் தேசங்களுக்கு இடையே ஏற்படும் பிரச்னைகளாலும் இறக்குமதி பாதிக்கப்படும்.

2022ல் ரஷ்யா உக்ரைன் பிரச்னையால் பாதிப்பு. உலகிலேயே அதிக அளவு உரம் தயாரிக்கும் நாடு ரஷ்யாதான்.

ரஷ்யாவுடன் இருக்கும் நல்லுறவு காரணமாக இந்தியா அதன் இறக்குமதிகளை அதிக அளவில் ரஷ்யாவில் இருந்து செய்ய ஆரம்பித்திருக்கிறது.

உலகில் அதிக உரம் உற்பத்தி செய்யும் நாடுகள்

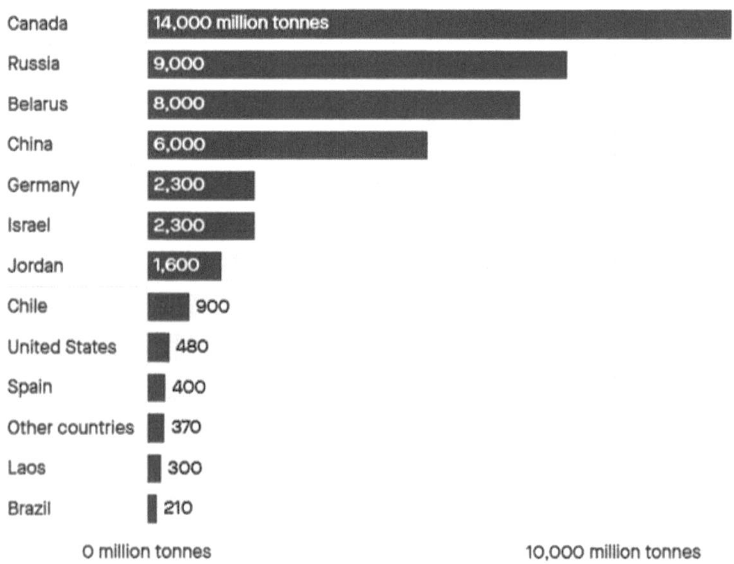


•

## பெட்ரோல் டீசல் மானியம்

2004-05ம் ஆண்டில் ஆண்டுக்கு 23 ஆயிரம் கோடி என்ற அளவில் இருந்த பெட்ரோல் டீசல் மானியம், பெட்ரோல் விலைகள் கட்டுப்பாட்டிலேயே வைக்கப்பட்டிருந்ததால், 2012-13ல் 1 லட்சத்து 64 ஆயிரம் கோடி என்ற அளவைத் தொட்டன.

அதன்பிறகு மத்தியில் ஆட்சி மாற்றம் வந்து அவர்கள் எடுத்த சில நடவடிக்கைகளால் பெட்ரோல் டீசலுக்கான மானியங்கள் வெகுவாக குறைக்கப்பட்டு, இப்போது இல்லை என்றே சொல்லுமளவு வந்துவிட்டன. சமையல் எரிவாயுவுக்கும் மானியம் இல்லை என்றாக்கப்பட்டிருக்கிறது.

பெட்ரோல் டீசல் மானியம் (ரூபாய் ஆயிரம் கோடிகளில்)

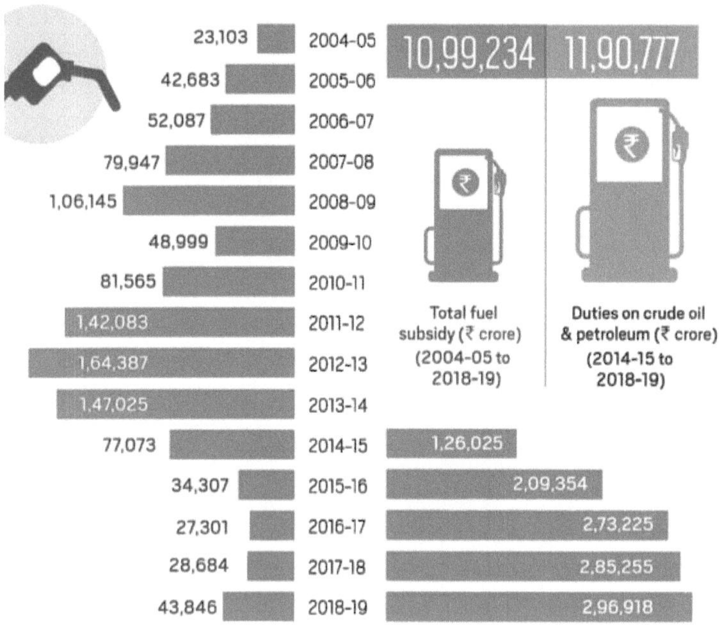


### அண்டர்ரெக்கவரி

சர்வதேச சந்தையில் இருந்து வாங்கப்படும் கச்சா எண்ணையைச் சுத்திகரித்து பெட்ரோல், டீசல், மண்ணெண்ணெய் ஆக மாற்றுவார்கள். இவற்றை ஆயில் மார்க்கெட்டிங் நிறுவனங்களான ஹிந்துஸ்தான் பெட்ரோலியம் கார்ப்பரேஷன், இந்தியன் ஆயில் கார்ப்பரேஷன் மற்றும் பாரத் பெட்ரோலியம் கார்ப்பரேஷன் ஆகியவை விற்பனை செய்யும். அவற்றுக்கு ஆகும் அடக்கவிலையைக் காட்டிலும் குறைவான விலைக்கு அரசு விற்கச் சொல்லும். அதில் ஏற்படும் நஷ்டத்தின் ஒரு பகுதியை மத்திய அரசு மானியமாக ஆயில் மார்கெட்டிங் நிறுவனங்களுக்கு வழங்கும்.

ஆனாலும் நஷ்டத்தின் ஒரு பகுதியை அந்நிறுவனங்கள் ஏற்றுக் கொள்ளும். காரணம் மத்திய அரசால் அப்படி அவை ஏற்று கொள்ளவைக்கப்பட்டன. அவையும் சம்மதித்தன, காரணம், அந் நிறுவனங்களின் முதலாளி மத்திய அரசுதானே.

அவை பப்ளிக் லிமிடெட் நிறுவனங்களாக இருந்தாலும் அவற்றின் பங்குகளை அந்நிய முதலீட்டாளர்களும் பிற இந்திய முதலீட்டார்களும் வைத்திருந்தாலும், பெரும்பான்மையான அதாவது 50%க்கும் அதிகமான பங்குகளை மத்திய அரசு வைத்திருந்ததால் இப்படிப்பட்ட முடிவுகளை எடுக்க முடிந்தது.

இவ்வாறாக அடக்கவிலையைக் காட்டிலும் குறைவாக விலை வைப்பதற்குப் பெயர், 'அண்டர் ரெக்கவரி'. அடக்கவிலையைக் காட்டிலும் குறைவான வசூல். இவற்றையெல்லாம் புத்தகத்தின் முதல் பகுதியில் விரிவாகவே பார்த்தோம்.

**ஆயில் பாண்டுகள்**

2002 முதல் 2007ம் ஆண்டுவரையில் அப்படி 'குறைவாக வசூலிக்கப்பட்ட தொகை' அளவு 4 லட்சம் கோடியாக ரூபாய்களானது. அந்த பற்றாக்குறையைச் சமாளிக்க அப்போது ஆட்சியில் இருந்த காங்கிரஸ் அரசு, 'ஆயில் பாண்டு'கள் என்கிற கடன் பத்திரங்களை வெளியிட்டு அவற்றின் மூலம் பணம் திரட்டி சமாளித்தது. இப்படி வெளியிடப்பட்ட ஆயில் பாண்டுகளின் மொத்த தொகை சுமார் 1 லட்சத்து 30 ஆயிரம் கோடி ரூபாய்கள். எல்லாம் கடன்கள்.

| ஆயில் பாண்ட் பெயர் | முதிர்வடையும் ஆண்டு | தொகை ரூ. கோடிகளில் |
|---|---|---|
| 8.13% GOI spl. Bonds, 2021 | 2021 | 5,000 |
| 7.75% GOI spl. Bonds, 2021 | 2021 | 5,000 |
| 8.20% GOI spl. Bonds, 2023 | 2023 | 22,000 |
| 8.01% GOI spl. Bonds, 2023 | 2023 | 4,150 |
| 8.20% GOI spl. Bonds, 2024 | 2024 | 5,000 |
| 8.20% GOI spl. Bonds, 2024 | 2024 | 10,306 |
| 6.35% GOI spl. Bonds, 2024 | 2024 | 22,000 |
| 7.95% GOI spl. Bonds, 2025 | 2025 | 11,257 |
| 8.40% GOI spl. Bonds, 2025 | 2025 | 9,297 |
| 8.40% GOI spl. Bonds, 2026 | 2026 | 4,971 |
| 6.90% GOI spl. Bonds, 2026 | 2026 | 21,942 |
| 8.00% GOI spl. Bonds, 2026 | 2026 | 10,000 |

இப்படி ஆயில் பாண்டுகள் வெளியிட்டதன் மூலம், பெட்ரோல் விலையை சந்தை விலைக்கு ஏற்றார்போல உயராமல் கட்டுக்குள் வைக்க முடிந்தது. அவை அப்போதைக்கு ஆட்சியாளர்களுக்கு சாதகமாக இருந்தது. ஆனால் அவற்றின் சுமை இல்லாமல் போகாது. அடுத்துவரும் அரசு பிற்பாடு வட்டியோடு சேர்த்து அந்தக் கடன்களைத் திருப்பிக் கட்டவேண்டும்.

அப்போது ஆட்சியில் இருந்த காங்கிரஸ் அரசு வாங்கிய சுமார் 1 லட்சத்து 30 கோடி ஆயிரம் ரூபாய்களுக்கான கடன் பத்திரங்கள், 2021 முதல் முதிர்வடைய ஆரம்பித்தன. 2026ம் ஆண்டு வரை ஒவ்வொரு ஆண்டும் சில பாண்டுகள் முதிர்வடையும். அந்த பாண்டுகளுக்கு முதிர்வடையும் தேதிகளில் பணம் கொடுக்க வேண்டும். அதற்குத் தேவைப்படும் பணம் நடுவண் அரசின் அந்தந்த ஆண்டுகளின் பொது பட்ஜெட்டுகளில் இருந்து போகும்.

இப்படியாக தொடர்ந்து மானியம் கொடுத்து, அவற்றின் விலைகளை செயற்கையாகக் கட்டுப்பாட்டில் வைக்க அரசுக்கு அதிகம் செலவானது. மேலும் அதனால் அரசின் கடன் அதிகரித்துக் கொண்டே போகும் அபாயமும் இருந்தது.

அதே அண்டர் ரெக்கவரி எனப்படும் ‘குறைவாக வசூலிக்கப் படும் தொகை’ என்ற கொள்கை பெட்ரோல் டீசல் விலைகளில் தொடர்ந்தால், 2012 முதல் 2017 ஆண்டுக்குள் அந்தத் தொகையின் மொத்த அளவு 8 லட்சம் கோடி ஆகிவிடும். எட்டு லட்சம் கோடி என்பது மிகப் பெரிய தொகை. நடுவண் அரசின் மீது மட்டும் அல்லாமல் ஆயில் மார்க்கெட்டிங் நிறுவனங்களின் நிதி நிலைமையையும் கடுமையாக பாதிக்கும். அரசின் கடன் சுமையை ஏற்றும். அதனால் நடுவண் அரசு ஒரு பெரிய முடிவு எடுத்தது.

கச்சா எண்ணெயை வெளிச்சந்தையில் வாங்கி ரிஃபைனரிகளில் சுத்திகரித்து, பெட்ரோல் மற்றும் டீசல் விற்பனை செய்யும் ஆயில் மார்க்கெட்டிங் நிறுவனங்களிடம் பெட்ரோல், டீசல் விலைகளை நிர்ணயம் செய்யும் அதிகாரத்தை விட்டுவிடுவது என்பதுதான் அந்த முடிவு.

**பெட்ரோல் பிரைஸ் டீ-கண்ட்ரோல்**

அப்படிச் செய்யும் பட்சம், அந்த நிறுவனங்கள் அவை வைக்க வேண்டிய விலைகளைக் காட்டிலும் குறைவாக வைத்து, ‘அண்டர் ரெக்கவரி’ செய்யவேண்டாம். ஆயில் மார்கெட்டிங் நிறுவனங்களுக்கு அண்டர் ரெக்கவரியால் ஏற்படும் நட்டத்தில்

ஒரு பகுதியை சரி கட்ட. மத்திய அரசு ஆயில் பாண்டுகள் வெளியீட்டு கடன் திரட்டிக் கொடுக்கவேண்டாம். அரசு அதன் கடன்களை அதிகரித்துக் கொள்ளவேண்டாம்.

இப்படி செய்ய முடிவெடுத்தாலும் அரசுக்கு ஒரு தயக்கம் இருந்தது. அது டீசல் விலையை சந்தையிடம் விட்டுவிட்டால், விலை கடுமையாக உயரும்பட்சம் அதைப் பயன்படுத்தி ஓடுகிற பேருந்துகள் லாரிகளின் கட்டணங்கள் உயர்ந்து, சாதாரண மக்கள் பாதிக்கப்படுவார்களே என்பதுதான் அந்த தயக்கம். அதனால் முதலில் பெட்ரோல் விலை விலையை மட்டும் இவ்வாறு அரசின் கட்டுப்பாட்டிலிருந்து கண்ட்ரோல் செய்வது என்ற முடிவு எடுக்கப்பட்டது.

முதன்முதலாக இப்படி யோசிக்கப்பட்ட ஆண்டு 2002. ஆனால் அது நடைமுறைக்கு வந்த ஆண்டு 2010. எதிர்கட்சிகளால் கடுமையாக விமர்சிக்கப்படும். மக்கள் கோபமடைவார்கள். என்று தெரிந்தே, எடுக்கப்பட்ட முடிவு. 2010 ம் ஆண்டு காங்கிரஸ் தலைமையில் ஆட்சியில் இருந்த ஐக்கிய முன்னனி அரசு (UPA II) பெட்ரோல் விலையைச் சந்தையிடம் விட்டது. அதன்மூலம் பெட்ர்ரோலுக்கு மானியம் இல்லையென்றானது.

பின்னர் டீஸலுக்கு ஜனவரி 2013 முதல் ஒரேயடியாக இல்லாமல் மாதாமாதம் லிட்டருக்கு 50 காசு உயர்த்துவது என்று முடிவு செய்யப்பட்டது. அதனால் பெரிய எதிர்ப்பு கிளம்பவில்லை. அக்டோபர் 2014ல் டீசலுக்கு மானியமில்லை என்கிற நிலையை அடைந்தது.

2014 அக்டோபர் முதல் நம் நாட்டில் பெட்ரோல், டீசலுக்கு மானியங்கள் எதுவும் இல்லை.

•

**சமையல் எரிவாயு மானியம்**

இயற்கை எரிவாயு இந்தியாவில் கிடைப்பது தவிர ஓரளவு வெளிநாடுகளில் இருந்து இறக்குமதி செய்யப்படுகிறது. அதை வாங்கி ஆயில் மார்க்கெட்டிங் நிறுவனங்கள் என்றழைக்கப்படும் பெரிய நிறுவனங்கள் அவற்றை சிலிண்டர்களில் அடைத்து, டீலர்கள் மூலம் விற்பனை செய்கின்றன.

இப்போது கிடைப்பது போல முப்பது நாற்பது ஆண்டுகளுக்கு முன்பெல்லாம் சுலபமாக எரிவாயு இணைப்பு கிடைக்காது.

பதிவு செய்துவிட்டு ஆண்டுக்கணக்கில் காத்திருக்கவேண்டும். பிறகுதான் எளிதாகக் கிடைக்கும் நிலை ஏற்பட்டது. விவரம் தெரிந்தவர்கள், தொடர்புகள் வைத்திருந்தவர்கள் பலரும் ஒன்றுக்கு மேற்பட்ட கேஸ் இணைப்புகளை வாங்கிப் பயன்படுத்தினார்கள். பெரும்பாலான பயனாளர்கள் நகர்ப்புறங்களில் வாழ்கிறவர்களாகவும், பொருளாதாரத்தில் வசதியாக இருப்பவர்களுமாகவே இருந்தார்கள். அவர்களால்தான் கேஸ் அடுப்புகளை வாங்கவும் பயன்படுத்தவும் முடிந்தது.

2013 பத்திரிகைகளில் வெளிவந்த ஒரு கணக்கின்படி பஞ்சாப் மாநிலத்தில் மட்டும் 54 லட்சம் குடும்பங்கள் வைத்திருந்த மொத்த எரிவாயு இணைப்புகளின் எண்ணிக்கை 59 லட்சம். அதேபோல சண்டிகர் நகரில் மட்டும் 2.35 லட்சம் குடும்பங்கள் வைத்திருந்த இணைப்புகளின் எண்ணிக்கை 3.8 லட்சம்.

இப்படியாக நாடு முழுவதும் பல்வேறு மாநிலங்களில் பலர் ஒன்றுக்கு மேற்பட்ட இணைப்புகளை வைத்திருந்தார்கள். அதே சமயம் கோடிக்கணக்கான மக்கள் இணைப்புகள் இல்லாமல் இருந்தார்கள். இணைப்புகள் வைத்திருந்தவர்கள் மட்டும் மானிய விலையில் பயன்படுத்திக் கொண்டிருந்தார்கள். மேலும் அவர்களில் சிலர் அவற்றை விற்று லாபம் செய்துகொண்டிருந்தார்கள், அவற்றை வாங்கி ஓட்டல்கள், விடுதிகள் போன்ற இடங்களிலும் பயன்படுத்தினார்கள்.

இப்போது உள்ளதுபோல ஆதார் எண், வருமானவரி கணக்கு எண் மற்றும் எரிவாயு நிறுவனத்தில் கம்ப்யூட்டர் பயன்பாடு போன்றவை இல்லாதிருந்த காலம் அது. எவர் எத்தனை இணைப்புகள் வைத்திருக்கிறார் என்பது அந்த டீலர் தவிர வேறு எவருக்கும் தெரியவராது. ஒருங்கிணைத்து ஒப்பிட்டுப் பார்க்க முடியாது.

அப்போதெல்லாம் ஆண்டுக்கு சுமாராக 40 ஆயிரம் கோடி ரூபாய் அளவு சமையல் எரிவாயு உருளைகளுக்கான மானியமாகப் போய்க்கொண்டிருந்தது.

### கட்டுப்பாடுகள்

காங்கிரஸ் ஆட்சியில் இருந்தபோது முதன்முதலாக 2012ம் ஆண்டு செப்டெம்பரில் ஒரு இணைப்புக்கு ஆண்டுக்கு 6 சமையல் எரிவாயு உருளைகள் மட்டுமே மானியத்துடன் வழங்கப்படும் என்றும் அதற்கு மேல் தேவைப்படும் சிலிண்டர்களை

வெளிச்சந்தையில் மானியம் இல்லாமல் பெற்றுக்கொள்ள வேண்டும் என்றும் முடிவு எடுக்கப்பட்டது. அதன்மூலம் ஆண்டுக்கு 32,000 கோடி ரூபாய் மானியம் மீதமாகும் என்றும் சொல்லப்பட்டது. அந்த நேரத்தில் சாதாரணமாகவே 100க்கு 44 குடும்பங்கள் ஆண்டுக்கு 6 சிலிண்டர்கள் மட்டுமே பயன்படுத்தி வந்தன.

அதற்கு எதிர்க்கட்சிகளும் பொதுமக்களும் எதிர்ப்புத் தெரிவிக்க, பிறகு ஜனவரி 2013ல் ஆண்டுக்கு 9 சிலிண்டர்கள் மானியத்துடன் வழங்க முடிவானது. அதற்குப் பின்னரும் சலசலப்புகள் தொடர, குறிப்பாக ராகுல் காந்தி, பிரதமர் மன்மோகன்சிங்கிடம் கேட்டுக் கொள்ள அப்போதைய காங்கிரஸ் மத்திய அரசும் 2014ம் ஆண்டு முதல், இணைப்பு ஒன்றுக்கு ஆண்டுக்கு மானியத்துடனான கேஸ் சிலிண்டர்களின் எண்ணிக்கையை 12 ஆக உயர்த்தியது.

இது 12 என்கிற வரையறையைத் தவிர ஒரு மாதத்தில் ஒன்றுக்கு மேற்பட்ட சிலிண்டர்களை வாங்க முடியாது என்கிற வரையறையும் நடைமுறைக்கு வந்தது. பிறகு அதுவும் ரத்து செய்யப்பட்டு, எப்போதுவேண்டுமானாலும் 12 சிலிண்டர்களை வாங்கிக்கொள்ளாம் என்றானது..

பெட்ரோல் டீசல் விலைகளை கட்டுப்பாட்டில் இருந்து விடுவித்தபின், பி.ஜே.பி மத்திய அரசு, சமையல் எரிவாயு மானியத்தின் மீது அதன் கவனத்தைத் திருப்பியது.

2015-ம் ஆண்டு பிரதமர் நரேந்திர மோதி, 'நீங்கள் உங்களுடைய எரிவாயு உருளை மானியத்தை விட்டுக் கொடுங்கள்' என்று அழைப்பு விடுத்தார். அந்த திட்டத்துக்கு, 'Give It Up' என்று பெயர் கொடுத்தார்கள். 2019 கணக்குப்படி அரசினுடைய அந்தக் கோரிக்கையை ஏற்று கிட்டத்தட்ட ஒரு கோடி குடும்பங்கள் தங்களுக்கு மானியம் வேண்டாம் என்று அவர்களாக முன்வந்து எழுதிக் கொடுத்தார்கள்.

மானிய விலையில் சிலிண்டர் வாங்குகிறவர்களும் சந்தை விலை கொடுத்துதான் வாங்கவேண்டும். அதன்பின்னர் மானியம் அவர்கள் வங்கிக்கணக்குக்குப் போகும். இப்படியாக சமையல் கேஸ் மானியங்களும் நேரடியாக பயன்படுத்துபவரின் வங்கிக் கணக்குத்தான் போகும். என்பதால், தவறாகப் பயன்படுத்திக் கொண்டிருந்தவர்களுக்கு போய்க்கொண்டிருந்த மானியத் தொகை அரசுக்கு மீதமானது.

2011-12 முதல் 2022-23 வரையிலான காலகட்டத்தில்
மத்திய அரசு கேஸ் மானியத்துக்குச் செய்த
செலவு தொகை ரூபாய் கோடிகளில்.

| | |
|---|---|
| FY12 | 68,484 |
| FY13 | 96,880 |
| FY14 | 85,378 |
| FY15 | 60,269 |
| FY16 | 29,999 |
| FY17 | 27,539 |
| FY18 | 23,464 |
| FY19 | 37,209 |
| FY20 | 24,172 |
| FY21 | 11,896 |
| FY22 | 242 |

ஜூன் 2020 வரை மத்திய அரசு சமையல் கேஸ் சிலிண்டர் வாங்குபவர்களுக்கு ஆண்டுக்கு 12 வீதம் மானியம் கொடுத்து வந்தது. அதன்பின் சர்வதேச சந்தையில் கச்ச எண்ணெய் விலை குறைந்து மானியம் இல்லாமலேயே சிலிண்டர் ஒன்றை 600க்கு கொடுக்க நேர்ந்தபோது, வங்கிக்கணக்குகளில் மானியம் கொடுப்பதை நிறுத்திவிட்டது. அதன்பின் மெள்ள மெள்ள கேஸ் விலை உயர்ந்தபோதும் கொடுக்கவில்லை.

இப்படியாக, தற்போது 2022ல் சுமார் 99 சதவீத குடும்பங்களுக்கு சமையல் எரிவாயு இணைப்பு கொடுத்த பின்பும் ஆண்டுக்கு 12 சிலிண்டர்கள் அதிகபட்சம் என்கிற நிலையிலும், சுமார் 37 ஆயிரம் கோடி ரூபாய் மட்டுமே மானியமாக செலவாகிறது. காரணம், உஜ்வாலா திட்டம் தவிர மற்றபடி வழங்கப்படும் எந்த வகைக்கும் சமையல் எரிவாயு சிலிண்டர்களுக்கு மானியம் இல்லை. இது ஆகஸ்ட் 2022 நிலை. பின்னர் இதில் ஏதும் மாற்றங்கள் வரலாம்.

## உஜ்வாலா திட்டம்

மத்திய அரசு, பிரதான் மந்திரி உஜ்வாலா யோஜனா திட்டம் (Pradhan Mantri Ujjwala Yojana - PMUY) என்று ஒரு திட்டம் உருவாக்கி 2016 மே மாதம் முதல், 18 வயதான பெண்களுக்கு ஒரு குடும்பத்தில் ஒருவருக்கு இலவச சமையல் கேஸ் இணைப்பு

(ரெகுலேட்டரும் இணைப்பு கணக்கு எண்ணும்) வழங்கி வருகிறது.

ஒவ்வொரு இணைப்புக்கும் மத்திய அரசு ஆயில் மார்கெட்டிங் நிறுவனங்களுக்கு, அரசு ரூ 1600 கொடுக்கிறது. முதல் சிலிண்டர் வாங்க, பயனாளர்களுக்கு ஆயில் மார்கெட்டிங் நிறுவனங்கள் எளிய தவணைக் கடன் கொடுக்கின்றன.

இந்தத் திட்டத்தின் கீழ் இது வரை 9.34 கோடி இணைப்புகள் கொடுக்கப்பட்டிருக்கின்றன. இணைப்புகள் இலவசமாகக் கிடைத்தாலும், கேஸ் மானிய விலையில் கிடைத்தாலும் பல குடும்பங்களால் அடுத்த சிலிண்டர் வாங்க இயலவில்லை. அவ்வளவு வறுமை.

கொரோனா காலகட்டத்தில் 13.57 கோடி சிலிண்டர்களை வறுமைக்கோட்டுக்குக் கீழ் இருப்பவர்களுக்கு மத்திய அரசு இலவசமாக வழங்கியிருக்கிறது.

**மண்ணெண்ணெய்**

பெட்ரோல் போன்றவற்றுக்கு மானியங்கள் இல்லை. சமையல் எரிவாயுவுக்கும் மானியம் இல்லை. எரிபொருட்களில் முழு மானியம் பெறுகிற ஒன்று, மண்ணெண்ணெய்.

பல குடும்பங்களுக்கும் சமையல் எரிவாயு இணைப்பு கொடுத்து விட்ட காரணத்தினால் மட்டுமின்றி மண்ணெண்ணெய் என்பது ரேஷன் கடைகள் மூலமாக மட்டுமே வழங்கப்படுகிறது என்கிற காரணத்தினாலும் அரசால் அதை தவறாக பயன்படுத்திக் கொள்ள முனைபவர்களிடமிருந்து மானியத்தைக் காப்பாற்ற முடிந்திருக்கிறது.

2018, 2019, 2020களில் ஆண்டுக்கு 4,500 கோடி ரூபாய் என்ற அளவில் இருந்த மானியம் அதற்கடுத்த ஆண்டுகளில் 3,100 கோடியாகக் குறைந்திருக்கிறது.

ஆக, மண்ணெண்ணெய் மானியம் மட்டும் தொடருகிறது.

2012-13ம் ஆண்டில், நாட்டின் மொத்த ஜி.டி.பி மதிப்பில் 0.97 சதவீதமாக இருந்த பெட்ரோல், டீசல், மண்ணெணெய், சமையல் கேஸ் மானியம் 2020-21ல் நாட்டின் ஆண்டு ஜி.டி.பி மதிப்பில் 0.18 சதவீதமாகக் குறைக்கப்பட்டிருக்கிறது.

### எடுக்கப்பட்டிருக்கும் சில நடவடிக்கைகள்

மானியங்கள் உள்ளிட்ட செலவுகள் குறித்துப் பார்த்தோம். வரவு வரும் வழிகளையும் பார்த்தோம். மேலும் பற்றாகுறைகளைச் சமாளிக்க வாங்கும் கடன்கள் குறித்தும் பார்த்தோம். இனி நிலைமையைச் சமாளிக்க மத்திய அரசு எடுத்து வரும் சில நடவடிக்கைகள் குறித்துப் பார்க்கவேண்டும். அதற்கு முன்பாக இலங்கைக்கு சிக்கல் உண்டாக்கிய அந்நியச் செலாவணி குறித்தும் கொஞ்சம் பார்த்துவிடுவோம்.

•

### அந்நியச் செலாவணி

முன்பே பார்த்திருக்கிறோம். வெளிநாடுகளில் இருந்து செய்துகொள்ளும் இறக்குமதிகளுக்கு டாலரில் பணம் கொடுக்கவேண்டும். செய்யும் ஏற்றுமதிகளுக்கு டாலரில் பணம் கிடைக்கும். இது போதுமானதாக இல்லையென்றால் என்றால் வேறு வழிகளில் டாலரை கொண்டுவரவேண்டும். நம் தேசத்துக்கு அந்நிய செலாவணி என்னென்ன வழிகளில் வருகிறது. அவை போதுமானதா என்பன குறித்துப் பார்க்கலாம்.

### இறக்குமதிகள்

பெட்ரோல், டீசல், மண்ணெண்ணெய் ஆகிய மூன்றும் கச்சா எண்ணெயிலிருந்து சுத்திகரித்து எடுக்கப்படுகின்றன. இயற்கை எரிவாயுவாகிய எல்.பி.ஜியும், கச்சா எண்ணெயைப் போல பூமிக்கு அடியில் இயற்கையாக கிடைக்கிறது. இவை எல்லாம் இந்தியாவில் கிடைக்காமல் இல்லை. ஓரளவு கிடைக்கவே செய்கிறது. ஆனால் நம் தேசத்தின் தேவையோடு ஒப்பிடும்போது அது மிகக் குறைவு. நம் தேவைகள் தொடர்ந்து வளர்ந்து கொண்டே போகின்றன. அதனால் இவற்றை மிக அதிக அளவில் இறக்குமதி செய்ய வேண்டிய நிலையில் இருக்கிறோம்.

எவ்வளவு என்றால், கச்சா எண்ணெயை பொறுத்தவரை மொத்தத் தேவையில் 80-85% வரை. எல்.பி.ஜியில் சுமார் 45% வரை. 2013ஆம் ஆண்டில் நம் தேசத்தின் மொத்த எல்.பி.ஜி தேவையில் இறக்குமதி செய்துகொண்டு இருந்தது 30% மட்டுமே. அது 45% ஆனதற்கு காரணம், அடுத்தடுத்த ஆண்டுகளில் மத்திய அரசு அதிக அளவிலான சமையல் எரிவாயு இணைப்புகளை உஜாலா திட்டம் மற்றும் பிற திட்டங்கள் மூலம் கொடுத்தது.

நம் தேசம் எல்.பி.ஜியை அதிக அளவில் இறக்குமதி செய்வது சவுதி அரேபியா, கத்தார், ஓமன் குவைத் ஆகிய நாடுகளில் இருந்து. 2020-21ஆம் ஆண்டு நாம் இறக்குமதி செய்து கொண்ட மொத்த எல்.பி.ஜி அளவு, 17.27 மில்லியன் மெட்ரிக் டன்கள். 2019-20ம் ஆண்டைக் காட்டிலும் 6.6% அதிகம்.

உரங்களின் தேவையை முழுமையாக நிறைவு செய்துகொள்ளவும் இறக்குமதி செய்யவேண்டியிருக்கிறது. இவற்றை எல்லாம் மாதாமாதம் வெளிநாடுகளிலிருந்து வாங்கவேண்டும். தவிர, நாம் அதிக அளவில் தங்கமும் இறக்குமதி செய்துகொள்கிறோம்.

2020-21ல், 34.62 பில்லியன் அமெரிக்க டாலர்களுக்கு தங்கம் இறக்குமதி செய்யப்பட்டது. 2021-22ல், 46.14 பில்லியன் டாலர் அளவுக்கு உயர்ந்தது.

எல்லா ஏற்றுமதிகளின் டாலர் மதிப்பைக் காட்டிலும் அனைத்து இறக்குமதிகளின் டாலர் மதிப்பு 2021-22ல், 192 பில்லியன் டாலர்கள். 2020-21ல், 102 பில்லியன் டாலர்கள்தான்.

இந்த இடைவெளியை கைவசம் இருக்கும் டாலரை வைத்துதான் சரி செய்ய முடியும். கையிருப்பின் பெயர் ஃபாரெக்ஸ். ஃபாரின் எக்ஸ்சேஞ் ரிசர்வ்ஸ் என்பதன் சுருக்கம். தமிழில் அந்நியச் செலாவணி கையிருப்பு. அந்நியச் செலாவணி நம் நாட்டுக்குள் வரும் வழிகள்:

- அந்நிய நாட்டு நிறுவனங்கள் இந்தியாவில் முதலீடு செய்வதற்காகக் கொண்டு வருகிற பணம். இதில் முதல் வகை என்பது அந்நிய நேரடி முதலீடு- ஃபாரின் டைரக்ட் இன்வெஸ்ட்மெண்ட்- FDI.
- இரண்டாவது வகை, அந்நிய நாட்டு அமைப்புகள் நிறுவனங்கள் நம் நாட்டில் இயங்கிக்கொண்டிருக்கும் நிறுவனங்களின் பங்குகள் மற்றும் நம் நாட்டில் வெளியிடப் படும் கடன் பத்திரங்களை வாங்குவதற்கு நம் நாட்டுக்குள் கொண்டு வரும் வெளிநாட்டுப்பணம்.

இவ்வாறு நம் நாட்டுக்குள் வெளிநாட்டுப்பணத்தைக் கொண்டு வந்து பங்குகள் கடன் பத்திரங்கள் வாங்குவதை ஃபாரின் போர்ட்ஃபோலியோ இன்வெஸ்ட்மெண்ட் - FPI என்றும், அப்படிச் செய்யும் அமைப்புகளை ஃபாரின் இன்ஸ்டிடூஷனல் இன்வெஸ்டர்ஸ், FII, என்றும் அழைப்பார்கள்.

இது எல்லாம் போக இந்தியாவில் இருந்து வெளிநாடுகளுக்கு போய் அங்கே வேலை செய்து சம்பாதித்து, அந்தப் பணத்தை இந்தியாவுக்கு அனுப்பும் பணம். இதுவும் அந்நியச் செலாவணிதான். இப்படி தாய்நாட்டுக்குள் கொண்டு வருவதற்குப் பெயர், ரெமிடென்ஸ். ரிபாட்ரியேஷன் என்றும் சொல்வார்கள்.

இந்தப் பணத்தை FDIயைப் போல நீண்டகாலம் தங்கக்கூடிய பணமாகக் கருத முடியாது. அவ்வப்போது பங்குகளை விற்று விட்டு டாலர்களை எடுத்துச் சென்றுவிடுவார்கள். அப்படி அவர்கள் செய்வதை மைனெஸ் ஆக மேற்கண்ட சார்ட்டில் பார்க்கலாம்.

**ரெமிடென்ஸ்**

வெளிநாடுகளில் இருந்து இந்தியர்கள் சம்பாதித்து தாய்நாட்டுக்கு அனுப்பும் ரெமிடென்ஸ் ஆக ஓவ்வொரு ஆண்டும் சுமார் 80 பில்லியன் டாலர் அளவு பணம் நம் நாட்டுக்கு வருகிறது.

இதில் அதிக அளவு வருவது அரபு நாடுகளில் இருந்து. கிட்டத்தட்ட ஆண்டொன்றுக்கு 34 பில்லியன் டாலர்கள் அங்கிருந்து மட்டும் வருகிறது. அடுத்த இடத்தில் அமெரிக்கா. சுமார் 12 பில்லியன் டாலர்கள். 2019-20ம் ஆண்டு வந்த மொத்த தொகை 83 பில்லியன் டாலர்கள். 2020-21ல் வந்த மொத்த தொகை 87 பில்லியன் டாலர்கள்.

உலகத்தில் இருக்கும் பல நாடுகளுக்கும் இப்படி அந்நாட்டு மக்கள் பல இடங்களில் இருந்து சம்பாதித்து அனுப்புகிறார்கள். 2018ம் ஆண்டு உலகம் முழுவதும் இருந்தும் மக்கள் அவரவர் தாய் நாட்டுக்கு சம்பாதித்து அனுப்பிய மொத்த பணம் 689 பில்லியன் அமெரிக்க டாலர்கள்.

முன்பெல்லாம் முதலிடத்தில் சீனா இருந்தது. அதைப் புறந்தள்ளி நம் தேசம் முதலிடத்துக்கு வந்துவிட்டது. சீனாவுக்கு இரண்டாவது இடம். 2020ம் ஆண்டு கணக்குப்படி, சீனாவுக்குள் வந்த ரெமிடென்ஸ், 62 பில்லியன் டாலர்கள். மூன்றாவது இடத்தில், பிலிப்பைன்ஸ் மற்றும் மெக்ஸிகோ. தலா 34 பில்லியன் டாலர்கள். அடுத்த இடத்தில், எகிப்து 26 பில்லியன் டாலர்கள்.

2017ம் ஆண்டு வெவ்வேறு நாடுகளில் இருந்து நம் நாட்டுக்குள் வந்த ரெமிடென்ஸ் தொகைகள். பில்லியன் அமெரிக்க டாலர்களில்.

| நாடு | தொகை |
|---|---|
| ஐக்கிய அரபு அமீரகம் | 13.87 |
| அமெரிக்கா | 11.71 |
| சவுதி அரேபியா | 11.23 |
| பங்களாதேஷ் | 4.6 |
| குவைத் | 4.58 |
| கத்தார் | 4.14 |
| யுனைட்டட் கிங்டம் | 3.94 |
| ஓமன் | 3.75 |
| நேபால் | 3.016 |
| கனடா | 2.87 |
| ஆஸ்திரேலியா | 1.94 |

**ஃபாரின் எக்ஸ்சேஞ்ச் ரிசர்வ்ஸ் - ஃபாரெக்ஸ்**

2022, ஆகஸ்ட் முதல் வாரத்தில் நம்மிடம் இருக்கிற அந்நியச் செலாவணி கையிருப்பு சுமார் 572 பில்லியன் டாலர்கள். ஒரு பில்லியன் என்றால் 100 கோடி. சுமார் 57 ஆயிரம் கோடி டாலர்கள்.

தவிர, நம் நாட்டுக்கு இருக்கும் வெளிநாட்டுக் கடன்களை வெளிநாட்டுப்பணம் கொண்டுதான் திருப்ப முடியும். 2022, ஆகஸ்ட் மாதம் இந்தியாவுக்கு இருந்த நிகர வெளிநாட்டுக்கடன் அளவு 620 பில்லியன் அமெரிக்க டாலர்கள். இதுவும் அயல்நாட்டுப்பணமாக திருப்பித்தரவேண்டிய தொகை. இந்தத் தொகையை நாட்டின் உள்நாட்டு உற்பத்தி மதிப்பான ஜி.டி.பியின் சதவீதமாகப் பார்ப்பார்கள். 2022 மார்ச் மாதம் இந்தியாவின் வெளிநாட்டுக்கடன், ஜி.டி.பியில் 19.9%ஆக இருந்தது. இது சமாளிக்கக்கூடிய அளவுதான்.

**அமெரிக்க டாலருக்குப் பதிலாக - ருப்பி டிரேட்**

உலக அளவில் அமெரிக்க டாலர் எப்படி முக்கியத்துவம் பெற்றிருக்கிறது என்பது தெரிந்தால் ஆச்சரியமாக இருக்கும்.

எந்த நாடு வெளிநாட்டிலிருந்து ஏதாவது பொருளை இறக்குமதி செய்து கொண்டாலும் அதற்கான பணத்தை அமெரிக்க டாலரில்

கொடுக்க வேண்டும். ஏற்றுமதி செய்தாலும் டாலரில்தான் பணத்தைப் பெற்றுக் கொள்ளவேண்டும். இது ஓர் உதாரணத்தோடு பார்த்தால் சுலபமாகப் புரியும்.

இந்தியாவில் இருக்கும் ஒருவர் ஸ்ரீலங்காவுக்கு ஒரு பொருளை ஏற்றுமதி செய்கிறார். அதனுடைய விலை ரூபாய் 10 வீதம் 10,000 யூனிட்டுகள். மொத்தம் ஒரு லட்ச ரூபாய். ஆனால் அவர் இதை அமெரிக்க டாலராக வகுத்துப் பார்த்து விலை சொல்வார். டாலரின் மதிப்பு ரூபாய் 80 வீதம் 10 ஆயிரம் ரூபாய்க்கு 125 அமெரிக்க டாலர்கள்.

இலங்கையில் இருக்கும் இறக்குமதியாளர் அந்த நாட்டின் இலங்கை ரூபாயில் டாலர் ஒன்றுக்கு ரூபாய் 300 வீதம் 125 அமெரிக்க டாலர்களுக்கு 37 ஆயிரத்து 500 இலங்கை ரூபாய்கள் அவருடைய இலங்கை வங்கி கணக்கில் கட்டிவிடுவார்.

ஏற்றுமதியாளர் இறக்குமதியாளர் இருவருக்குமே அவர்கள் நாட்டில் ஒரு வங்கிக் கணக்கும் அந்த இருவேறு வங்கிகளுக்கு அமெரிக்காவின் இருவேறு வங்கிகளில் வங்கிக் கணக்கும் இருக்கும்.

அந்த இலங்கை வங்கி அவர்களுக்கு இருக்கும் அமெரிக்க வங்கி கணக்கில் 125 அமெரிக்க டாலர்களை இறக்குமதியாளர் சார்பாகக் கொடுக்கும். அடுத்து அந்த 125 அமெரிக்க டாலர்கள் இந்தியாவில் இருந்து ஏற்றுமதி செய்தவருடைய வங்கி கணக்குக்கு வரும். கட்டுவது, வேறு ஒரு அமெரிக்க வங்கி.

தன்னுடைய இந்திய வங்கி கணக்குக்கு வந்துவிட்ட அமெரிக்க டாலர் பணத்தை ஏற்றுமதி செய்தவர் எடுத்துக்கொள்ளலாம்; ரூபாயாக மாற்றிக்கொள்ளலாம்.

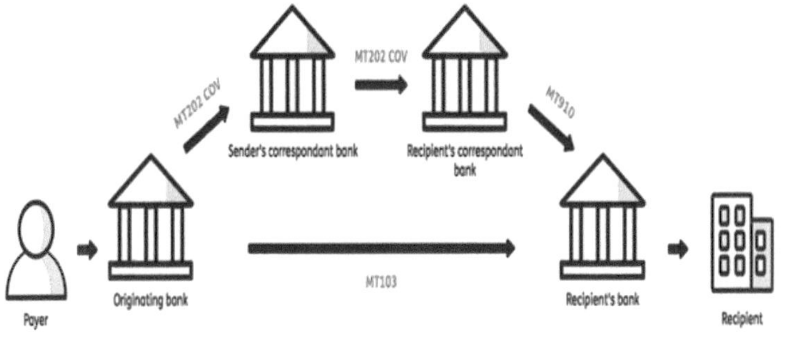

ஆக, இப்படியாக ஏற்றுமதி செய்யும் நாட்டில் ஒரு வங்கி, அமெரிக்காவில் இரண்டு வங்கிகள் மற்றும் இறக்குமதி செய்து கொள்ளும் நாட்டில் ஒரு வங்கி என மொத்தம் 4 வங்கிகள் இந்தப் பணப் பரிமாற்றத்தை சிவிப்ட் என்ற திட்டத்தின் மூலம் செயல்படுத்துகிறது. இதற்கு இந்த நான்கு வங்கிகளும் ஒரு குறிப்பிட்ட அளவு தொகையைக் கட்டணமாகப் பெற்றுக் கொள்ளும். அந்த தொகை மொத்த தொகையில் சுமார் 2 முதல் 5% இருக்கலாம்.

இது ஏற்றுமதி இறக்குமதி செய்கிற இருவருக்குமே செலவு. ஏற்றுமதி-இறக்குமதி ஆகிய இரண்டுக்குமே தொடர்பில்லாத அமெரிக்க டாலர் பொதுப்பணமாக இருந்து இந்தப் பணப் பரிமாற்றத்துக்கு உதவுகிறது. அமெரிக்காவில் இருக்கிற வங்கிகளுக்கு வருமானம் பெற்றுத்தருகிறது.

இப்படியாக உலகில் இருக்கிற எல்லா நாடுகளுடைய வர்த்தகத்தில் அமெரிக்க டாலர் ஒரு இடைப்பட்ட கரன்சியாக இருந்து முக்கியத்துவம் பெறுகிறது. தனக்கான தேவையைத் தக்கவைத்துக் கொள்கிறது.

உக்ரைன் மீது ரஷ்யா போர் தொடுத்த பிறகு ரஷ்ய வங்கிகள் அமெரிக்காவில் இயங்குகிற சிவிப்ட் சிஸ்டத்தில் பங்குபெற முடியாது என்றும் அந்த சிஸ்டம் மூலமாக பண பரிவர்த்தனைகள் செய்ய முடியாது என்றும் தடைவிதித்தன. அதனால், ரஷ்யாவுடன் வர்த்தகம் செய்வது சிரமானது. ரஷ்யாவில் இருந்து கச்சா எண்ணெய் உள்பட பல பொருட்களை வாங்கும் நமக்கும் சிரமம்,

அதற்கான தீர்வாக, நம் நாடு அமெரிக்க டாலரைத் தவிர்த்து நேரடியாக ரூபாய் ரூபிகளிலேயே பணப்பரிமாற்றம்செய்து வர்த்தகத்தைத் தொடருகிறது.

இதை ருப்பி டிரேட் என்கிறார்கள்.

பெட்ரோல், டீசல், சமையல் எரிவாயு, உரங்கள் போன்ற அவசியத் தேவைகளுக்காக நம் நாட்டுக்கு அந்நியச் செலாவணி மிகவும் முக்கியம். அது இல்லாமல் முடியாது. அது தொடர்ந்து கிடைக்குமாறு பார்த்துக்கொள்ளச் சிறந்த வழி ஏற்றுமதிகள்தான்.

2020-21ம் ஆண்டு நாம் செய்த மொத்த ஏற்றுமதிகளின் மதிப்பு சுமார் 670 பில்லியன் டாலர்கள். இதில் இரண்டு வகையான ஏற்றுமதிகள் உள்ளன. ஒன்று பொருட்கள் மற்றது சேவை.

பொருட்கள் ஏற்றுமதியை மெர்கெண்டைஸ் எக்ஸ்போர்ட்ஸ் என்பார்கள் . அது 419 பில்லியன் அமெரிக்க டாலர்கள். சேவைகள் ஏற்றுமதி 250 பில்லியன் டாலர்கள்.

2020-21ம் ஆண்டு நாம் செய்த மொத்த ஏற்றுமதிகளின் மதிப்பு சுமார் 670 பில்லியன் டாலர்கள். இதில் இரண்டு வகையான ஏற்றுமதிகள் உள்ளன. ஒன்று பொருட்கள் மற்றது சேவை. பொருட்கள் ஏற்றுமதியை மெர்கெண்டைஸ் எக்ஸ்போர்ட்ஸ் என்பார்கள் . அது 419 பில்லியன் அமெரிக்க டாலர்கள். சேவைகள் ஏற்றுமதி 250 பில்லியன் டாலர்கள்.

**நிகர ஏற்றுமதி = பேலன்ஸ் ஆஃப் டிரேட்**

ஒவ்வொரு மாதமும் நம் நாடு செய்கிற ஏற்றுமதி மதிப்பு அளவுக்கும் இறக்குமதி மதிப்பு அளவுக்கும் இடையே இருக்கிற வேறுபாட்டின் பெயர்: பேலன்ஸ் ஆப் டிரேட். சுருக்கமாக, BOT. இந்த வர்த்தகப் பற்றாக்குறையைத்தான் BOT என்று அழைக்கிறார்கள்.

2021-22ம் ஆண்டு வர்த்தகப் பற்றாக்குறை 192 பில்லியன் டாலர்கள். அதற்கு முந்தைய ஆண்டு 102 பில்லியன் டாலர்கள்தான்.

அடுத்தடுத்த ஆண்டுகளில் தொடர்ந்து இதேபோல வர்த்தக இடைவெளி 192 பில்லியன் டாலரை ஒட்டியே இருந்தால், 2022, ஜூலை கையிருப்பாக இருக்கும் அந்நியச் செலாவணி 572 பில்லியன் டாலர்களை வைத்து, நம்மால் அடுத்த 3 ஆண்டுகளைச் சிக்கல் இல்லாமல் சமாளிக்க முடியும். அதற்குமேல் அரசு வசம் அமெரிக்க டாலர்கள் இருக்காது. ஒன்று, இறக்குமதியைக் குறைக்க வேண்டும். அல்லது ஏற்றுமதியை அதிகரிக்க வேண்டும். அல்லது பிற வழிகளில் டாலரைக் கொண்டு வரவேண்டும்.

# 3

## கச்சா எண்ணெயும் இந்தியாவும்

உலகில் பூமிக்கு அடியில் இருக்கும் கச்சா எண்ணெயின் மொத்த அளவு என்பது கவனிக்க வேண்டிய முக்கியமான ஒன்று. காரணம் கச்சா எண்ணெயைச் செயற்கையாக உருவாக்க முடியாது. இயற்கையாகவே எவ்வளவு இருக்கிறதோ அவ்வளவு மட்டுமே பயன்படுத்த முடியும்.

உலகத்தில் இருக்கிற கச்சா எண்ணெயின் அளவு என்று சொல்லுகிறபோது இதுவரை மனிதனால் கண்டுபிடிக்கப் பட்டிருக்கும் ஆயில் ரிசர்வ் மட்டுமல்ல; கண்டுபிடிக்கப் பட்டிருக்கும் எண்ணெய் கிணறுகளில் இருந்து எவ்வளவு எடுக்க முடியும் என்பதையும் சேர்த்துத்தான் சொல்கிறார்கள்.

உலக அளவில் சுற்றுப்புற சூழல் குறித்து மிகப்பெரிய கவனம் வந்திருக்கிறது. கச்சா எண்ணெய் பயன்பாட்டை வெகுவாகக் குறைக்க வேண்டும் என்கிற காரணத்தினால் புதிய கச்சா எண்ணெய் கிணறுகளைக் கண்டுபிடிக்கிற துறையில் பெரும்பணம் முதலீடு செய்வது நின்று போயிருக்கிறது. அல்லது குறைந்திருக்கிறது. அதனால் ஏற்கெனவே கண்டுபிடிக்கப்பட்ட எண்ணெய்க் கிணறுகளில் இருந்து தொடர்ந்து எடுத்துக் கொண்டிருக்கும் நிலைமைதான் இருக்கிறது.

எரிபொருட்களை இரண்டு வகைகளாகப் பிரிக்கிறார்கள். இன்று இயற்கையால் கிடைக்கும் எரிவாயு கச்சா எண்ணெய் மற்றும் நிலக்கரி இவற்றின் அளவு நிர்ணயிக்கப்பட்டது. அதை

மனிதர்களால் அதிகப்படுத்த முடியாது. இந்த வகை எரிபொருட்களை தொல்லுயிரெச்ச எரிபொருள் என்கிறார்கள். இவற்றுக்கு மாற்றாக மனித முயற்சி உருவாக்கப்படுகின்ற எரிசக்தி பொருட்களை மாற்று எரிசக்தி பொருட்கள் என்றும் புதுப்பிக்க முடிந்த எரி சக்தி என்றும் சொல்கிறார்கள். இந்த வகை எரிசக்தி உற்பத்தியில் எந்தக் கட்டுப்பாடும் இல்லை. இவற்றைத் தொடர்ந்து உருவாக்க முடியும். இந்த வகையில் வருவது தான் சூரிய ஒளி மின்சாரம் மின்சாரம் மற்றும் நீர் மின்சாரம்.

12 முதல் 15 சதவீத எரிசக்தித் தேவைகள் இந்த இரண்டாம் வகை எரிசக்திப் பொருட்களால் நிறைவு செய்யப்படுகின்றன. ஆமாம் இன்னமும் 82 முதல் 85 சதவீத எரிசக்தித் தேவைகள் தொல்லுயிரெச்ச எரிபொருள்கள் மூலம்தான் நிறைவடைந்தது.

2019 ஆண்டுவாக்கில் 1.3% வேகத்தில் உயர்ந்து கொண்டிருந்த எரிபொருட்களின் பயன்பாடு மற்றும் தேவை, 2021ம் ஆண்டு 5.8% வேகத்தில் கூடியிருக்கிறது.

2016ம் ஆண்டு எடுக்கப்பட்ட ஒரு கணக்கின்படி,

- ஆயில் ரிசர்வுகள் - 1,650,585,140,000 பீப்பாய்கள்
- ஆயில் பயன்பாடு

  ஆண்டு ஒன்றின் தேவை - 35,442,913,090 பீபாய்கள்

  நாளொன்றின் தேவை - 97,103,871 பீபாய்கள்
- இதே வேகத்தில் பயன்படுத்தபட்டால் இன்னும் 47 ஆண்டுகளுக்கு வரும்

2016ம் ஆண்டு நிலைமையை வைத்து மேலும் 47 ஆண்டுகளுக்கு கச்சா எண்ணெய் வரும் என்று கணக்கிட்டிருக்கிறார்கள். அதாவது கணக்குப்படி 2063ம் ஆண்டுவரை வரவேண்டும்.

அதன் பிறகு புதிய எண்ணெய் கிணறுகள் கண்டுபிடிக்கப் பட்டுள்ளன. இருக்கிற கிணறுகளில் கிடைக்கிற எண்ணெயின் அளவுகள் மாறுபட்டிருக்கின்றன. தவிர, மக்கள் தொகை பெருக்கத்தில் உண்டான மாறுபாடுகள் மற்றும் பல்வேறு நாடுகளின் பொருளாதார வளர்ச்சி காரணமாக இந்தக் கணக்கில் மாறுதல் வந்திருக்கிறது.

2021ம் ஆண்டு வெளிவந்த Rystad ஆய்வின்படி, உலகத்தில் எடுக்கக்கூடிய கச்சா எண்ணை மற்றும் இயற்கை எரிவாயு வளம் இருக்கிற நாடுகள்:

| | | |
|---|---|---|
| சவுதி அரேபியா | - | 275 பில்லியன் பீப்பாய்கள் |
| அமெரிக்கா | - | 193 பில்லியன் பீப்பாய்கள். |
| ரஷ்யா | - | 137 பில்லியன் பீப்பாய்கள் |
| கனடா | - | 118 பில்லியன் பீப்பாய்கள் |
| ஈராக் | - | 105 பில்லியன் பீப்பாய்கள் |

இப்போது பயன்படுத்தப்பட்டுக் கொண்டிருக்கும் வேகத்தின்படி அரபு நாடுகளில் இருக்கக்கூடிய எண்ணெய் வளம் இன்னும் 10 முதல் 14 ஆண்டுகள் வரை வரலாம்; கனடாவில் இருக்கக்கூடிய எண்ணெய் வளம் இன்னும் இருபது ஆண்டுகளுக்கு வரலாம் என்று சொல்லப்படுகிறது. அதிகபட்சம் 20 ஆண்டுகள். அவ்வளவுதான். அதற்கு மேல் எண்ணெய் தீர்ந்துவிடும் என்கிறார்கள்.

**கச்சா எண்ணெய் தீர்ந்துவிடும்**

பூமியிலே இருக்கும் அல்லது கண்டுபிடிக்கப்பட்டிருக்கும் கச்சா எண்ணெயின் அளவையும் அது பயன்படுத்தப்பட்டுக் கொண்டிருக்கும் வேகத்தையும் வைத்துப் பார்த்தால், இன்னும் 30 ஆண்டுகளில் அது முற்றிலுமாக தீர்ந்து விடும் என்கிற அச்சம் ஆராய்ச்சியாளர்களிடம் உண்டு. அதைவிட முக்கியமாக கடந்த பல ஆண்டுகளாகவே பூமியின் சுற்றுப்புறச் சூழல் மற்றும் பூமியை வெப்பமடைவதை குறைத்தல் ஆகியவை குறித்து உலக நாடுகள் பலவும் கவலை தெரிவித்து வருகின்றன அதற்காக பல நடவடிக்கைகளை எடுக்கவும் செய்கின்றன அப்படிப்பட்ட நடவடிக்கைகளில் ஒன்று பெட்ரோல், டீசல் பயன்பாட்டைக் குறைப்பது. எரிசக்தித் தேவைகளுக்கு சுற்றுப்புறத்துக்கு கேடு விளைவிக்காத சூரிய ஒளி மின்சாரம், அணுசக்தி மின்சாரம், நீர் மின்சாரம் போன்றவற்றைப் பயன்படுத்துவது.

**கிடைக்காமல் போனால்?**

எல்லா நாடுகளிலும் கச்சா எண்ணெய் கிடைக்கவில்லை அது இயற்கையாகக் கிடைக்க வேண்டிய ஒரு பொருள். உற்பத்தி செய்ய முடியாது. அமெரிக்காவில் ஷேல் காஸ் என்று பாறைகளை உடைத்து ஓரளவு செய்தாலும் அவையும் கூட அந்த விதமான பாறைகள் இல்லாத இடங்களில் உருவாக்க முடியாது. எனவே எப்படிப் பார்த்தாலும் கச்சா எண்ணெய் என்பது ஒரு குறிப்பிட்ட அளவு தான் உலகத்தில் இருக்கிறது. சில நாடுகளில்

மட்டுமே இருக்கிறது. கச்சா எண்ணெயை அப்படியே பயன்படுத்த இயலாது. அதைச் சுத்திகரிப்பு செய்வதற்காக மாபெரும் ரிஃபைனரிகளை உருவாக்கி அதிலிருந்துதான் பெட்ரோல், டீசல் போன்றவற்றைப் பிரித்தெடுக்க முடியும்.

•

## கச்சா எண்ணை ரிஃபைனரிகள்

### *பயன்பாடு*

*கச்சா எண்ணையில் இருந்து வரும் எரிபொருட்களைப் பயன்படுத்தாத நாடுகளே இல்லை. இந்தியாவின் நிலை உலக அளவில் மூன்றாவது பெரிய பயன்பாட்டாளர் என்கிற இடம். ஆனால், உற்பத்தியைப் பொறுத்தவரை அதன் தேவையில் 15 முதல் 20% வரை மட்டுமே கிடைக்கிறது. மீதத் தேவைகளை இறக்குமதிதான் செய்துகொள்ளவேண்டும். ஆண்டு ஒன்றுக்கு இந்தியா 210 MMT இறக்குமதி செய்கிறது.*

*நம் நாட்டில் மட்டும் 30 கோடிக்கும் அதிகமான கார் வண்டிகள் இருக்கின்றன. இது 2019ம் ஆண்டு நிலவரம். இவை தவிர ரயில்கள், ஜெனரேட்டர்கள் போன்றவையும் பெட்ரோல், டீசலில் ஓடுகின்றன. இவையெல்லாவற்றுக்குமான எரிபொருள் வெளிநாடுகளில் இருந்து வர வேண்டும் அப்படிச் சொல்வதை விட வெளிநாடுகளில் இருந்து வந்துகொண்டே இருக்க வேண்டும் என்று சொல்ல வேண்டும். அதுதான் சரி.*

### குறைக்கும் நடவடிக்கைகள்

*2008ம் ஆண்டு உலகில் அனைத்து நாடுகளும் சேர்ந்து சுமார் 9 ஜிகாவாட் (GW) சோலார் எனப்படும் சூரிய ஒளி மின்சாரம் தயாரித்தன. மேற் சொன்ன தொடர் முயற்சிகளால் 2018ம் ஆண்டு கணக்கின்படி உலகில் தற்போது 500 GW சோலார் மின்சாரம் தயாரிக்கப்பட்டு வருகிறது. எனில் அந்த அளவுக்கு தொல்லுயிரெச்ச எரிசக்தி மற்றும் அதனால் விளையும் கேடுகள் குறைந்து வருகின்றன. அல்லது கேடுகளின் வேகம் அதிகரிக்காமல் கட்டுப்படுத்தப்பட்டு இருக்கிறது என்று பொருள்.*

### எத்னால் கலப்பு

*அப்படிப்பட்ட முயற்சிகளில் ஒன்று, பயன்படுத்தப்படும் பெட்ரோல் டீசல் அளவுகளைக் குறைப்பது. அதற்காக,*

வாகனங்களுக்குப் போடப்படும் பெட்ரோல் மற்றும் டீசலுடன் எத்னால் எனப்படும் கரும்புச் சக்கை போன்றவற்றில் இருந்து எடுக்கப்படும் திரவத்தைக் கலந்து பயன்படுத்துகிறார்கள். இதன் மூலம் மொத்தத் தேவையில் 10 முதல் 20% வரை கச்சா எண்ணெய் பயன்பட்டைக் குறைக்கலாம். பல உலக நாடுகளும் செய்ய ஆரம்பித்து பல ஆண்டுகள் ஆகின்றன. நம் நாட்டிலும் செய்கிறோம்.

2003ம் ஆண்டே இந்தியா, பெட்ரோலில் எத்னால் கலக்கும் திட்டத்தைத் தொடங்கியது. அதற்கு எத்னால் பிலெண்டெட் பெட்ரோல் (Ethanol Blended Petrol - EBP) என்று பெயர்.

2006ம் ஆண்டுமுதல் ஒன்பது மாநிலங்களிலும் 4 யூனியன் பிரதேசங்களிலும் வழங்கப்படும் பெட்ரோலில் 5% எத்னால் கலந்து விற்கப்பட்டது. அதன்பின் எத்னால் கலக்கப்படும் அளவு 9.45% ஆக உயர்த்தப்பட்டது. 2023ம் ஆண்டு முதல் நாட்டின் சில பகுதிகளில் 20% கலப்பதற்குத் திட்டமிடப்பட்டிருக்கிறது. 2025 முதல் நாட்டின் அனைத்து பகுதிகளுக்கும் 20% எத்னால் கலந்த பெட்ரோல் விநியோகிக்கபடலாம். அதன் மூலம் கச்சா எண்ணெய் இறக்குமதிக்குச் செலவாகும் அந்நியச் செலாவணியில் 30 ஆயிரம் கோடி ரூபாய் அளவு மீதம் செய்யலாம் என்கிறது நிதி ஆயோக்.

20% எத்னால் கலப்பு என்பது உடனடியாக சாத்தியம் இல்லை. காரணம், அந்த அளவு கரும்பு பயிரிட்டு அதிலிருந்து எத்னால் பிரித்து எடுக்கப்படவேண்டும்.

**எலெக்ட்ரிக் வாகனங்கள்**

கச்சா எண்ணெயின் பயன்பாட்டைக் குறைப்பதற்காக மற்றொரு நடவடிக்கையாக பல முன்னேற்றிய நாடுகளிலும் வாகனங்களுக்கு மின்சார பேட்டரி பயன்படுத்தப்படுகின்றன. பேட்டரி கழிவுகளைச் சரியாக நிர்வகிக்கவேண்டும் என்றாலும் எலெக்டிரிக் வாகனங்கள் உற்பத்தி எண்ணிக்கை தொடர்ந்து அதிகரித்து வருகிறது. இந்த வகை வாகனங்களின் விற்பனையையும் பயன்பாட்டையும் அதிகரிக்க மத்திய அரசு, வருமான வரியில் சலுகை கொடுக்கிறது.

இந்தியாவின் எலக்ட்ரிக் கார் அல்லது இருசக்கர வாகனங்கள் வாங்குகிற தனிநபர்களுக்கு அவர்கள் கட்டுகிற வருமான வரியில், 80-EEEயின் கீழ் கடனுக்குக் கட்டும் வட்டியில்

ஆண்டொன்றுக்கு ரூபாய் ஒன்றரை லட்சம் வரை சலுகை தரப்படுகிறது. இந்த சலுகை நிறுவனங்களுக்கோ, HUFகளுக்கோ கிடையாது. வங்கி அல்லது NBFCயில் கடன் வாங்கியிருந்தால் மட்டுமே வழங்கப்படுகிறது. 2020-21 முதல் 2022-23ம் ஆண்டு வரை இந்தச் சலுகை பெறலாம் என அறிவிக்கபட்டிருக்கிறது. மேலும் நீட்டிக்கப்படலாம்.

இது தவிர இந்த வகை வாகனங்களுக்கு ஜி.எஸ்.டி வரியும் 5% ஆகக் குறைக்கப்பட்டிருக்கிறது. மற்ற வகை கார்களுக்கு 18 மற்றும் 28% ஜி.எஸ்.டி வரி அதன் வகையைப் பொறுத்து விதிக்கப்படுகிறது.

மேலும் மகாரஷ்டிரா, குஜராத், அசாம், பிகார் போன்ற மாநிலங்கள் நேரடி மானியத் தொகைகளும் கொடுக்கின்றன. தமிழகம் தவிர பல மாநிலங்களில் எலெக்ட்ரிக் வாகனங்களுக்கு சாலை வரியைத் தள்ளுபடி செய்துவிடுகின்றன. இவற்றால் மின்சார வாகனங்களின் விற்பனை அதிகரித்திருக்கிறது.

| மின்சார வாகனம் | 2021 | 2022 | வளர்ச்சி |
|---|---|---|---|
| 2 சக்கர வாகனம் | 2,31,338 | 41,046 | 463% |
| 3 சக்ர வாகனம் | 1,77,874 | 88,391 | 101% |
| பயணிகள் வாகனங்கள் | 17,802 | 4,984 | 257% |
| கமர்சியல் வாகனங்கள் | 2,203 | 400 | 450% |
| **மொத்தம்** | **4,29,217** | **1,34,821** | **218%** |

நடப்பது, சைக்கிளில் போவதெல்லாம் உடல் நலம், பணம் ஆகியவற்றை மிச்சம் செய்வது என்பது தவிர உலகத்தின் மற்றும் வருங்கால சந்ததியினரின் நன்மை என்று தெரிந்திருந்தாலும் அதற்காக எடுக்கப்படும் முயற்சிகளால் இன்னும் பெரிய அளவில் மாற்றம் வரவில்லை. மக்கள் பொருளாதார முன்னேற்ற நோக்கத்தில் வாகனப் பயன்பாடுகளைக் குறைப்பதாகத் தெரியவில்லை.

**மாற்று எரிசக்தி துறையில் இந்தியா**

உலகில் மின்சாரத்தை நுகரும் நாடுகளில் அமெரிக்கா மற்றும் சீனாவுக்கு அடுத்தபடியாக மூன்றாவது இடத்தில் மிக அதிக

அளவு மின்சாரம் தேவைப்படும் பயன்படுத்தும் நாடாக இருப்பது இந்தியா.

மாற்று எரிசக்தி மூலம் மின்சாரம் தயாரிக்கிற இணைப்பில் இந்தியா வேகமாக முன்னேறி வருகிறது. 2030ம் ஆண்டு வாக்கில் 450 GW (ஜிகாவாட்) மின்சாரம் மாற்று எரிசக்திகள் உருவாக்க இலக்கு வைத்து வேலை செய்து வருகிறது. ஒரு ஜிகாவாட் என்றால் பத்து லட்சம் கிலோவாட்கள்.

நவம்பர் 2021 ஆம் ஆண்டு நிலவரப்படி, இந்தியாவில்:

சூரிய மின்சாரம் 48.55 GW

காற்றாலை மின்சாரம் 40.03 GW

சிறிய ரக நீர் மின்சாரம் 4.83 GW

பெரிய ரக நீர் மின்சாரம் 46.51 GW

அணுசக்தி மின்சாரம் 6.78 GW

பயோமாஸ் 10.62 GW

என மொத்தம் 150 GWக்கும் அதிகமான அளவு மின்சாரத்தை மாற்று எரிசக்திகள் மூலம் தயாரித்து பயன்படுத்தி வருகிறது.

**பெட்ரோல், டீசல் தேவையைக் குறைப்பது**

இதற்காக நடுவண் அரசின் திட்ட கமிஷன் போன்ற அமைப்பான நிதி ஆயோக் ஒரு தொலைநோக்குத் திட்டத்தை உருவாக்கிய அதற்கு E-Vision 2030 for E Mobility என பெயர் கொடுத்திருக்கிறது. NITI Aayog Electric Vehicle Mobility Vision 2030.

அதன்படி, 2030ம் ஆண்டுக்கு பிறகு நாட்டில் விற்கப்படும் எந்த புதிய மோட்டார் வாகனமும் பெட்ரோல் டீசலில் ஓடும் வாகனமாக இருக்காது. அது மின்சார வாகனமாகத்தான் இருக்கும். இருக்க வேண்டும்.

இதற்கான ஏற்பாடுகளைச் செய்வதற்கு இந்திய கார் உற்பத்தி யாளர்கள் அமைப்போடு சேர்ந்து நடுவண் அரசு முயற்சிகள் எடுத்துவருகிறது. Automotive Mission Plan (AMP) என்ற ஒரு திட்டத்தை வகுத்திருக்கிறது.

பேட்டரிகள் உற்பத்தி, சாலைகளில் ஆங்காங்கே பேட்டரிகளை சார்ஜ் செய்தல் தவிர பேட்டரிகளை சுலபமாக மாற்றும் ஏற்பாடுகளும் நாடு முழுக்கத் தேவை. குறைந்தபட்சம் அல்லது

முதற்கட்டமாக நகரங்களிலாவது உருவாக்கியாக வேண்டும். அப்படிப்பட்ட ஏற்பாடுகள் வர வர நம்பிக்கைகொள்ளும் மக்கள், EV வண்டிகளை வாங்குவார்கள்.

அந்த விதமாக பேட்டரிகள் பொருத்திய வாகனங்களை விலைக்கு வாங்குவதற்கு மத்திய அரசே நேரடியாக வண்டி வாங்கும் நேரத்திலேயே, Faster Adoption and Manufacturing of Hybrid & Electric Vehicles in India (FAME INDIA) திட்டத்தின் கீழ் மானியம் கொடுக்கிறது. E-2W வகை வண்டிகளுக்கு ரூபாய் 15,000 *(2022-23ல்)*.

எலக்ட்ரிக் வாகனங்களுக்குத் தனியாக தெரியும் விதம் பச்சை நிறத்தில் நம்பர் பிளேட்டுகள் கொடுத்து, அத்தகைய வண்டி களுக்கு மாநிலங்களுக்கு இடையே பயணிக்க வாங்கவேண்டிய பர்மிட்களிலிருந்து விலக்கும் கொடுத்திருக்கிறது.

வாகனங்களை மின்சார சார்ஜ் செய்துகொள்ளும் ஏற்பாடுகளை வீட்டிலேயே வைத்துக்கொள்ளலாம் என்று அனுமதி வழங்கியிருக்கிறது.

ஆயினும், மின்சார பேட்டரி வாகனங்களை வாங்குவோர் எண்ணிக்கை குறைவாகத்தான் இருக்கிறது 2019-20 ஆண்டுகளில் பதிவு செய்யப்பட்ட மின்சார வாகனங்களின் எண்ணிக்கை :

*2019 - 1,61,314*

*2020 - 1,19,648*

2021ம் ஆண்டில் மொத்தம் விற்பனையாளர்களின் எண்ணிக்கையில் மின்சாரத்தில் ஓடக்கூடிய கார்களுடைய எண்ணிக்கை மிகக் குறைவு. சதவீதக் கணக்கில் ஒரு சதவீதம் மட்டுமே.

ஒரு காரின் பேட்டரியை ஜாக் செய்வதற்கு 12 மணி நேரம் ஆகும். இந்தியாவில் மொத்தம் 650 சார்ஜிங் ஸ்டேஷனில் மட்டுமே இருப்பதால் நீண்ட தூரம் பயணிக்க விரும்புகிறவர்கள் மின்சார பேட்டரி வைத்த கார்களை வாங்க யோசிக்கிறார்கள். சீனா போன்ற தேசங்களில் லட்சக்கணக்கான சார்ஜிங் ஸ்டேஷன்களை ஏற்கனவே உருவாக்கி விட்டார்கள்.

இந்தியா பேட்டரி கார்களைவிட சூரிய சக்தி வாகனங்களை வேகமாக உற்பத்தி செய்து பயன்படுத்த ஆரம்பிக்க வேண்டியது

அவசியம். இது அதனுடைய பெட்ரோலியத் தேவைகளை குறைப்பதற்காக மட்டுமல்ல; உலக அளவில் சுற்றுச்சூழலுக்கான பாரிஸ் மாநாட்டில் நடந்த ஒப்பந்தத்தின்படி 2070ஆம் ஆண்டுக்குள் இந்தியா (Net Zero Emissions) எமிஷன் எனப்படும் நச்சுப்புகை வெளியீட்டில் 0% வந்தாகவேண்டும்.

2020ம் ஆண்டு கணக்குப்படி உலகம் மொத்தமும் 80 லட்சம் மின்சார வண்டிகள் இருந்தன. உலகத்தில் இருக்கும் மொத்த வாகனங்களில் ஒரு சதவீதம் மட்டுமே மின்சார வாகனங்கள். புதிதாக விற்பனையாகும் கார்களில் 2.6 சதவீதம் மட்டுமே மின்சார கார்கள். இந்தியாவில் என்று எடுத்துக் கொண்டால் விற்பனை யாகும் புதிய கார்களில் ஒரு சதவீதம் மட்டுமே மின்சார கார்கள்.

EV30@30 என்ற கோஷத்துடன் உலகளவில் ஒரு இயக்கம் இருக்கிறது. அதன் நோக்கம் 2030ம் ஆண்டு வாக்கில் புதிதாக விற்பனையாகும் வாகனங்களில் குறிப்பாக கார்களில் 30% மின்சார கார்களாக இருக்க வேண்டும் என்பதாகும்.

# 4

## இந்தியாவில் அந்த நிலை வருமா?

இலங்கையில் ஏற்பட்டிருக்கும் நிலை நிச்சயமாக பல உலக நாடுகளுக்கும் எச்சரிக்கை. சில தென் அமெரிக்க நாடுகளும், சில ஐரோப்பிய நாடுகளும் அப்படிப்பட்ட பொருளாதார நெருக் கடிகளைச் சந்திக்கும் வாய்ப்பு இருக்கவே செய்கிறது. ஆனால் இந்தியாவுக்கு இல்லை என்று உறுதியாகச் சொல்லலாம். அதற்கான காரணங்களைப் பார்ப்பதற்கு முன்பு இந்தியாவின் ஒரு பலவீனம் குறித்து பார்த்துவிடலாம்.

அந்த பலவீனம், பெட்ரோல், டீசல் மற்றும் இயற்கை எரிவாயு போன்ற 'எனர்ஜி'க்கு வெளிநாடுகளை நம்பி இருப்பது.

அந்நியச் செலாவணி கொடுத்தால் எந்தப் பொருளையும் வாங்கிவிடலாம் என்பதுதான் மேலோட்டமான உண்மை. ஆனால் பணம் கொடுத்தாலும், 'இல்லை. உங்களுக்குத் தரமுடியாது' என்று சில நாடுகள் மறுக்கலாம்.

அப்படிப்பட்ட ஒரு மறுப்புதான் 2022ல் ரஷ்யா மீது உலக நாடுகள் பலவும் விதித்த தடைகள். உக்ரைன் மீது ரஷ்யா போர் தொடுத்தது. அதற்கான எதிர்வினையாக அமெரிக்கா, ஐரோப்பிய யூனியன் மற்றும் G7 நாடுகள் உள்ளிட்ட சுமார் 30 நாடுகள் ரஷ்யா மீது பல்வேறு பொருளாதாரத் தடைகளை விதித்தன.

Sberbank மற்றும் Alfa Bank ஆகிய ரஷ்ய வங்கிகளுடன் அமெரிக்க பைனான்சியல் சிஸ்டத்துக்கு எவ்விதப் பரிமாற்றமும் இருக்காது.

அமெரிக்கர்கள் எவரும் அவற்றுடன் வியாபாரம் போன்ற எந்தத் தொடர்பும் வைத்துக்கொள்ளக் கூடாது.

அமெரிக்கர்கள் ரஷ்யாவில் முதலீடு வியாபாரம் செய்ய மாட்டார்கள். இதன் மூலம், ஐகியா, யூனிலீவர், பிரிட்டிஷ் பெட்ரோலியம், ஷெல், மாஸ்டர் கார்ட், விசா போன்ற சுமார் 600 அமெரிக்க பன்னாட்டு வியாபார நிறுவனங்கள் ரஷ்யாவை விட்டு வெளியேறின.

ரஷ்ய அரசு அதிகாரிகள் மற்றும் அவர்கள் குடும்பத்தினரின் சொத்துகளும் முடக்கம் செய்யப்பட்டிருக்கின்றன.

அந்தத் தடைகளின் காரணமாக பொருட்கள் இறக்கு மதிக்கு மட்டும் தடை அல்ல; நிதிசார் விஷயங்களிலும் தடை. ரஷ்யாவிலேயே கச்சா எண்ணெய் மிக அதிக அளவில் கிடைப்பதாலும் இயற்கை எரிவாயு போன்றவற்றை மிக அதிக அளவில் வைத்திருந்து ஐரோப்பிய நாடுகளுக்கு ஏற்றுமதி செய்யும் திறன் பெற்று இருப்பதாலும் ரஷ்யா பாதிக்கப் படவில்லை. ரஷ்யா மட்டும் அப்படிப்பட்ட ஒரு நிலையில் இல்லாமல் இருந்திருந்தால் இப்படி ஒரு நடவடிக்கை எடுத்திருக்குமா என்ற கேள்வி ஒருபுறம் இருக்க அப்படி தடை விதிக்கப்பட்டிருந்தால் அதன் இயக்கம் என்ன ஆயிருக்கும் என்று யோசிக்கவேண்டும்.

அப்படிப்பட்ட, ஆனால் வேறுவிதமான பொருளாதாரத் தடையை அரசியல் காரணங்களுக்காக இந்தியா மீதும் மேற்கத்திய நாடுகள் முன்பு விதித்திருக்கின்றன. 1974 ஆண்டில் திருமதி இந்திராகாந்தி இந்தியாவின் பிரதமராக இருந்தபோது இந்தியா முதன்முறையாக 'புத்தர் சிரித்தார்' என்ற குறியீட்டுப் பெயரில் அணுகுண்டு சோதனை செய்தது. பிறகு மீண்டும் 1998-ல் திரு வாஜ்பாய் பிரதமராக இருந்தபோது பொக்ரான் 2 என்ற 5 அணுகுண்டுகளை வெடித்து சோதனை செய்தது. அவ்வளவுதான் வல்லரசுகள் கொதித்து எழுந்தன . குறிப்பாக அமெரிக்கா, கனடா, ஜப்பான் போன்ற நாடுகள்.

அவர்கள் அணுகுண்டுகள் வைத்திருந்தபோதிலும் இந்தியா எப்படி இந்த சோதனை செய்யலாம் என்று இந்தியாவின் அறிவியல் ஆராய்ச்சிகள் மற்றும் உற்பத்தியை முடக்கும் நோக்கத்துடன் செயல்பட்டன. இந்தியாவுக்குச் செய்யக்கூடிய அத்தகைய இன்ஜினியரிங் சேவைகள் மற்றும் பொருட்கள்மீது

தடை விதித்தன. தடை பல ஆண்டுகளுக்கு நீடித்தது. தொடக்கத்தில் சிரமப்பட்டாலும் இந்தியா அந்தப் பொருட்களைத் தானே உற்பத்தி செய்து கொள்ளவும் உருவாக்கவும் கற்றுக்கொண்டு மேலும் வலுவடைந்தது.

ஆக என்ன சொன்னாலும் பெட்ரோல், டீசல் என்பது அந்நிய பொருள் கடல் கடந்து கப்பல்களிலும் கடலுக்கும் பூமிக்கும் அடியில் குழாய்களில் மூலம் இந்தியாவுக்கு வந்து கொண்டே இருக்கவேண்டும். அது இல்லாவிட்டால் நாட்டின் இயக்கம் தடைபடும் என்கிற நிலையில்தான் இருக்கிறோம்.

எனவே எப்படிப் பார்த்தாலும் அதற்கு மாற்று உருவாக்குவதும் அதன் பயன்பாட்டை குறைப்பதும் மிகவும் அவசியம். அது ஒரு சில ஆண்டுகளில் செய்துமுடிக்கக் கூடிய விஷயம் இல்லை.

**இந்தியாவின் இறக்குமதி சார்பு நிலை**

இந்தியா ஒவ்வொரு ஆண்டும் சுமார் 210 மில்லியன் டன்கள் கச்சா எண்ணையை வெளிநாடுகளிலிருந்து இறக்குமதி செய்கிறது. இது இந்தியாவின் மொத்தத் தேவையில் சுமார் 85 சதவிகிதம்.

இந்த இறக்குமதி சில குறிப்பிட்ட நாடுகளில் இருந்துதான் வருகிறது. அதில் முதலிடம் வகிப்பது ஈராக். ஆண்டு ஒன்றுக்கு சுமார் 47 மில்லியன் டன்கள். சவுதி அரேபியாவிலிருந்து 27 மில்லியன் டன்கள். ஐக்கிய அரபு நாடுகளில் இருந்து 22 மில்லியன் டன்கள். குவைத்திலிருந்து 9.9 மில்லியன் டன்கள் அமெரிக்காவில் இருந்து 10 மில்லியன் டன்கள். மற்ற நாடுகளில் இருந்து மீதம்.

**உக்ரைன் போருக்குப் பிறகு வந்த மாற்றம்**

ரஷ்யாவின் மீது போர் தொடுத்த பிறகு அமெரிக்கா உட்பட மேற்கத்திய நாடுகள் பலவும் ரஷ்யா மீது பொருளாதாரத் தடைகள் விதித்தன. அதனால் ரஷ்யாவில் அதிகம் உற்பத்தியாகும் கச்சா எண்ணெய்க்கான தேவை குறைந்து இருந்தது. அந்த நேரத்தில் மற்ற நாடுகள் தயங்கியபோது இந்தியா ரஷ்யாவிடம் இருந்து கச்சா எண்ணெய் வாங்க முன்வந்தது. அதேநேரம் அதனுடைய கச்சா எண்ணெய் விலை கணிசமாகக் குறைந்தது.

இதன் காரணமாக இந்தியாவினுடைய கச்சா எண்ணெய் தேவையில் 0.2% மட்டுமே நிறைவு செய்து கொண்டிருந்த ரஷ்யாவிடமிருந்து இந்தியா அதிக அளவில் கச்சா எண்ணெய்

வாங்க ஒப்பந்தங்களைப் போட்டது. அதில் ரிலையன்ஸ் உள்பட இரண்டு தனியார் நிறுவனங்கள் இறங்கின.(Reliance Industries and Rosneft backed Nayara Energy) ரஷ்ய இறக்குமதியில் 40% கச்சா எண்ணையை இந்த இரு நிறுவனங்களும் செய்கின்றன.

குறிப்பாக 2022ம் ஆண்டு ஜனவரி முதல் ரஷ்யாவில் இருந்து இந்தியா செய்துகொள்ளும் கச்சா எண்ணெய் மற்றும் நிலக்கரியினுடைய இறக்குமதி பல மடங்கு அதிகரித்தது. அதனால் இந்தியாவினுடைய மொத்த கச்சா எண்ணெய் இறக்குமதியில், 10% ரஷ்யா கொடுத்தது. உக்ரைன் போருக்கு முன்னால் அது 0.2% ஆக மட்டுமே இருந்தது. இப்படியாக, இந்தியாவுக்கு கச்சா எண்ணெய் கொடுக்கும் முதல் பத்து நாடுகள் பட்டியலுக்குள் ரஷ்யா வந்துவிட்டது.

இரண்டாவது இடத்தில் இருந்து சவுதி அரேபியாவைப் பின்தள்ளி அடுத்தபடி அதிக அளவில் கச்சா எண்ணெய் இந்தியாவுக்கு வழங்கும் நாடு என்று இரண்டாவது இடத்துக்கு ரஷ்யா முன்னேறிவிட்டது.

# 4

## மொத்தத்தில்

ஆக இலங்கையில் நடந்தது போன்றதொரு நிலை இந்தியாவில் வருமா என்ற கேள்விக்கு பதில் என்ன என்பது முன்பு பார்த்த பல்வேறு புள்ளி விவரங்களில் இருந்து தெரியவந்திருக்கும்.

நம் தேசம் இலங்கையோடு ஒப்பிட்டுப் பார்க்கவேண்டிய அளவு சாதாரண பொருளாதாரமோ சிறிய நாடோ அல்ல. பல விஷயங்களில் உலக அளவில் மூன்றாவது நான்காவது இடங்களில் இருக்கக்கூடிய அளவு மிகப் பெரிய பொருளாதார நாடு. அமெரிக்கா, சீனா ஆகிய நாடுகளுக்கு அடுத்த இடத்தில் நிற்கும் பொருளாதார பலம், சந்தை கொண்டது.

எனவே இலங்கையில் வந்தது போன்ற பற்றாக்குறை; அதனால் கலவரங்கள் போன்றவை இந்தியாவில் வராது. மக்களுக்குத் தேவையான பல்வேறு பொருட்களும் இந்தியாவில் உற்பத்தியாகின்றன. கிடைக்கின்றன இந்தியாவின் வளர்ச்சி மற்றும் நுகர்வு இரண்டும் சுய சார்பு உடையது.

பெட்ரோல், டீசல், சமையல் எரிவாயு போன்ற எரிபொருள்கள் தவிர மற்ற வேறு எந்த அத்தியாவசியத் தேவைகளுக்கும் இந்தியா வெளிநாடுகளை நம்பியிருக்கவில்லை. தவிர, உலக அளவில் இந்தியா பல நாடுகளோடு அரசியல் ரீதியான நட்பும் உறவும் வைத்திருக்கிறது. குறிப்பாக ரஷ்யாவுடனான உறவு, அமெரிக்காவோடு ஏற்படக்கூடிய பிரச்னைகளைச் சமாளிக்க உதவும்.

தவிர, மாற்று எரிசக்தித்துறையிலும் இந்தியா வேகமாகச் செயல்பட்டுவருகிறது.

அரசின் கடன்கள் ஓரளவு கட்டுப்பாட்டுக்குள் இருக்கின்றன. அரசு அதற்கு தேவையான வருமானத்தை அதிகரித்துகொள்ளும் வழிகளைச் செய்து வருகிறது. மானியங்கள் வழங்குவதில் சீர்திருத்தங்கள் கொண்டுவரப்பட்டிருக்கின்றன.

இன்னும் செய்வதற்கும் முன்னேறுவதற்கும் நிறைய தேவை இருந்தாலும், இப்போதைய செயல்பாடுகள் நம்பிக்கை தருவதாக இருக்கின்றன.

நாம் இந்தியர்கள் வல்லமை படைத்தவர்கள்.

வாழ்த்துகள்!

## பின் இணைப்பு 1

### மத்திய அரசின் பட்ஜெட் 2022-23
### வருமானம், செலவுகள் மற்றும் பற்றாக்குறைகள்

| | | |
|---|---|---|
| **1.** | **Revenue Receipts** | **2204422** |
| | 2. Tax Revenue (Net to Centre) | 1934771 |
| | 3. Non Tax Revenue | 269651 |
| **4.** | **Capital Receipts** | **1740487** |
| | 5. Recovery of Loans | 14291 |
| | 6. Other Receipts | 65000 |
| | 7. Borrowings and Other Liabilities[1] | 1661196 |
| **8.** | **Total Receipts (1+4)** | **3944909** |
| **9.** | **Total Expenditure (10+13)** | **3944909** |
| | 10. On Revenue Account | 3194663 |
| | *of which* | |
| | 11. Interest Payments | 940651 |
| | 12. Grants in Aid for creation of capital assests | 317643 |
| | 13. On Capital Account[2] | 750246 |
| **14.** | **Effective Capital Expenditure (12+13)[3]** | **1067889** |
| **15.** | **Revenue Deficit (10-1)** | **990241 (3.8)** |
| **16.** | **Effective Revenue Deficit (15-12)** | **672598 (2.6)** |
| **17.** | **Fiscal Deficit [9-(1+5+6)]** | **1661196 (6.4)** |
| **18.** | **Primary Deficit (17-11)** | **720545** |

•

# பின் இணைப்பு 2

## கடந்த சில ஆண்டுகளில் வருமான வரியில் செய்யப்பட்ட முக்கிய மாறுதல்கள்

*2009-10ம் ஆண்டில் ஆண்களுக்கு ரூ.1.6 லட்சமாகவும் பெண்களுக்கு ரூ.1.9 லட்சமாகவும், சீனியர் சிட்டிசன்களுக்கு ரூ.2.4 லட்சமாகவும் உயர்த்தினார்கள். மேலும் அதுவரை நடப்பில் இருந்த 10% சர்சார்ஜையும் (வரி மீது வரி) நீக்கினார்கள்.*

*2010-11 ல் முதல் ஐந்து லட்சம் வரையிலான வருமானத்துக்கு 10% என்றும் 5 லட்சத்துக்கு மேல் 8 லட்சம் வரையிலான வருமானத்துக்கு 20% என்றும் 8 லட்சத்துக்கும் அதிகமான வருமானம் அனைத்துக்கும் 30% என்றும் மாற்றினார்கள்.*

*2011-12ல் ஆண்களுக்கான வருமான வரி உச்சவரம்பு 1.8 லட்சமாகவும், பெண்களுக்கு 1.9 லட்சமாகவும், சீனியர் சிட்டிசன்களுக்கு 2.5 லட்சமாகவும் உயர்த்தப்பட்டது.*

*2012-13ல் ஆண்கள் பெண்கள் இருபாலருக்கும் ஒரே போல உச்சவரம்பு 2 லட்சமாக உயர்த்தப்பட்டது. சீனியர் சிட்டிசன்களுக்கு மாறுதல் செய்யவில்லை. அதே 2.5 லட்சம்தான். கூடுதலாக, வருமான வரிச் சட்டத்தில் 80TTA என்று ஒரு பிரிவு உருவாக்கி அதன்மூலம், அனைவருக்கும் சேமிப்புக் கணக்கு வட்டிக்கு ஆண்டுக்கு ரூ.10,000 வரை முழு வரிவிலக்கு வழங்கப்பட்டது.*

*2013-14ல் நிதியமைச்சர் அருண் ஜெயிட்லி பணக்காரர்களுக்குக் கூடுதல் வரி போடும் நோக்கில், ஆண்டு வருமானம் ஒரு கோடிக்கும் மேல் உள்ள தொகைக்கு வரி மீது வரியான சர்சார்ஜ் 10% அறிமுகப் படுத்தினார். மேலும் ஆண்டுக்கு 5 லட்சத்துக்கும் குறைவான வருமானத்தில், குறிப்பிட்ட தொகையாக ரூ.2000 விலக்கு அளித்தார்.*

*2014-15ல் அருண் ஜெயிட்லி உச்ச வரம்புகளை உயர்த்தினார். 60 வயதுக்குக் கீழே ரூ 2.5 லட்சம், 60 முதல் 80 வரை ரூ. 3.0 லட்சம். 80க்கும் மேலே ரூ.5 லட்சம் வரை வரி இல்லை (வயதானவர்கள்*

வாழ்த்தினார்கள்). மேலும் குறிப்பிட்ட சேமிப்புகளுக்கு வரிவிலக்கு அளிக்கும் 80C பிரிவின் உச்சவரம்பை 1 லட்சத்தில் இருந்து 1.5 லட்சமாகவும் வீட்டுக்கடன் வட்டிக்கு அளிக்கப்பட்டு வந்த வரிவிலக்கு உச்சவரம்பை ஆண்டுக்கு 2 லட்சமாகவும் உயர்த்தினார் (எல்லாப் பக்கங்களில் இருந்தும் வாழ்த்துகள்).

2015-16 பட்ஜெட்டிலும் மாறுதல்கள் செய்தார். மெடிக்கல் இன்சூரன்ஸ் செய்பவர்களுக்கு வழங்கப்பட்டு வந்த 20,000 ரூபாய் விலக்கை 25 ஆயிரமாக உயர்த்தினார். புதிதாக தேசிய பென்ஷன் திட்டத்தில் போடப்படும் பணத்துக்கு, கூடுதலாக ரூ.50,000 வரை வரிவிலக்கு கொடுத்தார். இவை தவிர, அதுவரை புழக்கத்தில் இருந்த, ஆனால் அதிகம் நடைமுறைப்படுத்தப்படாத, வெல்த் டேக்ஸை எடுத்துவிட்டார். அதற்கு பதிலாக, பணக்காரர்கள் மீதான வரியை அதிகரிக்கும் விதமாக ரூ. 1 கோடிக்கும் அதிகமான பணத்துக்கு அவரே முன்பு அறிமுகப்படுத்திய சர்சார்ஜ் வரி மீதான வரியை 10%ல் இருந்து 12% ஆக உயர்த்தினார்.

2016-17லும் அருண் ஜெயிட்லி கூடுதல் வருமானம் இருப்பவர்கள் மீதான தன் பார்வையை எடுக்கவில்லை. அந்த சர்சாஜ்ஜை 12%ல் இருந்து 15% ஆக உயர்த்தினார் (வெரி குட்). மேலும் பங்குகளில் இருந்து எவ்வளவு டிவிடெண்ட் வந்தாலும் அவற்றை எந்த வரியும் கட்டாமல் அப்படியே எடுத்துக்கொள்ளும் வழக்கத்தின் மீதும் கை வைத்தார் (இது வேறயா). ஆண்டுக்கு ரூ.10 லட்சம் வரை சரி. அதற்கு மேல் என்றால் கட்டு 10% டிவிடெண்ட் வரி என்றார். கூடவே 5 லட்சத்துக்கும் குறைவான வருமானத்துக்கு வழங்கப்பட்டு வந்த ரூ.2000 வரிவிலக்குத் தொகையை ரூ.5000 ஆக உயர்த்தினார்.

2017-18ல், 1 கோடிக்குமேல் மட்டும் சர்சார்ஜ் என்று இருந்ததை 50 லட்சமாகக் குறைத்தார். ஆண்டுக்கு 50 லட்சத்துக்கு மேல் வரும் வரு மானத்துக்கு 10% வரி மீது வரி. ஆண்டுக்கு 5 லட்சம் வரை வரிவிலக்கு ரூ.5000 என்று அவர் கொண்டு வந்ததை ஆண்டுக்கு 35 லட்சத் துக்கும் குறைவான வருமானத்துக்குத்தான் என்றும், விலக்கு ரூ. 2500 மட்டும்தான் என்றும் மாறுதல் செய்தார்.

2018-19ல், சேமிப்பு கணக்குகளில் இருந்து கிடைக்கும் வட்டித் தொகைக்கு ஆண்டு ஒன்றுக்கு ரூபாய் 10,000 வரை வரி விலக்கு என்று இருந்ததை மூத்த குடிமக்களுக்கு மட்டும் அதாவது 60 வயதுக்கு மேற்பட்ட அனைவருக்கும் ஆண்டு ஒன்றுக்கு ரூபாய் 50,000 வரை வரி இல்லை என்று உயர்த்தப்பட்டது. பங்குகளை வாங்கி வைத்திருந்து விற்கும்போது கிடைக்கும் லாபத்திற்கு நீண்ட கால முதலீட்டு ஆதாய வரி விலக்கு என்பது வரம்பில்லாமல் இருந்தது. அதை மாற்றி ஒரு

நபருக்கு ஆண்டு ஒன்றுக்கு அதிகபட்சமாக ஒரு லட்சம் ரூபாய் மூலதனதுக்கு மட்டுமே வரி விலக்கு மற்ற தொகைகள் அனைத்திற்கும் 10% வரி என்று மாற்றி அமைக்கப்பட்டது.

2019-20ல், பிரதான் மந்திரி ஆவாஸ் யோஜனா PMAY என்கிற வீட்டு வசதி திட்டத்தின் கீழ் Affordable வீடுகள் கட்டுபவர்களுக்கு ரூபாய் ஒன்றரை லட்சம் வரை அவர்கள் கட்டும் வட்டிக்கு வருமான வரி விலக்கு அறிவிக்கப்பட்டது. வைப்பு தொகை மூலம் கிடைக்கும் வட்டி பணத்திற்கு TDS பிடித்தம் ஆண்டுக்கு ரூபாய் 40 ஆயிரத்துக்கு மேல் இருந்தால் மட்டுமே என்றும் மூத்த குடிமக்களுக்கு ஆண்டுக்கு ரூபாய் 50 ஆயிரத்துக்கு மேல் இருந்தால் மட்டுமே என்று அறிவிக்கப்பட்டது. தேசிய பென்சன் திட்டத்தில் (NPS) சேர்த்துவைத்த பணம் முதிர்வடையும் போது அதில் 60% தொகைக்கு வருமான வரி இல்லை என்ற மாற்றம் கொண்டுவரப்பட்டது.

2020-21ல், பங்குகள் மற்றும் பரஸ்பர நிதிகள் மூலம் கிடைக்கும் டிவிடெண்ட் பணத்துக்கு வருமான வரி விலக்கு ஏதும் இல்லை மற்ற வருமானம் போலவே அவையும் வருமானமாக கணக்கிடப்படும் என்ற முடிவு அறிவிக்கப்பட்டது.

2021-22ல், யூனிட் லிங்க்ட் இன்சுரன்ஸ் பிரிமியம் ரூபாய் இரண்டரை லட்சத்துக்கு அதிகம் இருந்தால் அது வருமான வரியில் பரஸ்பர நிதியாகவே கணக்கிடப்படும். கட்டப்படும் பிரீமியத் தொகையும் வருமான வரியில் பரஸ்பர நிதியாகவே கணக்கிடப்படும். அதற்கு வருமான வரி 80Cயின் கீழ் வரிவிலக்கு கிடைக்காது. ஒரு நிதியாண்டில் ரூபாய் 2 லட்சத்திற்கும் அதிகமாக கிடைக்கிற சேமநலநிதி வட்டிப் பணம் மட்டுமே வருமான வரி விலக்கிற்குறியது. கூடுதலாக கிடைக்கிற தொகைகள் எல்லாம் ஏனைய வருமானம் போலவே கணக்கிடப்பட்டு வரி கட்ட வேண்டும்.

2022-23ல், கிரிப்டோகரென்ஸி வாங்குதல் விற்றல் மூலமாகக் கிடைக்கும் லாபத்தின் மீது 30% வருமான வரி கட்ட வேண்டும். கிரிப்டோகரென்ஸி வர்த்தகத்தில் கிடைக்கும் லாபத்தையும் நடத்தையும் பிற வர்த்தகங்களோடு இணைக்க இயலாது. தவிர கரன்சி வர்த்தகத்திற்கு ஒரு பர்சன்ட் டி.டி.எஸ் கட்டவேண்டும். Long term கேபிடல் கெய்ன்ஸ் வழியில் பட்டியலிடப்பட்ட பங்குகளுக்கு மட்டும் இருந்த 15 சதவீத சர்சார்ஜ் என்பது ஏனைய ஃபைனான்ஷியல் சொத்துக்களுக்கும் நீட்டிக்கப்பட்டது.

•

## பின் இணைப்பு 3

### ஆத்மநிர்பார் பாரத் அபியான் திட்டம்

கொரோனா காலத்தில், அமெரிக்கா ஜப்பான் ஆஸ்திரேலியா மற்றும் பல்வேறு ஐரோப்பிய நாடுகளும் உடனடியாக, வேலை இழந்த மக்களுக்கும் வியாபாரம் விழுந்த நிறுவனங்களுக்கும் நேரடி பண உதவிகள் செய்தன.

இந்தியா அவ்வாறு எவருக்கும் ஒரு பண உதவியும் கொடுக்கவில்லை. எதிர்க்கட்சிகளாலும் பல்வேறு அமைப்புகளாலும் அதுகுறித்து கண்டனங்களும் வருத்தங்களும் தெரிவிக்கப்பட்டன.

***மத்திய அரசு கொரோனா காலகட்டத்தில் செய்த பொருளாதார உதவிகள்***

- *ஜன்தன் வங்கி கணக்கு வைத்திருந்த 20 கோடி பெண்களுக்கு மாதம் ஒன்றுக்கு ரூபாய் 500 வீதம் மூன்று மாதங்களுக்கு ரூபாய் 1500 உதவி தொகை வழங்கப்பட்டது.*
- *வறுமையில் இருக்கும் மூன்று கோடி முதியவர்கள் விதவைகள் மற்றும் உடல் ஊனமுற்றோருக்கு ரூபாய் ஆயிரம் உதவித்தொகை – எக்ஸ்கிரேஷியா – வழங்கப்பட்டது*
- *ஊரக வேலைவாய்ப்புத் திட்டத்திற்கு நாளொன்றுக்கு வழங்கப் பட்டுக் கொண்டிருந்த ரூபாய் 182 என்ற ஊதியம் கொரோனா காலகட்டத்தில் நாள் ஒன்றுக்கு ரூபாய் 202 என்று அதிகரித்து, 13.62 கோடி குடும்பங்களுக்கு வழங்கப்பட்டது.*
- *புலம் பெயர்ந்த தொழிலாளர்களுக்கு ரூ 50,000 கோடி செலவில் உணவு தானியங்கள் வழங்கப்பட்டன.*
- *மத்திய அரசு உஜ்வாலா திட்டம் மூலம், அந்தத் திட்டத்தின் கீழ் வரும் 8 கோடி குடும்பங்களுக்கு பல மாதங்களுக்கு இலவச சமையல் எரிவாயு சிலிண்டர்கள் கொடுத்தது.*
- *80 கோடி மக்களுக்கு ஒவ்வொரு மாதமும் 5 கிலோ கோதுமை அல்லது அரிசி என்று உணவு தானியங்களை இலவசமாக*

வழங்கியது. அதற்கு பிரதான் மந்திரி கிரி கல்யாண் பேக்கேஜ் (PMGKP) என்று பெயர்.

- கோவிட் 19ஐ எதிர்த்துப் போராடிய மருத்துவம் மற்றும் சுகாதாரத் துறை ஊழியர்களுக்கு, தலை ஒன்றுக்கு ரூபாய் 50 லட்சத்திற்கு காப்பீடு எடுத்ததன் பிரீமியத்தை அரசு கட்டியது.
- 25 லட்சம் நபர்களுக்கு, 1.1 லட்சம் கோடி ரூபாய் கடன் உத்திரவாத திட்டத்தையும் 1.5 லட்சம் கோடி எமெர்ஜென்சி கிரெடிட் லைன் திட்டத்தையும் உருவாக்கியது.
- ஊழியர்கள் அவர்களுடைய சேமநல நிதியில் சேர்த்து வைத்திருந்த பணத்தில் 75% அல்லது 3 மாத ஊதியம் இரண்டில் எது குறைவோ அதை கொரோனா காலகட்டத்தில் எடுத்துக்கொள்ள அனுமதி கொடுத்தது.
- மத்திய அரசு, உரங்களுக்கு 14,775 கோடி ரூபாய் கூடுதல் மானியம் வழங்கியது.
- 5 லட்சம் சுற்றுலா பயணிகளுக்கு ஒரு மாதத்துக்கு கட்டணம் இல்லா விசா வழங்கியது.

•

## ஆசிரியரின் நூல்கள்

**சுயமுன்னேற்றம்**

1. இட்லியாக இருங்கள் - எமோஷனல் இன்டெலிஜென்ஸ்
2. எமோஷனல் இண்டெலிஜென்ஸ் 2.0
3. ரசவாதம்: ஏதிலும் பெரும் வெற்றி (NLP பற்றி)
4. தடையேதுமில்லை (சுயமுன்னேற்றக் கட்டுரைகள்)
5. உஷார் உள்ளே பார் (மனமும் சக்தியும்)
6. ஆல் தி பெஸ்ட்! (நீங்கள் விரும்பும் வேலையை வென்றெடுப்பது எப்படி?)
7. தள்ளு (மோட்டிவேஷன்)
8. சின்னத் தூண்டில் பெரிய மீன்
9. சிறு துளி பெரும் பணம்
10. டீன் தரிகிட (பதின் பருவம்)
11. சொல்லாததையும் செய்!
12. மனதோடு ஒரு சிட்டிங்
13. இவ்வளவுதானா நீ?
14. முன்னேற்றம் இந்தப் பக்கம்
15. எல்லோரும் வல்லவரே
16. காதலில் இருந்து திருமணம் வரை
17. சிக்கனம் சேமிப்பு முதலீடு
18. நல்லதாக நாலு வார்த்தை
19. திட்டமிடுவோம் வெற்றிபெறுவோம்
20. அதிகாரம் அல்ல, அன்பு
21. உடல் மனம் புத்தி
22. யார் நீ?
23. You vs You: *Everything you need to know about Emotional Intelligence*

**பங்குச்சந்தை**

1. அள்ள அள்ளப் பணம் 1 - பங்குச்சந்தை: அடிப்படைகள்
2. அள்ள அள்ளப் பணம் 2 - பங்குச்சந்தை: அனாலிசிஸ்
3. அள்ள அள்ளப் பணம் 3 - பங்குச்சந்தை: ஃபியூச்சர்ஸ் அண்ட் ஆப்ஷன்ஸ்
4. அள்ள அள்ளப் பணம் 4 - பங்குச்சந்தை: போர்ட்ஃபோலியோ முதலீடுகள்
5. அள்ள அள்ளப் பணம் 5 - பங்குச்சந்தை: டிரேடிங்
6. அள்ள அள்ளப் பணம் 6 - மியூச்சுவல் ஃபண்ட்
6. அள்ள அள்ளப் பணம் 7 - தங்கம்
7. அள்ள அள்ளப் பணம் 8 - இன்சூரன்ஸ்
8. அள்ள அள்ளப் பணம் 9 - கடன்
9. ஷேர் மார்க்கெட் சீக்ரெட்ஸ்
10. பங்கு சந்தை என்றால் என்ன
11. Bulls and Bears - All about Shares
12. ஷேர் பசார் சீக்ரெட்ஸ் (ஹிந்தி)

**வியாபாரம்**

1. நம்பர் 1 சேல்ஸ்மேன் (சிறந்த விற்பனையாளர் ஆவது எப்படி?)
2. பணமே ஓடி வா
3. தொட்டதெல்லாம் பொன்னாகும்
4. பணம், சில ரகசியங்கள்
5. பணம் சந்தேகங்கள் விளக்கங்கள்
6. நேர்மையாக சம்பாதிக்க இவ்வளவு வழிகளா!
7. எந்தத் தொழிலிலும் ஜெயிக்கலாம்

**நிர்வாகம்**

1. ஆளப்பிறந்தவர் நீங்கள் (தலைமைப் பண்புகள்)
2. காலம் உங்கள் காலடியில் (நேர நிர்வாகம்)
4. உலகம் உன் வசம் (கம்யூனிகேஷன்)
5. உறுதி மட்டுமே வேண்டும் (கமிட்மெண்ட்)
6. உறவுகள் மேம்பட (Secrets of Managing People)
7. சிறந்த நிர்வாகி ஆவது எப்படி?
8. மேனேஜ்மென்ட் குரு கம்பன்
9. வீட்டுக் கணக்கு
10. நேரத்தை உரமாக்கு (காலம் உங்கள் காலடியில் - 2)

**பொருளாதாரம்**

1. நாட்டுக் கணக்கு
2. நாட்டுக்கணக்கு - 2
3. அதிர்ந்த இந்தியா
4. அவசரம் - உடனடியாக செய்யவேண்டிய சமூக பொருளாதார மாற்றங்கள்

**மாணவர்களுக்கு**

1. மன அழுத்தம் விரட்டலாமா
2. இந்தமுறை நீதான்
3. நீங்கள் அசாதாரணமானவர்
4. You are Extraordinary
5. திட்டமிடுவோம் வெற்றிபெறுவோம்

**மற்றவை**

1. எங்குமிருப்பவர் (சாய் சரிதம்)
2. கே பாலசந்தர்- வேலை டிராமா சினிமா
3, நல்ல மனம் வாழ்க
4. மகிழ்ச்சியாக வாழுங்கள்
5. அப்பா, மகன் - நெருக்கமும் நெருடல்களும்

**புதினம்**

1. நெஞ்சமெல்லாம் நீ
2. பட்டாம்பூச்சிகளின் கண்ணாமூச்சி காலம்
3. ஜெமினி சர்க்கிள்

www.ingramcontent.com/pod-product-compliance
Ingram Content Group UK Ltd.
Pitfield, Milton Keynes, MK11 3LW, UK
UKHW042134021026
15589UKWH00003B/833

9 789390 958122